आपल्या स्नेहीजनांना पुस्तके भेट द्या

''माझा छळ करून, जबरदस्तीने माझे लग्न लावून देण्यात आले.
मला दिवस गेले, तेव्हा मी फक्त तेरा वर्षांची होते.
जेव्हा मी माझी सुटका करून घेतली.....
तेव्हा माझ्या भावाने मला पळवून नेण्याचा प्रयत्न केला''

बिलाँगिंग

समीम अली

हम्फ्रे प्राईस

अनुवाद
सिंधु जोशी

AF528926

मेहता पब्लिशिंग हाऊस

All rights reserved along with e-books & layout. No part of this publication may be reproduced, stored in a retrieval system or transmitted, in any form or by any means, without the prior written consent of the Publisher and the licence holder.
Please contact us at **Mehta Publishing House,** 1941, Madiwale Colony, Sadashiv Peth, Pune 411030.

✆ +91 020-24476924 / 24460313

Email : info@mehtapublishinghouse.com
production@mehtapublishinghouse.com
sales@mehtapublishinghouse.com

Website : www.mehtapublishinghouse.com

◆ *या पुस्तकातील लेखकाची मते, घटना, वर्णने ही त्या लेखकाची असून त्याच्याशी प्रकाशक सहमत असतीलच असे नाही.*

Belonging by Sameem Ali and Humphrey Price
© Sameem Ali, Humphrey Price and Teri Garrison
Translated in Marathi language by Sindhu Joshi

बिलाँगिंग / अनुवादित कादंबरी

अनुवाद : सिंधू जोशी
सी-२/३ स्टेट बँक नगर, पंचवटी, पाषाण, पुणे – ८

मराठी अनुवादाचे व प्रकाशनाचे हक्क मेहता पब्लिशिंग हाऊस, पुणे ३०

प्रकाशक : सुनील अनिल मेहता, मेहता पब्लिशिंग हाऊस,
१९४१, सदाशिव पेठ, माडीवाले कॉलनी, पुणे ४११०३०

मुखपृष्ठ : फाल्गुन ग्राफिक्स

प्रकाशनकाल : फेब्रुवारी, २०११ / ऑक्टोबर, २०१८

P Book ISBN 9788184982039

माझे हे पुस्तक
मी माझ्या कुटुंबाला
असगर, अजमेर, असिम यांना अर्पण करते.

“हे पुस्तक म्हणजे एक सत्य घटना आहे.
काही नावे मात्र बदलली आहेत.”

अनुवादिकेचे मनोगत

गेली काही वर्षे ग्रामीण आणि शहरी भागातील सर्व वयोगटांच्या महिलांमध्ये काम करतांना; स्त्री जीवनाची सर्व बाजूने होणारी होरपळ; तटस्थ राहून सोसणे हे सोपे काम नसते याची जाणीव दिवसेंदिवस प्रगल्भ होत आहे.

काही महिन्यांपूर्वी बाया कर्वे स्त्री शिक्षण संस्थेचा ''बालकांवरील अत्याचार – प्रतिबंध आणि उपाय'' असा अभ्यासक्रम शिकत होते. नेमक्या त्याच वेळेस मेहता पब्लिशिंग हाऊस कडून अनुवादासाठी ''बिलाँगिंग'' मिळावे, हा एक विलक्षण योगायोग आहे असं मला वाटतं.

बालकांवर विशेषत: मुलींवर होणाऱ्या अत्याचारांचे विविध प्रकार आणि त्यांचे प्रमाण धक्कादायक आहे. याच विषयावरील पुस्तकावर काम करण्याची संधी म्हणजे; समाधान आणि समाजात काम करतांना अनुभवलेल्या परिस्थितीची दाहकता, असा विरोधाभास मनात साठून राहिला आहे.

''बालकांवरील अत्याचार'' हे सत्य समाज, गट, पंथ, धर्म, देश या सीमा पार करून मानव सभ्यतेत भक्कम पाय रोवून उभे आहे. अत्याचार करणाऱ्यांजवळ माणुसकी, पाप-पुण्याची जाणीव यापैकी काहीच नसते, असतो केवळ स्वार्थ आणि विकृत मानसिक समाधान.

शब्दकोशानुसार ''बिलाँगिंग''चा अर्थ ''मालकीचे असणे.'' माणूस स्वत:चे अमुक एक असणे या भावनेतून समधान मिळवित असतो. वारूळाची रचनाबध्द बांधणी करतांना मुंग्यांच्या तीळाएवढ्या मेंदूतही हीच भावना असावी. त्यामुळेच त्यांच्या घराला कोणी धक्का लावला तर तो इवलासा जीव प्राणपणाने लढतो.

हे पुस्तक आहे लेखिकेने घेतलेल्या मनस्वी शोधाचे. स्वत:चे मन, शरीर स्वत:चेच आहे का, हे जाणून घेण्याचा प्रयत्न; आणि परिस्थितीवर केलेली मात.

सिंधू जोशी

उपोद्घात

माझ्या आयुष्याची ही खरीखुरी कहाणी मी आपल्यासमोर ठेवत आहे. माझ्या आयुष्यात फारशा सुखद स्मृती नाहीत, की ज्या मी उराशी जपाव्या. पण कधी कधी त्या जाग्या होतात आणि मी धाय मोकलून रडते. या स्मृती म्हणजे माझ्या आयुष्याला मिळालेला शाप आहे.

माझी आई माझ्यासाठी सर्वस्व होती. माझं सर्व लहानपण, तिला माझ्याविषयी कुठलीही तक्रार असू नये या निरागसतेनं व्यापलं आहे. कामसू, आज्ञाधारक, आईची प्रत्येक इच्छा जपणारी माझी प्रतिमा आईच्या मनात ठसावी, म्हणून मी माझं बालपण बाजूला सारलं. तिने मला जवळ करावं या एकाच इच्छेपायी!

शेवटी काही वर्षांपूर्वी मी एका व्यक्तीजवळ माझा सर्व भूतकाळ उघडा केला. तिचं आश्चर्य संपल्यावर ती मला म्हणाली, ''नक्कीच तू तुझ्या आईची दत्तक मुलगी असणार. पोटच्या मुलीबरोबर कुठली आई असं वागेल?''

नंतर ती म्हणाली, ''आपण तुझ्या सोशल सर्व्हिसेसच्या फाईलचा शोध घेऊ या का? म्हणजे तुझ्या खऱ्या आईचा मागमूस लागेल. तुझ्या गतकाळाविषयी काही गोष्टी स्पष्ट होतील.''

''अरे, हा विचार कधीच माझ्या मनात आला नाही. असं झालं तर माझ्या प्रश्नांची उत्तरं मिळतील.'' मी म्हटलं.

ही कल्पना मी लगेच अमलात आणली.

काही दिवसांतच आम्ही दोघी त्या ऑफिसमध्ये गेलो. मी माझी फाईल बघू लागले...

आणि माझ्या डोळ्यांना धारा लागल्या. मी माझ्या आईवडिलांची दत्तक मुलगी नव्हतेच मुळी. केवळ गरिबीमुळे माझ्या आईवडिलांना माझा सांभाळ करणं अशक्य होतं. म्हणून त्यांनी मला सोशल सर्व्हिसेसकडे सोपविलं होतं.

मला घरी नेल्यावरच्या माझ्या आठवणी चांगल्या असाव्यात ना, जो माझ्या आयुष्यभराचा ठेवा झाला असता; पण माझ्या भूतकाळानं मला पूर्ण फसविलं होतं.

जे माझं स्वत:चंच रक्त होतं, ज्या एका छोट्याशा पेशीपासून मी आईच्या पोटात वाढले होते, तिनेच मला मारझोड केली होती. मला अक्षरश: वाऱ्यावर सोडलं होतं. माझ्यावर लग्नाची बळजबरी केली होती. माझा भीतीने थरकाप उडविला होता. माझ्याकडे पूर्ण दुर्लक्ष केलं होतं. माझ्या अस्तित्वाचाच अपमान केला होता.

माझ्या मनाचा चक्काचूर करणारी सगळ्यात वाईट गोष्ट म्हणजे स्वत:ची मुलगी म्हणून माझ्यावर तिने कधी प्रेमच केलं नव्हतं. सर्व वाईट गोष्टी मी मनाआड केल्या असत्या, जर एखादा प्रेमाचा शब्द माझ्या वाट्याला आला असता. तेव्हा मी एक लहान मुलगी होते. प्रेम मिळावं हा माझा हक्क नव्हता का? या प्रेमासाठी मीच लायक नव्हते?

१

मी सहा महिन्यांची असताना मला माझ्या वडिलांपासून दूर केलं गेलं. मला आश्रमात पोहोचते केले. माझ्या जन्मानंतर माझी आई बरीच आजारी पडली. माझ्या बहीण-भावांबरोबर पाकिस्तानला गेली. मग मलाच का मागं ठेवलं? माझे बाबा त्यांच्याबरोबर का गेले नाहीत? या प्रश्नांची उत्तरं मला कधीच मिळाली नाहीत.

माझी फाईल पुढे सांगत होती– माझ्या बाबांच्या घरातून मला उचललं गेलं होतं. आईच्या घरात सहा महिन्यांच्या लेकराचे दिवसरात्र रडणे शेजाऱ्यांना ऐकू गेलं होतं.

माझे वडील मानसिक रुग्ण होते. सहा महिन्यांच्या बाळाला सांभाळणं त्यांना शक्य नव्हतं. माझी आई काही महिन्यांनी पाकिस्तानातून परत आली होती. मी मात्र आश्रमातच राहिले.

पण खरं सांगू? माझा आश्रमातला काळ हा माझ्या लहानपणातला सर्वांत सुखाचा होता. तसा आनंद पुढे, मी खूप मोठी झाल्यावर माझ्या वाट्याला आला.

माझ्या घरातील आठवणी निराशाजनकच आहेत. आश्रमातल्या सुरवातीच्या आठवणी अस्पष्ट आहेत. माझी नर्सरी स्कूल सुद्धा मला आठवत नाही. मला फक्त ऋतू लक्षात आहेत. हिवाळा, बर्फ, तर कधी स्वच्छ ऊन.

काही आठवणी मात्र माझ्या डोळ्यांसमोर तरळतात. एकदा आईच्या घरी रात्रीच्या वेळी पुस्तक वाचताना, मला हीच गोष्ट आधी कोणीतरी वाचून दाखवली होती हे आठवलं. मला त्या व्यक्तीचा वाचतानाचा आवाजही आठवला. या घरात मला कधीच कोणी वाचून दाखविलं नव्हतं. बहुदा तो आवाज पेगी आंटीचा होता. आश्रमात पेगी आंटीच माझी देखभाल करत असे.

मला आश्रमातली एकदम स्पष्ट आठवणारी गोष्ट ख्रिसमसची होती, जेव्हा मला माझी सिंडी डॉल मिळाली होती. मला वाटतं मी सहा वर्षांची असेन. बैठकीच्या खोलीत मी इतर पाचसहा मुलांबरोबर बसले होते. समोरच प्रेझेंट्सचा मोठा ढीग! आम्ही ती प्रेझेंट्स वाटली जायची वाट बघत उत्सुकतेनं बसलो होतो.

पहिलं प्रेझेंट मला. चकचकीत लाल कागदात गुंडाळलेली सिंडी. तो कागद उलगडताना मला झालेला आनंद!

माझी सिंडी! पण आश्रमातून घरी येताना मी सिंडीला तिथेच ठेवलं. तो ख्रिसमस मला चांगलाच आठवतो. पण नंतर कधी तरी सिंडीला मुकल्याची जाणीव मला झाली होती.

छोटीशी, गोबरे गालवाली पेगी आंटी, तिच्याजवळ गेलं की नेहमी मला छानपैकी साबणाचा, फुलांचा आणि ताज्या गरम ब्रेडचा एकत्र वास येई. पेगी आंटीचे केस अगदी छोटे असत. थंडीत ती केसांवरून स्कार्फ गुंडाळे. पण कॅनॉक चेसमधला खट्याळ वारा स्कार्फमधून केस बाहेर काढे आणि तिच्या चेहऱ्याभोवती छान महिरप तयार होई.

कॅनॉक चेसमध्ये फिरणं फारच गमतीचं असे. आश्रमात एक काळा हुडदुंबा लॅब्रॅडॉर होता. जेट त्याचं नाव. तो तर अक्षरश: चिमणी, काडी किंवा नुसता हवेमागे सुद्धा धावे. तितक्याच जोरात आमच्याजवळ येऊन थडकला की दचकायलाच होई. मी तर त्याच्या मानेवरच्या काळ्या, मऊ आयाळीत तोंड खुपसून त्याला थोपटत राही.

आश्रमात जेवणाची खोली, स्वयंपाकघर, बैठकीची खोली आणि माझी झोपायची खोली एवढंच माझ्या ओळखीचं झालं होतं. बैठकीच्या खोलीत आम्ही टी.व्ही. बघत बसत असू.

स्वयंपाकघरात कधी मोठ्ठा केक बनवायला मी मदत करे आणि केक भाजायला ठेवला की तो पिठाचा मोठा वाडगा चाटत बसे. कपडे खराब करायचे नसतात म्हणून सर्वांचे एप्रन्स ओळीने खुट्यांना टांगलेले असत. तो बांधून मी स्वयंपाकघरात लुडबूड करे. माझा एप्रन निळ्या रंगाचा होता.

माझ्या झोपण्याच्या खोलीत तीन पलंग होते. भिंती छान छान चित्रांनी सजविल्या होत्या. माझ्या पलंगाशेजारी माझे छोटे कपाट होते, त्यावर माझा खजिना. सिंडी आणि एक चिनी मातीचा डॉल्फिन सुद्धा होता. एकदा समुद्र किनारी सहल गेली होती, तेव्हाचा. मी जमा केलेले पाईन कोन सुद्धा होते. एखादं वाचायला घेतलेलं पुस्तकही तिथे असे.

डोळे मिटताना त्या वस्तू माझ्या नजरेसमोर रहात.

दुसरा पलंग अमांडाचा होता. ती माझ्यापेक्षा सहा महिन्यांनी लहान असूनही माझ्या आधीच आश्रमात आली होती.

अमांडा आणि मी. आमची जोडी कधीच वेगळी होणारी नव्हती आणि चांगल्या मैत्रिणींसारख्या प्रत्येक गोष्ट आम्ही एकत्र करत असू.

आम्ही दोघी एकाच वर्गात होतो. आम्ही खेळायचो पण एकत्रच, कोणी मुलाने

खोडी काढली की आम्ही लगेच एक व्हायचो.

घराच्या मागची मोठ्ठी बाग म्हणजे तर आमची सर्वात लाडकी जागा. अगदी थंडीत सुद्धा आम्ही दोघी आपल्या बागेतच. झोपाळे, घसरगुंड्या आणि मऊ हिरवळ. लपायला झाडं आणि बाहुल्यांना घेऊन खेळायला कोपऱ्यातील जागा. उन्हाळ्यात तर घरात जाऊच नये असं वाटे.

शाळेत जाताना मी पार गुडघ्यापर्यंत येणारा स्कर्ट घाले. वर लाल बटणांचा कार्डिगन. त्याची बटणं तुटली तर पेगी आंटी शिवे.

आमची शाळा तर खूप लहान होती. पण माझं सर्वस्व होती.

पेगी आंटी आम्हाला साडेसातला उठवे. घड्याळ तर मला कधीचंच कळायला लागलं होतं. पेगी आंटी उठवायला येण्याआधीच जाग आली, तर घड्याळ बघून मी अमांडाला परत झोपायला सांगे.

आम्ही तयार होऊन खाली आलो की नाष्टा तयार असे. टेबलावर सिरीयलसाठी वाडगा, टोस्टसाठी प्लेट आणि फळांच्या रसासाठी ग्लास.

मी तोतरी होते. शाळेत सगळे माझी चेष्टा करत. मग मी खूप सावकाश बोले. बोलण्याच्या आधी मेंदूला विचार करायला वेळ दिला पाहिजे हे मला कळे.

पेगी आंटी म्हणे, ''तुझ्या मेंदूचा वेग तुझ्या बोलण्यापेक्षा खूप जास्त आहे ग.''

मला हसूच लोटे. माझ्या डोळ्यांसमोर माझा मेंदू रस्त्यावरून गडगडत असल्याचं चित्र येई. काही काळाने भरपूर प्रयत्नांती योग्य वेळी श्वास घेणं, अवघड उच्चार गाणं गायल्याप्रमाणे सारखं म्हणत बसणं अशा प्रकारांनी माझं तोतरेपण माझ्या ताब्यात ठेवण्यास मी शिकले. आता मला त्याचा त्रास होईनासा झाला.

पण एवढ्यावरच थांबतं तर काय. काही दिवसांतच माझी पावलं इतरांपेक्षा वेगळी असल्याचं समजलं. पावलांचा आकार बदलण्यासाठी मला अनेक ऑपरेशन्समधून जावं लागलं. खरं म्हणजे यातलं मला फार काही आठवत नव्हतं. पण माझी फाईल मला तसं सांगत होती.

शिवाय शेवटचा शेरा होता, 'अजूनही पायात अंतर ठेवून चालते. घोट्यात पायाचा आकार बिघडला आहे. गरज असल्यास प्लास्टिकची छोटी फळी वापरणे.'

अमांडापेक्षा मी वयाने थोडी मोठी होते. त्यामुळे अमांडापेक्षा मला थोडा जास्त वेळ जागत बसायची परवानगी होती. टी.व्ही. बघता बघता मी सेटीवरच गाढ झोपी जाई. कोणी उठवायला आले की गाढ झोपेतून खोलीत जाणं मला नकोसं होई. पण एकदा खोलीत गेले की खोलीचं दार मी अलगद बंद करे. उगीच अमांडा जागी व्हायला नको. पेगी आंटीचं बघूनच मी शिकले होते.

शनिवार-रविवार मात्र मजाच असे. सगळे जागे होण्याआधीच आम्ही दोघी

उठत असू. मग लोळत पडायला मजा येई. जेवायच्या आधी कपडे बदलले नाही तरी चाले. मग काय टी.व्ही. बघणं आणि जेटबरोबर मस्ती.

दुपारी आम्हा सर्वांना कोट-बूट चढवून कोपऱ्यावरच्या हलवायाकडे नेत असत. पॉकेटमनीतून आम्ही आमचा आवडता खाऊ घेत असू. मग खूप उशिरापर्यंत, गारठा वाढेपर्यंत कॅनॉक चेसमध्ये भटकणं.

ही जागा माझ्या सगळ्यात आवडीची. दूरवर पसरलेली झाडी आणि मोकळी जमीन. वर स्वच्छ निळ्या आकाशात हिंडणारे पांढरे ढग! चेसमध्ये कितीतरी झरे होते. ढगांचा लपंडाव बघत झऱ्याच्या काठी निवांत पहुडणं, याशिवाय जगात काहीच नसावं असं मला वाटे.

मग सुरू होई लपंडाव आणि पकडापकडी. उत्साहाने किंचाळणं सुद्धा.

जेट तर आमचा मित्रच होता. तो ही आमच्याबरोबर हुंदडे. आम्ही दमून गवतावर पहुडलो की तो ही आमच्या शेजारी लोळण घेई. जोरजोराने धपापत श्वास घेई.

असं दमून घरी आलो की आमच्यासाठी बर्गर्स, चिप्स, पुडिंग म्हणून आईस्क्रीम असं काही ना काही तयार असे. कधी कधी केळ्याचं सँडविच. जे मी बिलकूल खात नसे. मग मला काकडीचे सँडविच मिळत. पुडिंग आणि केक मला सर्वांत आवडे. हां! पण हे सगळं स्वच्छ होऊन आल्यावरच.

रविवारी अर्थातच छान छान कपडे घालून चर्च असे. प्रार्थनेनंतर चर्चच्या मागे रविवारची शाळा. तिथे आम्हाला छान छान गाणी शिकवत. घराकडे येताना गात गात यायचं. 'ऑल थिंग्ज ब्राईट अ‍ॅण्ड ब्युटीफूल...' किंवा 'मॉर्निंग हॅज ब्रोकन...'

कधीतरी खास दिवशी जुन्या चर्चच्या उंच टॉवरवर असलेल्या घंटा आम्हाला वाजवायला मिळत. मोठी माणसं दोरखंडाचा बोटांना त्रास न होता घंटा कशा वाजवायच्या ते शिकवत. आम्ही कसंही करून घंटा वाजवतच असू. घंटानाद सुरू झाला की मात्र कानावर हात ठेवून किंचाळत असू.

आश्रमात मला खूप सुरक्षित वाटे. जेवण छान असे. माझी खास मैत्रीण शाळेत शेजारी बसत असे, पेगी आंटी काळजी घेई, रात्री पांघरूण ठीक करे, अंघोळ झाल्यावर परत एकदा अंग कोरडं करे. माझा प्रेमाने मुका घेई. खेळताना पडले तर उचलून घेई. जखम स्वच्छ करून मलम लावे.

मी वाचत असलेल्या पुस्तकातील आई तर अशीच असे. मला खात्री वाटे की पेगी आंटी माझी आईच आहे.

एकदा तिला हे मी सांगितलं. तेव्हा ती हसली. म्हणाली, ''मी तर आश्रमातील सगळ्या मुलांची आंटी आहे आणि तुझीही.''

एके दिवशी खेळताना मी माझे गुडघे चांगलेच खरचटून घेतले. रडत रडत पेगी आंटीकडे गेले.

ती म्हणाली, ''शूर मुलं अशी रडत नाहीत. गुडघ्यांवर फुंकर घाल की बरं वाटेल.''

मला रडणं थांबवायचं नव्हतं, पण मी तिनं सांगितल्याप्रमाणे केलं.

मला शूर मुलगी होणंच पसंत होतं.

कधी कधी माझे बाबा मला भेटायला येत. ते सगळ्यांपेक्षा उंच होते. सर्वांशी ते प्रेमाने बोलत. त्यांचा चेहराच हसरा होता मुळी. ते हसले की त्यांच्या काळ्या रंगापुढे पांढरे शुभ्र दात चमकत!

माझ्याबरोबर ते काय बोलत ते मला काही आठवत नाही.

बाबांनी माझ्या भोवती हात गुंफले की मी हळूच त्यांच्या खिशातली चॉकलेट्स काढून घेई!

ती चॉकलेट्स मी अमांडाबरोबर गट्टम करी.

पेगीआंटी बरोबर ते बहुतेक माझ्याविषयीच बोलत, पण माझं तिकडे लक्षच नसे.

माझ्यासाठी बाबा म्हणजे कुणीतरी दूरची व्यक्ती होते. माझ्या आश्रमातल्या वास्तव्याचा आणि त्यांचा काहीच संबंध नव्हता. पण ते कधी येतील याची मी वाट बघे. माझ्यासाठी पडून गुडघे फोडून घेणं होतं, तशीच त्यांच्या खिशातली चॉकलेट्स होती.

कधी कधी माझ्या खोलीतला माझ्या शेजारचा पलंग उशी-पांघरुणासकट तयार केलेला असे. मग मी ताबडतोब खाली धाव घेई. ऑफिसच्या दरवाज्यावर टक टक करी. पेगी आंटीबरोबर माझी लहान बहीण असे.

मिनाने माझ्या बरोबर असणे मला समुद्रकाठ, ख्रिसमस या सगळ्यापेक्षा जास्त रोमांचकारी वाटे. माझ्याबरोबर माझं स्वत:चं कोणीतरी आहे, ही भावनाच किती खास होती.

अगदी पहिल्यांदा मिना रहायला आली तेव्हा ही मुलगी कोण याचं मला कोडंच होतं. माझ्यापेक्षा ती कितीतरी वेगळी दिसत होती. माझ्यापेक्षा ती खूपच बारीक होती. तिने ढगळ पायजम्यावर एक लांब झगा घातला होता. तिचे केस माझ्यासारखेच काळेभोर होते. पण तिने केसांची घट्ट वेणी घातली होती. डोळे विस्फारून ती पेगी आंटीला चिकटली होती. जणू काही तिला कोणी समुद्रातच फेकून देणार होतं.

मला आणखी एक मैत्रीण मिळाल्याचा आनंद झाला. पण ती फारच बुजरी

वाटत होती.

"सॅम, ही तुझी बहीण मिना. थोडे दिवस इथे रहायला आलीय. तिला हॅलो म्हण." पेगी आंटीने सांगितलं.

माझी बहीण! हे नातं मला माहीत होतं, पण मी तर कधी हिच्याविषयी ऐकलं नव्हतं.

मी हात पुढे करून हॅलो म्हटलं. पण ती माझ्याकडे एकटक बघतच राहिली.

"तू तिला झोपायची खोली दाखव. कपाटाच्या खालच्या खणात कपडे ठेवलेत. तिला बदलायला मदत कर." पेगी आंटीने सांगितले. "तुझ्याबरोबर खेळताना तिचे घरचे कपडे खराब व्हायला नकोत." ती पुढे म्हणाली.

घरचे कपडे? म्हणजे नक्की काय? ती घरीच तर होती. ही मोठी माणसं कधी कधी गमतीशीरच बोलतात, माझ्या मनात आलं.

मला अभिमान वाटला. बहीण – माझी बहीण! बाकी कोणाचीच बहीण त्यांच्याबरोबर इथे रहात नव्हती. मी नशीबवान होते.

खोलीत मिना पलंगावर बसली. मी तिच्यासाठी कपडे काढू लागले. एक ट्राऊझर तिला पसंत पडली. त्यातून तिचे पाय कोणाला दिसले नसते. त्यावर एक लांब बाह्यांचा टॉप.

अमांडाशी ओळख झाल्यावर आम्ही तिघी बागेत पळालो. माझं हृदय आनंदाने टुणकन उडी मारून बाहेर येणार होतं बहुतेक!

मी मिनाला झोपाळा दाखविला. ती हळूच बसली. पण पायाने झोका घेणं तिला जमेचना. मग मी तिला मागून मोठ्ठा झोका दिला.

"इतका उंच नको." ती किंचाळू लागली.

"चल आपण लपंडाव खेळू." मी ओरडले.

पण ती एकटी लपायला तयारच होईना.

पकडापकडीत पण तेच. तिने मला पकडावं म्हणून शेवटी मीच हळू हळू पळू लागले! तिला जोरात धावायचं जणू माहीतच नव्हतं.

पण शेवटी ती माझी बहीण होती. इथे तर नवखीच. मीच तिला सांभाळून घ्यायला हवं होतं. मला वाटलं 'ती कुठून आली, कशाला आली, इथे तिची बहीण रहाते ते तिला माहीत होतं का?', असं सगळं तिला विचारावं. पण मी काही म्हंजे काही विचारलं नाही.

हे माझं घर होतं, माझं जग होतं आणि माझी बहीण माझ्याबरोबर रहायला आली होती. जसे बाबा भेटायला येत. ही माझ्याबरोबर माझ्या खोलीत रहाणार होती.

बस्स, मला तेवढं पुरेसं होतं.

खरं म्हणजे मिना माझ्यापेक्षा दोन वर्षांनी मोठी होती. पण मला आपलं वाटलं की मीच तिला इथे सर्व दाखवायला हवं. सगळं शिकवायला हवं.

पण मला ती फारच लाजाळू वाटली. माझ्यासारखी धीट नव्हती ती.

अमांडा आणि मी तिला भुतांच्या गोष्टी सांगू लागलो की ती फारच घाबरे आणि खिडक्या बंद करायला लावे.

बहुतेक वर्षातून दोनदा ती माझ्या घरी येई. आता मला फारसं आठवत नाही, पण ती काही दिवसांसाठी येई किंवा अख्खा उन्हाळा राही.

आमच्या घरी मी फारच धीट झाले होते. भीती कशी ती मला माहीतच नव्हती.

मी कधी गारठ्याने बेजार झाले नाही की भुकेने व्याकूळ.

माझे कपडे नेहमी स्वच्छ असत आणि मी शाळेतून आले की माझं प्रेमाने स्वागत होई.

माझं आयुष्य अगदी असावं तसं होतं.

मी माझ्या आईला भेटेपर्यंत!

२

शाळेला बहुदा सुट्टी असावी. मी घरीच असायची. मिना त्यावेळी माझ्या बरोबर रहायला आली होती. तो तिचा माझ्याबरोबरचा शेवटचा दिवस असावा. कारण बाबा गाडी घेऊन तिला न्यायला आले होते. नेहमीसारखेच. आम्ही दोघी जिना उतरून खाली आलो. पण या वेळेस बाबा नेहमीसारखे एकटे नव्हते. त्यांनी खाली वाकून माझा गाल कुरवाळला नाही की चॉकलेट्स दिली नाहीत. त्याऐवजी माझा हात हातात घेऊन त्यांच्या बरोबर आलेल्या बाईच्या हातात दिला. ती बाई खूप बारीक होती. बाबांपेक्षा थोडी बुटकी होती. माझ्याकडे बघून हसलीच नाही. उलट एकटक मला निरखत राहिली.

मिना माझ्या घरी आली तेव्हासारखेच गमतीदार कपडे या बाईने पण घातले होते. तिचे केस रुमालाखाली झाकले होते. मला तर ती खूप गंभीर वाटली.

"समीम, ही तुझी आई. तिला हॅलो म्हण." बाबा सांगत होते.

माझ्या आईने काहीच हालचाल केली नाही, मला मिठीत घेण्यास पुढे झाली नाही. तिने जणू इच्छेविरुद्धच माझा हात हातात घेतला.

मी वर बघून 'हॅलो' म्हटलं.

मी असंच करायला हवे होते ना? मी वाचलेल्या प्रत्येक गोष्टीत आई होतीच. पण ती कायम आपल्या मुलांबरोबर रहात असे. मुलांना गोंजारून गुडनाईट म्हणे. पेगी आंटी पण अशीच होती.

माझ्या आईला असं काहीच करायचं नव्हतं?

ती बराच वेळ माझ्याकडे बघत राहिली. अचानक वडिलांकडे वळून ती काहीतरी बोलली. तिचं बोलणं म्हणजे काहीतरी विचित्र आवाजच वाटले मला. तो आवाज खूप परका कठोर आणि काहीसा भीतिदायक होता.

मी एकदम मागे सरकले आणि अडखळले. माझ्यामागे मिना उभी होती. तिला सुद्धा आईजवळ जाणं पसंत नव्हतं.

आईने माझा हात घट्ट पकडला. ती काहीशा नरमाईने बोलू लागली. तिचा

दुसरा हात पुढे झाला. त्यासरशी मिनाने मला मागून ढकललं. त्यामुळे तो हात मला पकडावाच लागला.

ती मागे वळून बाबांशी काहीतरी बोलली.

बाबांनी हसून माझ्याकडे बघितलं. "तुझी आई म्हणतेय की तू खूप बदलली आहेस. तिला तू वेगळी आठवत्येस. आता मात्र तू चांगली मोठी दिसू लागली आहेस."

'आता पुढे ही काय करणार आहे?' माझ्या मनात आलं.

तिने माझ्या डोक्यावरून मिनाकडे बघितलं. चमत्कारिक शब्दात काही बोलली.

मिना माझ्यामागून पुढे झाली. आईशी काहीतरी बोलली आणि वर पळाली. मी तिच्या मागोमाग पळणार होते, पण आईने माझा हात घट्ट पकडला होता.

माझ्या मनात काहीतरी दाटून आलं. ही तर माझी खरीखुरी आई होती. चक्क मला भेटायला आली होती.

मी मान वर करून आईकडे बघितलं. माझ्याकडे बघून ती पहिल्यांदाच हसली. मी पण हसले. ती काहीतरी बोलली. आता मला ते कठोर वाटेना. कसं वाटेल? ती तर माझी आई होती. पण तिचं बोलणं मला समजेना. तरी मी ओके म्हटलं. मला वाटलं ओके बोलणंच बरोबर आहे. तितक्यात मिना आली. तिने पहिल्यांदा आली तेव्हाचे कपडे चढवले होते. ते तिघं लगेच निघून गेले. त्यांच्या निघून जाण्याचं मला काहीच वाटले नाही. मी तर माझ्याच घरी होते.

पण त्या दिवसापासून आईची भेट माझ्यासाठी महत्त्वाची ठरली. अमांडाची आई तिला कधीच भेटायला आली नव्हती. बहिणीच्या भेटीने मी स्वत:ला राणीच समजू लागले. मला ती देवाप्रमाणे वाटू लागली. त्यानंतर मिना घरी जायच्या वेळेस आई नियमाने येऊ लागली. त्याचंही मला काहीच वाटले नाही. कारण पूर्वीपासून दर आठवड्याला बाबाच मला भेटायला येत. आता दर वेळेस आई आली की खाली जाऊन तिचा हात धरी. ती खाली वाकून मला विचारे, मी कशी आहे; आणि मी उत्तर देई, "बरी आहे."

बस्स तेवढंच.

बाबा मात्र माझ्याकडे बघून उत्साहाने हसत.

दर वेळेस मिना कपडे बदलून आली की ते तिघं निघून जात.

मला मागे ठेवून. पण मला त्याचं आश्चर्य वाटत नसे. माझं इथे रहाणं ठरल्यासारखंच होतं.

होता होता मी सात वर्षांची झाले. मग मात्र मिना असो वा नसो, आई वारंवार येऊ लागली. मी एकटीच तिला भेटू लागले. या तिच्या भेटी खास माझ्यासाठी असत. या एकाच गोष्टीने मला आश्रमातल्या इतर मुलांपेक्षा वेगळेपणाची जाणीव

होई. मला वाटे माझ्या आईसारखी माझी आईच.

प्रत्येक भेटीत मी तिला जाऊन बिलगले की मला विचित्र असा मसाल्यांचा वास येई. पण मला तो चाले. ती आणि मी दोनच शब्द बोलत असू. त्यात मला काहीच विचित्र वाटत नसे. काही झालं तरी माझी आई होती ती. ती आली की मी तिच्या शेजारी बसे. 'बेजा बेजा' असे काहीसे ती म्हणे. यास अर्थ 'बैस बैस' असा आहे, हे एव्हाना मला कळू लागलं होतं. मी तिच्याजवळ बसे. तिचा हात हातात घेऊन हसे. मी जितकी म्हणून गोष्टींची पुस्तकं वाचली होती, त्यात आई कशी असते हे सांगितलेलं असायचं आणि त्या आया नेहमीच छान असायच्या. पेगी आंटी तर गोष्टीतल्या आईसारखीच होती.

मला वाटायचं, माझी आई असल्याने ती तर त्या सर्वांपेक्षा जास्त चांगली आहे.

मी माझ्या मनाशी ठरवून टाकलं होतं की आपली आई काहीशी वेगळी असली तरी आपण तिच्यावर प्रेम करायचं.

आई असणं आणि तिच्यावर प्रेम करणे ही जगातली सर्वांत सहज सुंदर गोष्ट होती आणि माझं आईच्या घरी जाणं सुद्धा.

"सॅम, मला तुला काही महत्वाचे सांगायचं आहे." एक दिवस पेगीआंटी म्हणाली.

तिने मला तिच्या खोलीत नेलं. पलंगावर बसून माझे दोन्ही हात हातात घेतले.

आजचं वातावरण काही वेगळंच आहे असं मला जाणवलं.

"तुला घरी जायचं आहे." मला तिच्या आवाजात थरथर जाणवली.

"घरी? पण मी तर घरीच आहे."

"तसं नव्हे. तुझ्या आईच्या घरी. तू तुझ्या कुटुंबाबरोबर रहायला जाणार आहेस."

"माझं कुटुंब?"

"हो. तुला तीन भाऊ, एक बहीण आणि शिवाय मिना अशी भावंडं आहेत."

मी पेगी आंटीकडे बघतच राहिले.

एक अख्खं कुटुंब! पण मला इथून जावं लागेल, याचा अर्थ काय?

माझे डोळे एकाएकी भरून आले.

"तिथे मिना असेल ना? आम्ही सगळे परत इथं येऊ ना? तू मला तिथं भेटायला येशील ना?"

पेगी आंटी हसून म्हणाली, "अग वेडे, तू तुझ्या चांगल्यासाठीच घरी जात आहेस. मला अमांडा आणि इतर मुलांबरोबर इथे नको का राहायला?"

चांगल्यासाठी म्हणजे नक्की काय?

पण खऱ्या भावंडाबरोबर रहाणं मजेचंच असणार होतं.

मला आठवलं, माझ्यापेक्षा एक मोठी मुलगी अशीच परत तिच्या घरी रहायला गेली होती. किती आनंदात होती ती! मी तिच्या जागीच आहे असं मला वाटायला लागलं. मी घरी गेल्यावर काय करायचे याचे बेत करू लागले आणि अमांडाला सांगू लागले.

इतक्या माणसांसाठी असलेलं मोठ्ठं छान घर माझ्या डोळ्यांपुढे येई. आणि अमांडा पण आमच्या भावंडांत होती. तिला सुद्धा वारंवार घरी यावंच लागणार होतं. माझी सगळ्यात आवडती मैत्रीण होती ती.

मी माझ्या या घरी पण नक्कीच येणार होते. मी तर अमांडाला म्हटलं सुद्धा, ''मी तुझ्या बरोबर खेळायला, रहायला येईन. मग तुला गादी, पलंग माझ्यासाठी तयार करून ठेवायला लागेल बरं का!''

नंतर खरंच माझ्या जाण्याचा दिवस उजाडला.

मी माझे कपडे भरून तयारच होते. अंघोळ करून मी माझा सर्वांत छान ड्रेस घालून तयार होते. घरी जायचं म्हंजे स्मार्ट दिसायला हवं. पेगी आंटीने मुद्दाम वेळ काढून माझे केस छान करून दिले होते. मी खाली येऊन वाट बघत होते.

एक एक क्षण जगाच्या अंतापर्यंत चालणार असे वाटू लागले.

शेवटी एक कार आली आणि एकदाची माझी आई गाडीतून उतरली.

तिच्या बरोबर एक मोठा माणूस होता. तोच गाडी चालवित होता. कोण होता देव जाणे. पेगी आंटी बरोबर आई क्षण-दोन क्षण बोलली, तिचा हात माझ्यापुढे केला आणि मला न कळणाऱ्या भाषेत काहीतरी बोलली.

आईने पुढे केलेला हात धरून मी तिच्यामागे चालू लागले.

तो माणूस गाडीतून उतरला आणि त्याने माझी बॅग गाडीच्या मागच्या भागात ठेवली.

तो खूप बारीक होता. त्याचे केस खांद्यापर्यंत आले होते. ओठावर जाड काळी मिशी.

''मी मांज. तुझा भाऊ. तुला न्यायला आलोय.''

हा माझा भाऊ तर माझ्यापेक्षा खूप मोठा होता. मला प्रश्न पडला, की मी त्याच्या बरोबर कशी खेळाणार?''

''गुड मॉर्निंग.'' मी हळूच म्हटलं. माझ्या घरची तशी रीतच होती.

आदल्या रात्री जी गोष्ट मला अद्‌भुत वाटत होती तीच मला आता विचित्र वाटू लागली. पोटात गोळाच आला माझ्या.

या सर्व प्रसंगासाठी मी अजून लहान आहे असं वाटू लागलं. इतक्यात ''गुड बाय सॅम,'' पेगी आंटीचा आवाज आला. पुढच्या दाराशी ती, अमांडाशेजारी उभी होती.

एकदम मी आईचा हात झटकला. पळत त्यांच्याकडे गेले. खरं म्हणजे मी आनंदात असायला हवी होते, पण भांबावूनच गेले होते. माझ्या पोटातला गोळा जाईना. माझे डोळे भरून आले.

मी घरी जायला उत्सुक होते, पण घर आणि अमांडापासून दूर जाण्यानं मी किती दु:खी होईन याची मला कल्पना नव्हती.

अमांडा आणि माझ्या घरापासून दूर होणं मला जमेना. मी पेगी आंटीला बिलगले.

ती हळूच म्हणाली, ''तू चांगली मुलगी होऊन घरी रहाणार आहेस हं!''

''हो, मी वचन देते.''

पेगीआंटीला दिलेलं वचन केवढं भारी पडणार होतं याची कल्पनाच नव्हती मला.

मी अमांडाला मिठी मारली. ती रडत होती. तिच्याबरोबर मी पण रडू लागले. रडत रडत म्हटलं, ''मी तुला भेटायला नक्की येईन.''

तो मोठा मुलगा तटकन म्हणाला, ''चला आता. आपल्याला निघायचंय.''

माझ्या आईने माझा खांदा पकडून मला अमांडापासून दूर केलं.

त्या मुलानं गाडीचं दार उघडलं आणि मला बसायची खूण केली.

मी क्षणभर भांबावले. एक मोठा श्वास घेऊन गाडीत बसले. वाकून खिडकी बाहेर बघितलं, पेगीआंटी आणि अमांडाकडे बघून हात हालविला.

कोपऱ्यावर गाडी वळली तरी मी मागे बघत हात हलवितच राहिले.

३

आई आणि माझा भाऊ मांज यांनी मला आमच्या वॉलसॉच्या घरी आणलं. आतापर्यंत आश्रम सोडून इतक्या लांब कुठेच गेले नव्हते. पण मी निश्चिंत होते. कारण माझ्या पुढे माझी स्वतःची आई बसली होती.

रस्ताभर दोघांपैकी कोणीच माझ्याशी बोललं नाही. मला न समजणाऱ्या भाषेत ते दोघं मात्र सारखं काहीतरी बोलत होते. काही प्रश्न विचारावा तरी मी बिचकत होते. मग मधूनच मी मनात गाणं गुणगुणले.

आश्रम सोडणं हा मात्र माझ्यासाठी धक्काच होता हे मला आता समजायला लागलं. हा सगळा बदल माझ्यासाठी जरा जास्तच होता.

ट्रॅफिक सिग्नलजवळ गाडी थांबल्यावर माझ्याकडे न बघताच तो म्हणाला, ''आलोच आपण घराजवळ.''

मी आजूबाजूला नजर टाकली. सगळंच बदललं होतं. इथली माणसं, घरं वेगळीच होती. चर्च आणि आाश्रमापुढे मला इथलं सगळंच लहान वाटू लागलं. इथं आजूबाजूला सगळं रंगीबेरंगी होतं. झाडं, गवत असं काहीच नव्हतं. रस्त्याच्या बाजूलाच दुकानं होती. सगळीकडे नुसती गर्दी. प्रत्येक जण माणसांतून वाट काढत चालला होता. प्रत्येकाच्या बोटाला धरून लहान मुलं.

मी माझं नाक काचेला टेकवलं. अरेच्चा, ही सगळी मुलं माझी मित्रमंडळी होतील की. माझ्या मनात आलं.

गाडी एक लहानशा नि अस्ताव्यस्त घराशी थांबली. तिथे सगळा पसारा पडलेला होता. बागेची कोणी छाटणीच केली नव्हती. सगळीकडे गवत माजलं होतं.

दाराचा रंग मंद हिरवा होता. त्याचे पोपडे निघाले होते आणि खालचं लाकूड दिसत होतं. घराच्या आत तर मी बघूच शकत नव्हते. सगळ्या खिडक्यांवर जाड पडदे होते.

माझी थोडी निराशाच झाली.

आई गाडीतून उतरून बागेतल्या वाटेतून घराकडे चालू लागली. मांज माझी बॅग काढायला गेला.

मिना घराजवळ घुटमळत होती. मोठ्या काळ्या झग्यात आणि सैल पायजम्यात मला ती थोडी बारीक वाटली. तिच्या हसण्याकडे बघून मला कळलं की मी आल्यामुळे तिला आनंद झाला होता. पण माझं स्वागत करायला ती पुढे धावली नाही.

हे घर माझंच होतं, पण अजून माझं झालं नव्हतं.

पण ते माझं होणं मला खरंच आवडणार होतं.

मी एकाच वेळी उत्सुक आणि काहीशी घाबरले होते.

मी आईचा हात धरू बघत होते.

''अम्मीऽ'' मी हाक मारली.

''चल अंदर.'' माझा हात झटकून ती म्हणाली.

त्या शब्दांचा अर्थ मला त्यावेळी समजला नव्हता. पण तिचा स्वर फारच विचित्र होता.

आतापर्यंत माझ्याशी कोणी अशा स्वरात बोललं नव्हतं की असं वागलं नव्हतं. माझ्या घरी कोणीच मोठं माणूस मुलांशी अशा स्वरात बोलत नसे.

आई पुढं चालत होती. मांज माझी बॅग घेऊन पुढे निघून गेला होता. मी मिनाला भेटायला निघाले.

आईचा बदलेला मूड माझ्या लक्षातच आला नाही.

मिना आणि मी एकमेकींना बिलगलो. निदान मिना तरी माझ्या बरोबर चांगलं वागत होती. माझ्या पोटातला गोळा विरघळतोय असं वाटू लागलं. आम्ही एकदम खळखळून हसलो.

मी मिनाशी काही बोलणार एवढ्यात आई कठोर स्वरात काहीतरी बडबडू लागली.

मिना मला घरात घेऊन जाऊ लागली.

अंधाऱ्या हॉलमधून आई त्याच्या पुढच्या खोलीत गेली. तिच्या मागे मिना आणि मी.

मला सगळीकडे काळोख भरल्यासारखा वाटला.

आम्ही शिरलेल्या खोलीत फर्निचर असं काहीच नव्हतं. जमिनीवर गालिचा पण नव्हता.

एका भिंतीलगत एक कोच होता. जुना, कापूस बाहेर आलेला. त्याच्यावर एक मोठी मुलगी बसली होती. मिनासारखेच कपडे घातलेली.

जाड पडदे लावलेल्या खिडकीजवळ एक छोटं लाकडी टेबल होतं. खिडकीतून

प्रकाश आत येण्यासाठी जागाच नव्हती.

कोणीच कसं चांगलं बोलत नाही इथं? इथलं सगळंच वास येणारं घाणेरडं आणि अंधारं का? मला प्रश्नच पडला.

मला इथेच रहायचं होतं. त्यामुळे प्रश्न काय विचारणार.

आई कोचावर जाऊन एक लहान मुलाजवळ बसली. तिने माझ्याकडे ना पाहिलं ना माझी खोली दाखवली.

आई त्या दुसऱ्या मुलीशी काही बोलली. ती मुलगी माझ्याकडे बघून बोलू लागली. निदान ती माझ्याकडे बघत तरी होती.

पण मला तिचं बोलणं समजलं नाही.

मी मिनाकडे प्रश्नार्थक नजर टाकली.

त्या मुलीने मोठ्यांदा सुस्कार सोडला आणि ती माझ्यापुढे येऊन उभी राहिली.

''मी तुझी मोठी बहीण तारा. तू मला 'बाजी' म्हणायचं. जा, जाऊन कपडे बदलून ये. आम्ही इथे असले कपडे घालत नाही.'' ती माझ्या सर्वांत चांगल्या ड्रेसकडे बघत म्हणाली.

मला माझ्या कपड्यांची एकदम लाजच वाटली.

''हे बघ, आमचे पाय दुसऱ्यांना दाखविणं आम्हाला आवडत नाही. तुला सुद्धा असे कपडे घालावे लागतील.''

ती परत जाऊन सोफ्यावर बसली. माझ्याकडे एखाद्या शत्रूसारखी बघू लागली.

माझा चेहरा असल्या अपमानास्पद वागणुकीमुळे लाल होऊ लागल्याचं मला जाणवलं. माझं काहीतरी चुकल्याची जाणीव झाली. पण काय? मला समजेना आणि विचारता पण येईना.

नशिबानं मिना माझ्याजवळ आली. माझा हात धरून म्हणाली, ''चल ये. मी तुला वर घेऊन जाते. बदलायला कपडे देते.''

तेवढ्यात वयाने थोडी मोठी बाई खोलीत आली. माझ्याकडे बघून तिने ताराला काहीतरी सांगितलं.

मला काहीच कळेना. मी त्या बाईजवळ जाऊन 'हॅलो' म्हटलं.

त्या बाईने बाकी सर्वांसारखेच कपडे घातले होते. पण तिच्या डोक्याभोवती रुमाल गुंडाळलेला होता. तिने जाड केसांची एक वेणी घातली होती. ती माझ्याकडे बघून हसली. मिनानंतरची माझ्याकडे बघून हसणारी पहिलीच व्यक्ती. मला तिचं बोलणं कळेना.

तारा सोफ्यावरून म्हणाली, ''ही हनीफ. हिचं लग्न पाजीबरोबर झालंय. तू तिला भाबी म्हणायचं.''

मी हनीफकडे बघून हसले.

हा पाजी कोण? हनीफ म्हणजे आणखी एक बहीण का? इथलं कोणीच माझ्या कल्पनेत बसणारं नव्हतं. सगळेच माझ्यापेक्षा मोठे होते. माझ्या सुंदर ड्रेसकडे तर कोणी ढुंकूनही बघितलं नव्हतं. मिनाशिवाय दुसरं कोणी माझ्याशी नीट बोललं नव्हतं.

मिनाने परत कपडे बदलण्यासाठी वर जायची आठवण केली.

मला मिनाला सांगायचं होतं, की ती असल्यामुळे मला किती छान वाटतंय, किती धीर वाटतोय. पण ती खोलीच्या बाहेर पडली आणि पायऱ्या चढू लागली. मी तिच्यामागे वर गेले. वर तीन दारं होती. आमच्या समोर एक आणि त्याच्या दोन बाजूंना एकेक.

अंधारातच मिना डाव्या हाताच्या दारातून आत गेली. इथे खालच्याइतका विशिष्ट दर्प भरून राहिला नव्हता, कारण खिडकी उघडी होती.

खोलीत दोन मोठे पलंग होते. एक कपाट होतं. गडद रंगाचा गालिचा होता. भिंती रिकाम्याच होत्या.

"काय चुकलंय. सगळे एवढे रागावलेले का?" मी विचारलं.

मिनाने माझ्याकडे लक्षच दिलं नाही.

खिडकीजवळच्या पलंगाकडे बोट करून ती म्हणाली, "या पलंगावर तुला माझ्या बरोबर झोपावं लागेल. बाजी दुसऱ्या पलंगावर झोपते."

गादीवर चादर नव्हतीच. पायाकडे जुनी ब्लँकेटं पडली होती. उशी एकच. डाग पडलेली.

मला पलंगावर बसावंसं सुद्धा वाटेना. झोपणं दूरच.

मला परत घरी जाऊन स्वच्छ चादर, ब्लँकेट, आणि भिंतीवर लावायला चित्रं आणता येतील का? मी विचार करू लागले. म्हणजे खोली अगदीच रिकामी वाटली नसती.

मला रडू येईल असं वाटू लागलं.

मी रंगवलेल्या चित्रापेक्षा हे घर अगदीच वेगळं होतं. शिवाय या खोलीत तारा पण येणार होती. मला तर तिची भीतीच बसली होती.

"तारा किती वर्षांची आहे? आणि बाकीच्या दोन खोल्यांत कोण झोपतं?"

कदाचित त्यापैकी एखादी खोली व्यवस्थित असेल तर मला तिथे झोपता येईल. मनातल्या मनात मी विचार केला.

"बाजी तेरा वर्षांची असेल. सवेर शेजारच्या खोलीत झोपतो. पण तिथं अजिबात जाऊ नकोस. त्याला अजिबात आवडणार नाही. हनीफ आणि पाजी बाजूच्या खोलीत झोपतात."

"पाजी कोण? आणि आई कुठे झोपते? खाली तो छोटा मुलगा कोण

होता?''

मिनाला हसू आलं. ''जरा दमानं घे. मी तुला सगळं सांगते.''

''आईला जिना चढाताना दम लागतो. ती खाली सोफ्यावर सलीमबरोबर झोपते.''

मी मान हलवली. मिनाने माझ्या पाठीवर हात ठेवला. ''इतकी दु:खी होऊ नकोस. बरं झालं तू इथे आहेस. आपल्याला बोलता येईल. आमची भाषा तुला समजत नाही. पण मी आहे ना शिकवायला. तू शहाणी मुलगी आहेस. सगळं काही नीट होईल.''

मला पेगी आंटीचं बोलणं आठवलं. 'शहाणी मुलगी हो.'

मी मिनाकडे बघून थोडी हसले.

''बस खाली.'' मिना म्हणाली.

मी अगदी अनिच्छेनं त्या घाणेरड्या गादीवर बसले.

''बाजी म्हणजे मोठी बहीण. पाजी म्हणजे मोठा भाऊ. म्हणजे मांज. जो तुला इथे घेऊन आला. त्याची बायको हनीफ. आपली वहिनी. म्हणजे भाबी.''

''माझा ड्रेस इथल्या कोणालाच आवडला नाही. काय वाईट आहे त्यात?'' मी विचारलं.

''कारण आपण मुस्लीम आहोत, सॅम. मुस्लीम असेच कपडे घालतात. मी घातलेत तसे.'' मिनाने सांगितलं.

माझा गोंधळ उडाला. मी सुस्कारा सोडला.

''बरं बरं. मी तुला समजावून सांगते. मुस्लीम ख्रिश्चन लोकांसारखेच आहेत. दोघं देवावर विश्वास ठेवतात. पण मुस्लीम आणखी काही गोष्टींवर विश्वास ठेवतात. त्यातलीच एक गोष्ट म्हणजे आपले कपडे. तुला बाकीच्या गोष्टी हळू हळू कळतील.'' मला मिना सांगत होती.

रविवारच्या शाळेतली प्रार्थना मला आठवली.

'आमचा एका देवावर आणि एका चर्चवर विश्वास आहे.'

''पण मी तर ख्रिश्चन आहे.'' म्हणजे मला म्हणायचं होतं की हे कपडे मला चालतील.

पण त्या आधीच मिनाने माझे खांदे पकडून मला हलविलं. ''शूऽऽ! असं काही बोलू नकोस. आणि हळू आवाजात बोल. कोणी तुझं बोलणं ऐकलं तर चिडून तुला ते मारझोड करतील!''

''काय?'' मला वाटलं मिना माझी चेष्टा करतेय.

''तुला ते मारतात? पण का?'' मी विचारलं.

तिने बंद दाराकडे एक नजर टाकली. ती माझ्याजवळ सरकली. कुजबुजली.

''एकदा मी फरशी नीट साफ केली नाही म्हणून आईनं मला मारलं. नंतर पाजीनं मारलं. मी सगळ्यांपासून दूर दूरच असते.''

मी तिच्याकडे बघतच राहिले.

एकदा शाळेत एक मुलाने मला मारलं होतं. माझे केस ओढले होते. मी पण त्याच्या गालावर चपराक ठेवून दिली. तेवढ्यात तिथं एक शिक्षिका आली आणि तिने आम्हाला थांबविलं. पण त्या दिवशी आम्हा दोघांना पोहू दिलं नव्हतं.

पण तो मुलगा माझ्याच वयाचा होता. एखाद्या मोठ्या माणसाने मारणं माझ्या कल्पनेपलीकडचं होतं.

मी काही बोलणार, एवढ्यात तारा खालून म्हणाली, ''मिना, जेवायला येताना सलीमला पण घेऊन ये.''

''सलीम कोण?'' मी विचारलं.

''आपला लहान भाऊ. या उन्हाळ्यात तो नर्सरीत जाईल. तो दुसऱ्या खोलीत आहे. लवकर कपडे बदल. मग त्याला घेऊन आपण खाली जाऊ.''

''शेजारची खोली सवेरची आहे. हो ना? तो किती वर्षांचा आहे?'' मी विचारलं.

''तो बाराचा आहे. माझ्या पेक्षा दोन वर्षांनी मोठा. चल, तुला कपडे बदलायला मदत करते.'' मिना म्हणाली.

मी माझा ड्रेस काढून पलंगावर घडी करून ठेवला.

मिनाच्या मदतीने दुसरे कपडे घातले.

गुलाबी रंगाचा लांब झगा आणि त्याला जुळणाऱ्या रंगाचा पायजमा. मिनाने माझ्या डोक्याभोवती रुमाल गुंडाळला.

असले कपडे यापूर्वी मी कधीच घातले नव्हते.

''अरे! हीच का मी?'' मी काहीशी आई आणि बहिणीशी मिळतीजुळती दिसू लागले होते.

तसं दिसल्यामुळे की काय, मला जर घरच्यासारखं वाटू लागलं!

त्या खरखरीत कपड्यांमुळे माझ्या अंगाला खाज सुटू लागली. लांब बाह्या आणि लांब पायजमा तर मुळीच सुखाचा नव्हता.

ती खोलीच्या बाहेर पडली आणि दुसऱ्या खोलीतून सलीमला उचललं. हाच मुलगा मगाशी खाली बसला होता.

''ही तुझी बहीण. सॅम.'' मिनाने त्याला सांगितले. सलीमने माझ्याकडे बघितलं, पण तो काहीच बोलला नाही.

''हॅलो,'' मी म्हटलं. तो थोडासा हसला.

ते दोघं जिना उतरू लागले. मी त्यांच्या पाठोपाठ हळूहळू खाली आले. कपडे

पायात अडकले तर पडलेच असते.

स्वयंपाकघरात आल्यावर मी मिनाला टॉयलेट कुठे आहे ते विचारलं. ती मागच्या दाराकडे बोट करून म्हणाली, ''तिकडे. बाहेर.''

माझी बोबडीच वळली. बागेत उघड्यावर?

मी धडधडतच बाहेर पडले. मिनाने एका बंद दाराकडे बोट दाखविलं.

''तिकडे जा. आणि लवकर आटप. जेवण तयार आहे.'' ती म्हणाली.

मी सावधपणे दार लोटलं. दार करकरत उघडलं. मी हळूच आत डोकावले. तिथे अंधार आणि घाण वास येत होता.

मी अंदाज केला की मागच्या भिंतीशी टॉयलेट असावं. दिवा लावायला भिंतीवरून हात फिरवू लागले आणि झटकन हात बाजूला केला. भिंत थंडगार आणि चिकट होती.

''झालं की नाही?'' मिनाने विचारलं.

छोट्या खिडकीतून येणारी प्रकाशाची तिरीप आत्ता कुठे मला दिसली. तेवढ्यावरच भागवावं लागणार होतं. माझं काम झाल्यावर मला दुसरीच काळजी लागली.

''हात कुठे धुवायचे?'' मी मिनाला विचारलं.

''इकडे आत.'' ती म्हणाली.

मी स्वयंपाकघरात येऊन थंड पाण्याखाली हात धरले. हाताचा चिकटपणा जायला साबणाचा पत्ता नव्हता. शिवाय तो लांब पायजमा कमरेशी सैल होता. मी एकीकडे तो पकडून ठेवला. मला खूप अवघडल्यासारखं होत होतं.

मला अगदी कसंसंच होत होतं.

हनीफ बशा, चमचे काढत होती. तिने माझ्याकडे बघितलं आणि मिनाला काहीतरी सांगितलं.

मिनाने लगेच भाषांतर केलं.

''ती म्हणते आहे, आता या कपड्यात तू चांगली दिसते आहेस.''

मी हात कोरडे करायला काही मिळतं का ते बघत होते. मला काहीच दिसेना. मग मी पटकन कपड्यांनाच पुसले.

तिथे टेबलाचा पत्ता नव्हता. एक फळीवर वाडगे, पेले वगैरे वस्तू होत्या. स्टोव्ह चालूच होता. एका पातेल्यातून वाफा येत होत्या.

''चला. जेवायचं आता.'' माझ्या हातात एक बशी देत मिना म्हणाली.

''मी करेन तसंच कर.'' ती पुटपुटली.

स्टोव्हच्या बाजूला पॅनकेकसारखं काही ठेवलं होतं. ते मिनाने आपल्या बशीत घेतले. मग हनीफने एका पातेल्यातून वाडग्यात काहीतरी वाढलं.

''हे चिकन आहे.'' मिना म्हणाली.

मी थँक्यू म्हणाले, तशी हनीफ हसली.

आम्ही बशा घेऊन दुसऱ्या खोलीकडे चालू लागलो. ती खोली मी अद्याप बघितलीच नव्हती. आत गेल्या गेल्या कसला तरी दर्प माझ्या नाकाला झोंबला. पावसाळ्यात जेटच्या अंगावरच्या केसांना यायचा तसा, किंवा चेसमध्ये आम्ही ओल्या पानांवरून चालत असू, तेव्हा यायचा तसा.

मला एकदम मागे फिरावंसं वाटलं. पण मिना पुढे चालत होती. माझं घर सोडल्यापासून पोटात काहीच नव्हतं. मला भुकेची जाणीव झाली.

ती खोली थंडगार होती. पण तिथे निदान दिवा होता. आम्ही दोघी तिथे असलेल्या एकमेव कोचावर बसलो आणि गुडघ्यावर बशा ठेवल्या.

घरी तर जेवायला टेबल असे. इथे मी बशी कशी सांभाळू आणि जेवू तरी कशी?

मी मिनाकडे बघितलं.

मिनाने मांडीवर बशी ठेवली होती. हाताने त्या पॅनकेकचा तुकडा मोडत होती. मग वाडग्यातल्या रश्श्यात बुडवून ती खाऊ लागली.

"तू कशासाठी थांबली आहेस?" तिने विचारलं.

"मग काय करू? इथे सुरी-काटा कुठाय?"

"माझं बघ आणि तसं खा." ती म्हणाली.

मी तुकडा मोडून रश्शात बुडविला आणि तोंडात घातला.

बापरे! माझ्या तोंडात जणू आगच पेटली होती.

माझा चेहरा घामाने थबथबला. मला तो भयानक घास थुंकावासा वाटला. पण मी चांगलं वागायचं ठरविलं होतं ना!

मी रागाने हात आपटले.

मिना चटकन उठली. "थांब, तुझ्यासाठी पाणी आणते." असं म्हणून आत धावली.

तिने आणलेलं पाणी मी घटघटा प्यायले.

"हे काय आहे? मी खाऊ शकत नाही." मी म्हटलं.

मिनाच्या मागोमाग हनीफ आणि तारा आत आल्या होत्या.

त्या हसू लागल्या.

"ही करी आहे." मिना म्हणाली.

मी असलं अन्न कधीच खाल्लं नव्हतं. घरी आम्ही सर्वजण सॉसेजेस, स्ट्यू, चिप्स अशा गोष्टी खात होतो. चिप्स तर माझ्या आवडीच्याच.

हनीफ आणि तारा काहीतरी बोलल्या.

"त्या काय म्हणाल्या?" मला न कळणाऱ्या भाषेत त्या माझ्याबद्दल बोलत

होत्या. हे सर्व नकोसं होत होतं.

"त्या म्हणताहेत की त्यांना दुसरं काही बनविता येत नाही. तुला याचीच सवय केली पाहिजे."

"पण मला हे आवडत नाही. दुसरं काही नाही की खायला?" मी विचारलं.

"नाही, दुसरं काही नाही. असं कर, नुसती रोटी खा. रस्सा खाऊ नकोस." मिनाने सांगितलं.

मी रोटीचा तुकडा तोंडात घातला. तो कोरड्या टोस्टसारखा लागत होता. पण तोंड तरी भाजत नव्हतं.

"हे मी खाऊ शकते." मी म्हटलं.

"घाबरू नकोस सॅम," मिना म्हणत होती.

"तुला याची सवय करून घ्यावी लागेल. भाताबरोबर हा रस्सा कमी तिखट लागतो."

माझा चेहरा आणखीनच लांब झाला.

"आज मी तुझं जेवण संपवते." मिना म्हणाली.

मी माझी बशी तिच्याकडे दिली.

ती खात असताना माझ्या मनात आलं, आणखीन जेवण का नाही?

माझ्या घरी एखाद्याला जेवण पुरलं नाही तर ब्रेड-बटर कायम असे.

या सगळ्यानंतर पुडिंग विचारण्यात अर्थच नव्हता.

मी गारठले होते आणि भुकेली पण. ते कुणाच्याच लक्षात आलं नाही.

निदान गरम पाण्याने आंघोळ करता येईल असा विचार मनात आला.

पण बाथरूम कुठे होतं ते मला माहीतच नव्हतं. आल्यापासून मला बाथरूमच दिसलं नव्हतं.

पण ते दाराबाहेर असेल तर थंडीत जाण्याची माझी इच्छा नव्हती.

मिनाचं जेवण झाल्यावर आम्ही स्वयंपाकघरात बशा ठेवायला गेलो.

तारा आईबरोबर खोलीत बसली होती. तिथूनच ती ओरडली, "बशा धुवून टाका."

"बरं." मिनाने उत्तर दिलं.

पेगी आंटीने तर असलं काम आम्हाला कधीच करायला लावलं नव्हतं. एकमेकांशी उद्धटपणे बोलणं चांगलें नसतं असं ती बजावे.

मिनाने सर्व बशा धुतल्या. पालथ्या घातल्या.

मी तिचं काम बघत सारखं पाणी पीत होते.

काम झाल्यावर तिने हात झटकले आणि कपड्यांना पुसले.

घरी मला घड्याळ्यात वेळ बघायची सवय होती. खालच्या आणि वरच्या

दोन्ही मजल्यांवर घड्याळं होती. वेळेप्रमाणे मी काय काय करायचं ते ठरवत असे.

"किती वाजले?" मी विचारलं.

"माहीत नाही. पण अजून झोपायची वेळ नक्की झाली नाहीये. कारण मांज अजून घरी आला नाही."

"इथं कुठं घड्याळ आहे का?" मी विचारलं.

"आम्हाला वेळ समजायची गरजच वाटत नाही." मिना उत्तरली.

पण मी कारण विचारलं नाही. माझ्या मनातले कित्येक प्रश्न मला अजून विचारायचे होते.

मी अजून सवेरला पाहिलंच नव्हतं. शिवाय सलीम कुठे गेला होता? त्याने जेवण कुठे केलं. सगळं कुटुंब एकत्र बसून का जेवत नाही...?

आम्ही दोघी जेवलो होतो त्या खोलीत गेलो. तेथे मिनाने सगळ्यांचा दिनक्रम सांगितला.

पण माझ्या खूप प्रश्नांची उत्तरं तिने दिली नाहीत.

सगळ्यात मला आश्चर्य वाटलं की आई आमची जेवणं झाली की नाही याची चौकशी करायला फिरकलीच नाही.

घरी आमची सर्वांची जेवणं झाली की पेगी आंटी कोणी काही टाकलं का ते बघून जाई.

थोड्या वेळाने मांज आला. हनीफने स्वयंपाकघरातून त्याच्यासाठी बशीभर जेवण आणलं.

"मांज घरी आलाय. म्हणजे तुमची झोपायची वेळ झाली आहे." हनीफ म्हणाली.

"दात कुठे घासायचे?" मी भीत भीत विचारलं. मला वाटलं परत बाहेर जावं लागणार.

"माझ्या मागे ये." मिनाने खुणावलं.

स्वयंपाकघरातल्या सिंकजवळ जाऊन तिने मिठाची बरणी उघडली. त्यात एक बोट बुडविलं आणि ती दात साफ करू लागली.

मला धक्काच बसला.

"तुमच्याकडे ब्रश-पेस्ट नाही का?" मी विचारलं.

"नाही. मी केलं तसंच कर." मिना हळूच म्हणाली.

मिठाच्या चवीने माझा घसाच आवळला गेला.

मग आम्ही दोघी वर गेलो. तारा वर येऊन भिंतीकडे तोंड करून झोपून गेली होती.

मिनाने पलंगावर चढून अंगावर पांघरूण घेतलं.

''मला झोपायच्या आधी कपडे बदलायचेत.'' मी पुटपुटले. मला ताराला जागं करायची इच्छा नव्हती.

''माझं सामान कुठं आहे?''

''हे बघ, आहे त्या कपड्यात झोप. उद्या सकाळी बघू.'' मिनाने डोक्यावरून पांघरुण ओढून घेतलं.

मला कपडे बदलणं आवश्यकच होतं. माझ्या घरासारखीच मी इथं राहिले तर मला सोपं जाणार होतं.

काही होवो – मला माझं सामान शोधलंच पाहिजे.

''मला टॉयलेटला जायचंय. तू येतेस माझ्याबरोबर?'' मी मिनाला विचारलं.

खाली गेले की सामान शोधता आलं असतं.

''वेडी झालीस की काय? बाहेर अंधार बघ. मी कुठे बाहेर जाणार नाही. आणि तू ही जाऊ नकोस. बोगीमॅन तुला पकडेल.'' मिना म्हणाली.

अमांडानी आणि मी सांगितलेल्या गोष्टींची मिनाला इतकी भीती वाटत होती का काय?

''बोगीमॅन वगैरे काही नसतं.'' मी मिनाला सांगितलं.

''तू आवाज केलास तर आई रागवेल तुला.'' मिना म्हणाली.

''आई खाली झोपते?'' मी विचारलं.

''हो. मी तुला मघाशी सांगितलं ना, की जिना चढला की तिला दम लागतो.'' मिना वैतागली.

''अग मिना, प्लीज ये ग माझ्याबरोबर,'' मी विनवलं.

तिचा नकार कायम होता.

शेवटी मीच धीर करून खाली गेले.

घर शांत होतं. पण दिवे चालू होते. त्यामुळे मी कुठे चालले आहे हे मला कळत होतं.

मी अलगद खाली आले. स्वयंपाकघरातून खोलीत गेले. पण तिथे कुठेच माझी बॅग मिळेना.

मी पाठीमागचं दार उघडलं. दार उघडंच ठेवून बाहेर आले. सगळीकडे अंधार होता. लांबून गाड्यांचे आवाज येत होते. टॉयलेटचं दार उघडं टाकूनच मी आत जाऊन आले आणि घरात शिरले. मागचं दार बंद केलं.

पण का कोण मी अचानक थरथरू लागले आणि धावतच वर गेले.

''बोगीमॅननं तुला पकडलं नाही तर!'' मिना म्हणाली.

मी तिच्या शेजारी लवंडले.

''तुला सांगितलं ना मी, की बोगीमॅन वगैरे सगळं खोटं असतं.''

या चमत्कारिक घरात माझ्या शेजारी मिना झोपली होती ते बरंच होतं.

मी शांत पडून राहिले. प्रकाशात गादीचं स्वरूप कसं दिसत होतं ते मनातही येऊ दिलं नाही.

मिना चुळबुळ करत होती. मी शांत झोपले....

माझ्या या घरातील पहिला दिवस मी कल्पना केली तसा अजिबातच नव्हता.

कदाचित उद्याचा दिवस बरा असेल.

पेगी आंटीने सांगितल्याप्रमाणे मी शहाण्यासारखी वागेन.

मग सर्व माझ्यावर प्रेम करतील.

४

त्या रात्री मला एक विचित्रच स्वप्न पडलं. मी नेहमीसारखी चेसवर फिरायला गेले होते आणि तिथे एकदम हरवून गेले.

मी ओलसर गवतात होते आणि तिथे चांगला उजेड होता. तरी घरी कसं जायचं हे मला कळेना झालं होतं.

माझ्या नाकात एकदम कसला तरी वास शिरला. शेजारी झोपेत असलेल्या मिनाने चुळबूळ केली.

मी दचकून जागी झाले. तो ओलसर वास तसाच होता.

पण माझ्या आरामशीर गादी आणि भिंतीवरच्या पॉप स्टार्सच्या ऐवजी मी या चमत्कारिक घरातल्या एक घाणेरड्या खोलीत होते.

मला किती वाजले कळेना. पण बाहेर प्रकाश होता.

मी जरा वेळ पडून राहिले. पण घरात कसला आवाज म्हणून नव्हता. मी परत डोळे मिटून घेतले.

परत जागी झाले तेव्हा मिनाने मला चांगलंच चेपून टाकलं होतं. स्वत: मात्र अंगाची घडी करून झोपली होती.

पडद्यातून आत येणाऱ्या उजेडात मला पलंग आणि घाणेरडी गादी दिसली. रंग उडालेल्या भिंती दिसल्या.

घरी आल्याचा उत्साह अजूनही होता. पण हा घाणेरडेपणा मला सहन होईना. घरी आल्यावर झालेलं स्वागत आठवून मला रडू आलं.

मला आठवलं आज रविवार होता. आज मी चर्चला तरी जाऊ शकेन का? घरात अजून कोणीच उठलं नव्हतं. चर्चची शक्यता दिसेना.

रस्ता तरी जागा झाला होता का? आणि बाकीची इतर घरं?

मी मिनाच्या अंगावरून हळूच बाजूला झाले. पलंगावरून खाली येऊन पडद्यातून बाहेर नजर टाकली. मला दिसत असलेल्या सर्व घरांचे पडदे बंदच होते.

इथं कोणी चर्चलासुद्धा जात नाही की काय?

माझ्या पाठीमागे कसला तरी आवाज झाला. एका खोलीचं दार उघडलं होतं. पण आम्हाला उठवायला कोणीच आलं नाही. कोणीतरी जिन्यावरून खाली गेल्याचा आवाज झाला.

मी पण खोलीबाहेर जाऊ लागले. तेवढ्यात उशीवरून डोकं उचलून मिनाने विचारलं, “कुठे चाललीस?”

“खाली. मला टॉयलेटला जायचं आहे.”

“आताच खाली जाऊ नकोस. तू गेलीस तर मला पण उठावं लागेल.” ती कंटाळल्यागत म्हणाली.

मिनाला उठायचं का नव्हतं. आणखी एक कोडं. मी परत पलंगावर आले.

“किती वाजले?” मी विचारलं.

“काही माहीत नाही. हे बघ, समोरच्या घराचे पडदे बाजूला झाले की मी उठते. पडदे बाजूला झाले का?” मिनाने प्रश्न केला.

“अजून तरी नाही.”

“मग झोप तर.”

“आता मी झोपूच शकत नाही.” मी उठून बसले. तेवढ्यात तारा किंचाळली, “चूप एकदम. मी झोपयाचा प्रयत्न करत आहे.”

मिनाने भुवया उंच करून माझ्याकडे बघितलं आणि ती परत झोपली.

मी कंटाळून पडद्यांकडे बघत बसले.

तेवढ्यात समोरच्या घराचे पडदे बाजूला झाले. मी उडी मारूनच उठले. “चला पडदे उघडले. उठायची वेळ झाली.” मी उत्साहाने म्हटलं.

“तुला प्रॉब्लेम तरी काय आहे ग?” ताराने चिडून विचारलं.

“मला टॉयलेटला जायचंय.” मी सांगितले आणि कोणाचीच फिकीर न करता खाली उतरले.

आई सोफ्यावर बसली होती. बाजूला सलीम.

मी आनंदाने तिला गुड मॉर्निंग म्हटलं पण तिने माझ्याकडे लक्षच दिलं नाही.

मग मी दार उघडून बाहेर गेले.

त्या अगदी छोट्या टॉयलेटची फरशी गार होती. मला पाऊल ठेववेना.

दिवसाच्या प्रकाशात सुद्धा तिथे अंधारलेलं होतं. मी माझ्या स्लीपर्स शोधण्यासाठी बाहेर आले.

दार उघडून स्वयंपाकघरात येताक्षणीच ताराने विचारलं, “तुझं झालं का?”

“अग मी माझ्या....” माझं बोलणं पुरं व्हायच्या आतच ताराने बाहेर जाऊन दार बंद केलं.

स्वयंपाकघरात जरा ऊब होती.

मी तळपायाची धूळ पुसली.

हनीफ स्टोव्हजवळ उभी राहून गोल पॅनकेक्स म्हणजे रोटी बनवित होती. उघड्या जाळावर परत परत रोटी फिरवीत होती.

माझ्या पोटात भुकेने उसळी मारली.

पण रोटी मागायची कशी?

मी मागितलं तरी तिला कळलंच नसतं.

तिथे वाडगे, सिरीअल्स असं काहीच नव्हतं.

मी ताराची वाट बघायचं ठरविलं.

तारा आल्यावर मी तिला विचारलं, ''मला खूप भूक लागलीय. मला नाष्टा मिळेला का?''

''काय?''

''मला भूक लागलीय.'' मी परत सांगितलं.

हनीफ काहीतरी बोलली.

ताराने उत्तर दिले, ''टोस्ट चालेल का?''

''चालेल.'' मी म्हटलं.

''तो बघ त्या फळीवर आहे ब्रेड. आण इकडे.''

मी तो व्हाईट ब्रेड आणून दिला.

''उघड की. मी काय सगळं करत बसू का तुझ्यासाठी?''

घरी टेबलावर सर्व मांडलेलं असे.

मी थोडा वेळ ब्रेड उघडायाची धडपड केली.

''तुला काहीच करता येत नाही वाटतं? आण इकडे.'' तारा म्हणाली.

हनीफ मध्येच काहीतरी बोलली आणि तारा हसली. ''ती म्हणत्येय तुझी कामं तुला करता आलीच पाहिजेत. तू जेव्हा ब्रेडची पिशवी उघडशील तेव्हाच तुला ब्रेड मिळेल.'' ताराने कठोरपणे सांगितलं.

मला अजूनही ब्रेड बाहेर काढता येत नव्हता. मला एकदम दुःख झालं आणि भूकही वर आली. मी ब्रेडची प्लास्टिक बॅग फाडली आणि ब्रेडचे काही तुकडे बाहेर पडले.

''मूर्ख मुली, सगळी बॅग कशाला फाडलीस? आता ब्रेड ताजा कसा राहील?'' तारा ओरडली.

''मला फार भूक लागलीय. काहीतरी खायला हवंय.'' मी काकुळतीला आले होते.

''तू सांगितल्याप्रमाणे वागायला शीक. मी तुझ्यासाठी काहीएक करणार नाही.

दे तो ब्रेड माझ्याकडे.'' माझ्या हातातील तुकड्यांकडे बघून तारा म्हणाली.

मी ताबडतोब एक तुकडा तोंडात कोंबला.

ताराने मला धरलं, ''थुंक आधी तो तुकडा!'' तिने आज्ञा केली.

मी तोंडातला ब्रेड पटकन गिळून टाकला.

ताराने शिव्या देत मला ढकलून दिलं. मी फ्रीजला धडकून खाली पडले. मला रडायला येऊ लागलं.

तेवढ्यात आई आत आली.

''अम्मी माझी चूक नव्हती, हिने...'' मी कसंबसं सांगायचा प्रयत्न केला. पण आईने माझ्याकडे बघितलं सुद्धा नाही. ती हनीफला काहीतरी म्हणालं. हनीफने कालचं राहिलेलं जेवण एका बशीत घालून आईला दिलं. ताराकडे बघत आई निघून गेली.

ताराचे डोळे माझ्याकडे बघताना चमकल्यासारखे झाले.

हनीफने आणि ताराने बशांमध्ये जेवण वाढून घेतलं. ताराने हातातला ब्रेड फळीवर ठेवला आणि त्या दोघी तिथून निघून गेल्या.

मी जमिनीवरच पडून राहिले. माझ्या डोळ्यांना धारा लागल्या. इतकं कसं कोण वाईट वागू शकतं आणि ते सुद्धा लहान बहिणी बरोबर?

मिना येऊन माझ्याजवळ बसली. ड्रेसच्या बाहीने तिने माझे डोळे पुसले.

''इथं काय करतेस तू?'' तिने विचारलं.

अमांडा रडत असली की मी तिच्याशी असंच बोलत असे.

''तारा मला नाष्टाच देईना, बॅगेतून ब्रेडही बाहेर काढेना, म्हणून मी बॅग फाडली तर तिने मला ढकलून दिलं. आई आत आली, पण काहीच बोलली नाही...'' मी हुंदके देत कसंबसं सांगितलं.

''मी तुला सांगितलं होतं ना की खाली जाऊ नकोस? स्वयंपाकघरातून सगळे बाहेर पडेपर्यंत वाट बघायची असते.'' मिना म्हणाली आणि तिने मला उठायला मदत केली.

''आपण टोस्ट करू या का?'' तिने विचारलं.

''हो. प्लीज.''

मिना सांगू लागली की मांज बेकरीत काम करतो. रात्री येताना तो नेहमी ताज्या पावाच्या लाद्या आणतो. तिने मला प्लॅस्टिक बॅग कशी उघडायची ते शिकविलं. पाव कशावर भाजायचा ते सांगितलं.

मला जरा बरं वाटू लागलं. निदान मिना तरी माझ्याबरोबर होती. बाकी कोणालाच माझी फिकीर दिसत नव्हती. घरी आल्यापासून आई तर माझ्याशी एक शब्द बोलत नव्हती.

टोस्ट तयार झाल्यावर मिनाने फ्रिजमधून मार्गरीनचा मोठा डबा बाहेर काढला. चमच्याच्या दांड्याने ते टोस्टवर पसरलं.

"आपण स्वयंपाकघरातच खाऊ या. बाहेर गेलो तर आई आपल्यासाठी काहीतरी काम शोधेल." मिनाने मला सूचना दिली.

आम्ही उभ्याउभ्याच टोस्ट संपविले.

पोटात थोडं गेल्यावर मला जरा बरं वाटू लागलं. मी मिनाला विचारलं, "माझ्या बॅगेचं काय झालं?" स्वयंपाकघराचा एक भाग पडद्याने झाकला होता. "की इथे ठेवली आहे?" असं म्हणून मी पडदा दूर केला.

"आहे का तिथं?" मिनाने विचारलं.

"नाही. इथे नाहीये. पण इथं हे सर्व काय आहे?" मी विचारलं.

आतमध्ये एक मोठा बॉयलर होता. मधोमध एक मोठ्या बादलीसारखं काहीतरी होतं. गोठ्यात गाईचं खाणं ठेवलेलं असतं तसं. दोन तीन बुटकी स्टुलं होती.

"तिथं आम्ही अंघोळी करतो आणि कपडे धुतो." मिनाने सांगितलं.

"तू काय माझी चेष्टा करत्येस का?" मी विचारलं.

"नाही ग. आठवड्यातून एकदा रात्रीच्या आंघोळी असतात आणि रविवारी कपडे धुणं." तारा म्हणाली.

आठवड्यातून एकदा? त्याहून जास्त वेळा नाही? माझ्या घरी तर एक दिवसाआड छान गरम पाण्याने अंघोळ असे.

आम्ही परत वर आलो.

उघड्या खिडकीतून मला दिसत होतं की आता सगळीकडे जाग आली होती. मुलं घराबाहेर येऊन खेळत होती.

"चल, आपण पण खेळायला जाऊ या." मी म्हटलं.

"नाही. नको!" मिना लगेच म्हणाली.

"पण का?"

"ते मुलगे फार भयंकर आहेत. लाथा मारतात. अंडी आणायला गेले तर माझ्या जवळचे पैसे हिसकावून घेतात. मी दुकानात सुद्धा जात नाही."

"मग घरामागे खेळू या." मी सुचविलं.

मिना विचारात पडली.

"बरं. आपण विचारू या."

खाली स्वयंपाकघरात हनीफ होती. मिनाने तिला विचारलं. काहीतरी बोलून हनीफ आईच्या खोलीत गेली.

"हनीफ म्हणते, सलीमला घेऊन जा खेळायला." मिनाने सांगितलं.

बाहेर उन्हाळ्यातल्या मस्त उन्हाचा दिवस होता.

मागची बाग आश्रमातल्या बागेएवढीच होती. पण व्यवस्थित राखली नव्हती. काही ठिकाणी माझ्या उंचीइतकं गवत वाढलं होतं. फरशांच्या फटीतून तण उगवलं होतं. बागेच्या मधोमध एक झाड होतं. त्यावर दोरी टाकून टायरचा झोपाळा बनविला होता.

"झोपाळा!" मी आनंदाने किंचाळले.

"सवेरने बनविला." मिनाने सांगितलं.

मी झोपाळ्यावरून झोके घेऊ लागले.

सलीमला हवा गेलेला एक फुटबॉल सापडला होता. तो त्याच्याशीच खेळत बसला. थोड्या वेळाने तो उंच गवताकडे जाऊ लागला.

"नही सलीम, इधर आव." मिना म्हणाली.

मिनाने जाऊन गवतात पडलेला बॉल आणला आणि परत म्हणाली, "इधर आव."

"तू आत्ता काय म्हणालीस?" मी मिनाला विचारलं.

"काय?"

"मला वाटतं तू म्हणालीस 'इधर आव.' "

"हो, म्हणजे इकडे ये. आव म्हणजे ये आणि इधर म्हणजे इकडे." मिनाने अर्थ सांगितला.

" 'नाही' ला काय म्हणता तुम्ही?" मी विचारलं.

"नही."

"आणि 'हो' ला?"

"जी."

"जी, नही, इधर आव." मी परत मोठा झोका घेत म्हटलं.

"फार उंच काढू नकोस झोका. दोरी तुटेल कदाचित." मिनाने सावध केलं.

"नाही तुटणारला काय म्हणतात?" मी विचारलं.

"फक्त 'नही'." मिनाने सांगितलं.

"नही. मिना नही." मी जोराने हसू लागले.

पण थोड्या वेळाने मी झोका थांबविला. आणि झाडावर चढायचं ठरविलं. कॅनॉक चेसला तर मी कायम झाडावर चढत असे.

पण मिना घाबरली. म्हणाली, "सॅम, उतर आधी खाली. पडशील ग!"

मी तयारच नव्हते. पण मग विचार केला की आज बहिणीचं ऐकू या.

झाडावर चढायला खूप दिवस होतेच की.

मी उंच गवतात फिरू लागले. इथं गवतात मी झोपले तर कोणाला कळणार सुद्धा नाही. किती उंच गवत!

मी हातपाय पसरून गवतावर पहुडले. सलीम आला आणि माझ्या शेजारी झोपला. आम्ही दोघं हसू लागलो. खालच्या गवतावर आमच्या आकृत्या तयार होत होत्या. गवत आम्हाला गुदगुल्या करत होतं.

मिना सारा वेळ फरशीवरच बसली होती. "खूप वेळ झाला. आता आपण घरात जाऊ या." ती म्हणाली.

मिनाच्या घाबरटपणाचं कारण माझ्या काही केल्या लक्षात येईना. तरी सुद्धा काही न बोलता मी सलीमला उचललं आणि त्याला गुदगुल्या केल्या. तो घराकडे पळत सुटला. मागोमाग मी.

मला टॉयलेटला जायचं होतं. टॉयलेटमध्ये टॉयलेट रोलच नव्हता. मी मिनाला टॉयलेट रोल कुठे आहे ते विचारलं.

"तुला कशाला लागतो?" तिने विचारलं.

या प्रश्नावर मी का लागतो ते समजावलं.

"आम्ही मुस्लीम नाही वापरत टॉयलेट रोल. तिथे तोटी असलेला लोटा आहे बघ!" मिना म्हणाली.

"लोटा म्हणजे?" मी विचारलं.

"लोटा म्हणजे पाण्याचा जग. पाणी भरून घे आणि जा आत." मिनाने सांगितले.

मी तसंच केलं. पण पाण्याचा उपयोग कसा करावा तेच माझ्या लक्षात येईना.

शेवटी खिडकीत एक जुने वर्तमानपत्र पडलं होतं. त्याचे तुकडे करून मी वापरले.

पाण्याचा वापर कसा करायचा ते मला एक दिवस अचानक समजलं.

मी टॉयलेटकडे जात होते, तर आई दार उघडंच टाकून लोट्यातल्या पाण्याने स्वच्छता करत होती.

तिचं पाहून मी तसंच करू लागले...

आम्ही खेळून आईच्या खोलीत गेलो. तिथे सेटी समोरच्या एका लाकडी कपाटात टी.व्ही. आणि व्ही.सी.आर. होता. कपाटाच्या बाजूला दार होतं. दारातून आत गेलो की काल आम्ही जेवलो ती खोली होती.

त्या खोलीतल्या भिंतीचा रंग तपकिरी होता आणि जमिनीवर काळपट रंगाचं व्हिनाईल होतं, ते धुळीने भरलं होतं. पण सलीमला धुळीची सवय असावी. तो धुळीतच बसून लाल रंगाच्या गाड्यांच्या मॉडेल्सबरोबर खेळत होता.

त्या खोलीत इतका आवाज होता, की सलीम तिथे कसा काय खेळू शकतो याचंच मला नवल वाटलं.

आई आणि हनीफ एका टेबलावर काहीतरी काम करत होत्या. त्या टेबलाला बेंच म्हणायचं असतं असं मला नंतर समजलं.

बहुतेक आम्हा मुलांसाठी त्या काहीतरी खेळणं बनवित असाव्या असं मला वाटलं.

तारा पण तिथेच बसली होती.

आईने मिनाला काहीतरी सांगितलं.

''माझ्या शेजारी बस.'' मिनानं मला सांगितलं.

ताराने माझ्याकडे बघून मान उडवली आणि ती दुसरीकडे बघू लागली.

ताराने मला बसायला जागाच ठेवली नव्हती, की थोडी देखील हलायला तयार नव्हती. मी मिनाला घसटून कशीतरी बसले.

''आपण दोघींनी त्यांना मदत करायची आहे.'' मिनाने हळूच मला सांगितलं.

मी काय चाललं आहे ते बघू लागले.

मिनाने आणि ताराने एका पिशवीतून माझ्या बोटांच्या आकाराचे धातूचे तुकडे बाहेर काढले. तुकडे दिसायला काहीसे भीतिदायकच होते आणि त्या तुकड्यांची टोकं तर... अरे बापरे!

दुसऱ्या बॅगेतून स्क्रू बाहेर पडले.

स्क्रू माझ्या माहितीचे होते. एकदा पेगी आंटीने माझ्या खोलीतला प्लग बदलला होता. भिंतीतल्या भोकात जाऊन तो स्क्रू घट्ट बसला. अगदी दिसेनासा झाला. तेव्हा मला फारच गंमत वाटली होती.

त्या मेटलच्या तुकड्यांना क्लॉज म्हणतात, असं मिनाने मला सांगितलं.

मिना आणि तारा काय काम करतात ते मी पाहू लागले. दोन क्लॉज घेऊन ते एकमेकांत बसवले की मध्ये एक भोक तयार होत होतं. एक स्क्रू घेऊन तो त्या भोकात बसवत होत्या, त्यामुळे क्लॉज एकमेकांत घट्ट बसत होते.

एवढं झाल्यावर क्लॉज बेंचवर ठेवत होत्या. हनीफ एक स्प्रिंग घेऊन क्लॉच्या तळाशी बसवत होती. त्यानंतर आई ते सगळं एक मशिनमध्ये घालत होती आणि मशिनचं हॅंडल त्यावर जोरात दाबत होती. त्यावेळी मोठी घरघर ऐकू येई. मग मशिनचं हॅंडल वर उचलून तयार झालेला आकार दुसऱ्या एका पिशवीत टाकीत होती.

''तू बघ ग करून.'' तारा माझ्यावर नजर रोखत म्हणाली.

मला वाटलं की मी चुका करणार, सगळे मला हसणार आणि तारा आईला काहीबाही सांगणार.

अगदी तसंच घडलं.

''तू अगदी कुचकामी आहेस. तुला दाखवलेलं काहीच काम तू करू शकत

नाहीस. बघ आता परत एकदा.'' तारा खेकसली.

''मला नीट बघायला तू वेळच दिला नाहीस. परत दाखव.''

तिची बोटं परत एकदा चटचट चालली आणि मला नीट कळलंच नाही.

मिनाने मला हळूच ढोसलं आणि काय करायचं ते सावकाशपणे दाखविलं.

आता मला हळू हळू जमू लागलं. पण माझ्या बोटांना असं काही करायची सवयच नव्हती. मी फक्त दहा क्लॉज तयार केले.

तेव्हा आईने मिनाला काहीतरी सांगितलं.

''आपण हातातलं संपवून सर्वांना जेवण वाढू या.'' मिना म्हणाली.

संध्याकाळ होत होती. आश्रमातल्या मुलांना असं काम कधीच सांगत नसत. पण उठून स्वयंपाकघरात जाईपर्यंत मी गप्प राहिले. नाहीतरी जेवणाचं नाव काढताच मला आनंदच झाला होता. सर्व दुपारभर मी उपाशीच होते.

''तुला हे काम नेहमी करावं लागतं का? आणि जेवण पण बनवावं लागतं?'' मी मिनाला विचारलं.

''नाही नाही. जेवण बहुदा हनीफ आणि ताराच बनवितात. मला वाढावं लागतं. पण आता बरं झालं तू माझ्या मदतीला आहेस.'' मिना म्हणाली.

आम्ही उगीचच काहीतरी बोलत राहिलो. मिना काम कसं करते ते मी बघत बसले.

मिनाने कपाटातून बशा काढल्या. भाताचं मोठं पातेलं उचललं आणि सर्व बशांतून भात वाढला. काल रात्रीचा तिखट रस्सा एकदा ढवळला आणि डावाने सर्व बशांतल्या भातावर वाढला.

''आपण आत्ता कसलं काम करत होतो?'' मी विचारलं.

''त्या वस्तूंना जंप लीड्स की असंच काहीतरी नाव आहे. गाडीची बॅटरी कधी कधी काम करत नाही ना, मग हे क्लॉज बॅटरीवर बसवितात, म्हणजे गाडी सुरू होते म्हणे. मला नक्की सगळं सांगता येत नाही ग!''

''पण हे सगळं घरात का चालतं?'' माझा प्रश्न.

''आईला प्रत्येक बॅगेसाठी पैसे मिळतात, म्हणून तर आम्ही सगळे तिला मदत करतो.''

बॅग भरली की ती पुढच्या दाराशी ठेवली जायची आणि मग एक माणूस येऊन ती घेऊन जात असे.

''म्हंजे? आपल्याला हे काम रोज करावं लागणार?'' मला संशय आला.

''आम्ही शाळेत जात होतो तेव्हा नव्हतो करत.'' मिनाने उत्तर दिले. क्लॉज बनवणं हे आमचंच काम बनलं. माझं आणि मिनाचं. आम्ही ते क्लॉज एकत्र बसवायचो. मग आई आणि हनीफ मशीनच्या मदतीनं त्यात स्प्रिंग बसवायच्या

आणि बॅगेत टाकायच्या. तारा आमच्याबरोबर बसायची पण काम मात्र करायची नाही. ती आम्हाला चूक-बरोबर सांगायची आणि आम्ही त्याप्रमाणे करत असू. आम्हाला आईला मदत करायला आनंदच होत होता.

पण आई असं काम करून पैसे मिळवते हे बाहेर कुठेही सांगायचे नव्हतं. म्हणून सतत खिडकीवर पडदे असायचे. नाहीतर कोणीतरी डोकवायचं.

आई हे काम करून पैसे मिळवायची, शिवाय सरकारकडूनही तिला बेकार कुटुंब भत्ता मिळे.

त्यामुळे तिला सतत पकडलं जाण्याची भीती वाटायची. एकतर तिला सरकारचे पैसे परत द्यावे लागले असतेच, पण परकीय नागरीक म्हणून तिला जी या देशात राहाण्याची परवानगी मिळाली होती, ती रद्द होऊन पाकिस्तानात परत जावं लागलं असतं.

कामाच्या पहिल्या दिवशी आम्ही दोघी स्वयंपाकघरातच जेवलो. मला तिखट सहन होईना म्हणून मी नुसती पाणी पीत राहिले. शेवटी मी कोरडी रोटी खाल्ली.

जेवण झाल्यावर आम्ही आईच्या खोलीत गेलो आणि खाली धुळीतच बसलो. टी.व्ही. चालू होता.

मला वाटलं माझ्या आवडीचे कार्यक्रम बघता येतील.

पण टी.व्ही.वर एक सिनेमा चालू होता. त्यात भरपूर गाणी आणि नाच होते. मला काहीच समजत नव्हतं. शेवटी मिनाला मी काय कार्यक्रम चालू आहे ते विचारलं.

पण तारा इतक्या जोरात ओरडली की आम्ही चूपचाप बसून राहिलो.

थोड्याच वेळात पाठीमागून घसा खाकरण्याचा एक भयंकर असा आवाज आला.

मिनाने काहीच हालचाल केली नाही. पण मी पटकन मागे वळून पाहिलं.

आईने भिंतीकडे तोंड केलं होतं. घशामध्ये आलेला हिरवट बेडका आई भिंतीवर थुंकत होती, सेटीच्या बाजूला.

बेडका भिंतीवर थप्पकन पडला. हळू हळू सरकत भिंतीच्या खालच्या कडेपर्यंत येऊन थांबला. मी भूल पडल्यासारखे, हे दृश्य बघत होते. आता मला भिंतीवरच्या डागांचं कोडं उलगडलं. मी वळून सगळ्यांकडे बघितलं. घडलेल्या गोष्टीकडे कोणी ढुंकुनही पाहिलं नाही. मला वाटलं आईला विचारावं तिचं बरं आहे का. परत वळले तर आईसुद्धा टी.व्ही. बघण्यात गुंग.

बहुदा हे तिचं नेहमीचंच होतं.

सिनेमा संपला.

आईने उठून ताराला काहीतरी सांगितलं.

ताराने सेटीचं झाकण उचलून आतून उशा, पांघरुणं काढली. मग सेटीची पाठ ढकलली. सेटीचा आता सपाट पलंग झाला होता.

आईने उशी-पांघरूण घेतलं आणि ती झोपली.

खोलीत टी.व्ही. असला तरी खोली आईची होती. त्यामुळे तिला झोप आली की सर्व उठून बाहेर जात.

आता मला झोपण्याशिवाय काहीच करता येत नव्हतं. ना वाचायला पुस्तक ना बदलायला कपडे. स्वच्छ मऊ चड्डीची तर काहीच काळजी नव्हती. कारण आत कोणी काही घालतच नव्हतं!

दुसरा दिवस तसाच. आम्ही घराबाहेर कुठे पडलोच नाही. सलीमला घेऊन गेलो म्हणून घरामागच्या बागेत तरी जाता आलं.

मग आईला मदत. हनीफ आणि तारानं तयार केलेलं जेवण सर्वांना वाढणं.

तारा कायमच माझ्यावर दादागिरी करत होती. हनीफ माझ्याशी काहीच बोलत नव्हती. कारण तिला इंग्लिश येत नव्हतं.

आईने माझ्याकडे पूर्ण दुर्लक्ष करायचं ठरविलं होतं.

शेवटी मला माझा भाऊ सवेर एकदाचा दृष्टीस पडला. बहुतेक तो फारसा घरातच नसावा.

आम्ही उठेपर्यंत मांज कामावर गेलेला असे. रात्री उशिरा परत येत असे, तो आला की आम्हाला एक शब्दही बोलता येत नसे. कारण त्याच्या विश्रांतीत बाधा येई.

मिना आणि सलीम नसते तर मला फारच एकटं एकटं वाटलं असतं, ज्या गोष्टीची मला अजिबात सवय नव्हती.

एक दिवस मला स्वप्न पडलं. मी कॅनॉक चेसमध्ये फिरत होते. माझ्या आठवणीतल्या चेसपेक्षा स्वप्नातलं चेस जास्त चांगलं होतं. नेहमीप्रमाणे मी गवतावर पहुडले होते आणि वर झाडांची सावली. पण मला एकदम जाणवलं की माझ्या बाजूचा उतार मऊ हिरवळ नव्हती, तर ती एक दरी होती. मी अगदी खाली पडायच्या बेतात होते, तेवढ्यात कोणीतरी हळूच मला जागं केलं. पेगी आंटी माझ्याकडे हसून बघत होती. मला सांगत होती की मी अशी झोपले तर दरीत पडेन.

तिने पुढे केलेला हात मी धरायला गेले तर मला कोणीतरी एकदम धक्का दिला.

मी एकदम जागी झाले. वॉलसॉ मधल्या घरातल्या त्या एवढ्याशा पलंगावर झोपेत असलेल्या मिनाची माझ्या पाठीवर लाथ बसली होती.

एक दिवस जेवण झाल्यावर माझी बशी मी स्वयंपाकघरात नेत होते. तेवढ्यात ताराने उद्धटपणे मला बशा धुवायला सांगितलं.

त्या दिवसापासून मी हे काम रोज करू लागले. मिना मला मदत करत असे. खरं तर माझे हात सिंकजवळ ठेवलेल्या साबण आणि घासणीपर्यंत पोहोचतच नव्हते. पण तरी सुद्धा मी लवकरच बशा, चमचे, पेले धुवायला आणि कोरडे करायला शिकले. स्वयंपाकाची मोठी पातेली घासणं मात्र माझ्या लहान जिवापलीकडचं होई.

या घरात खरोखरच काय चालतं हे मला कळतच नव्हतं. उदाहरणार्थ घरात कोणाच्याही तोंडून बाबांबद्दल चकार शब्द निघत नसे. ते कुठे रहात होते याचा मला पत्ताच नव्हता.

एकदा मी मिनाला विचारलं. तिने झरकन आजूबाजूला नजर टाकली. कोणी नाही असं बघून ती म्हणाली की बाबांबद्दल इथे एक अक्षरही काढायचं नाही.

खरं तर मला बाबांनी दिलेली चॉकलेट्स आठवत होती. मला एकदम चॉकलेट्स खायची इच्छा झाली. आईकडून तर काही मिळण्याची आशा नव्हतीच. पण बाबा आले असते तर मिळण्याचा चान्स होता!

खरंच मी बाबांना खूप दिवसात बघितलं नव्हतं. बाबा इथं फारसे येत नसत कारण आई फार आरडाओरडा करे, असं एकदा मिना म्हणाली होती.

कोणी ओरडलं की कसं वाटतं याची मला चांगलीच कल्पना आली होती.

मग मी बाबांचा विचार मनातून काढून टाकला.

आश्रमात असतानासुद्धा लहानपणापासून त्यांनी एकट्यानेच भेटायला येण्याची मला सवय झाली होती.

खरंच, लहानपणापासून मी कितीतरी गोष्टी आहेत तशाच मान्य केल्या होत्या. ज्या मला मोठी झाल्यावर न सोडविलेल्या कोड्यांसारख्या वाटल्या होत्या.

का बरं त्याच वेळी मी प्रश्न विचारले नाहीत?

अजूनही मला त्या जळजळीत तिखट जेवणाची सवय होत नव्हती. त्यामुळे मांज आणत असलेला ब्रेड हेच माझं दिवसभराचं जेवण झालं होतं.

काही आठवड्यातच मी बारीक दिसू लागले. मला अशक्तपणा आला. कदाचित शाळा सुरू झाल्यावर मला एकतरी जेवण चांगलं मिळणार होतं.

शाळेच्या आदल्या रात्री मी झोपेत होते, तेवढ्यात तारा आत आली.

"तुला शाळेसाठी वेगळे कपडे लागतील. माझे काही कपडे मला आता बसत नाहीत. ते तू वापर." कपाट उपसून तिने काही कपडे माझ्या अंगावर फेकले.

"घाल हे उद्या." तारा म्हणाली.

जाऊ दे, जुने तर जुने, पण ते निदान माझे स्वत:चे तरी असणार होते.

"थँक्यू." मी पुटपुटले.

मला त्या रात्री खूप वेळ झोपच येईना. माझी नवी शाळा कशी असेल, तिथे मला मित्रमैत्रिणी मिळतील का? खूप विचार मनात येऊ लागले.

हळू हळू मला या विचित्र घराची सवय होऊ लागली होती. इथले नियम माझ्या बुद्धीला पटत नसले, तरी समजू लागले होते. अजूनही माझ्याशी मिनाखेरीज कोणीच धड वागत नव्हतं.

मी पडल्या पडल्या विचार केला. पेगी आंटीला दिलेलं वचन माझ्या उपयोगी पडेल. आईला, बाकीच्यांना मी आवडू लागेन....

५

रोज सर्वात प्रथम मांजच कामावर जाण्यासाठी घर सोडत असे. शाळेच्या पहिल्या दिवशी घराबाहेर पडताना त्याने आमच्या दारावर ठोकलं आणि आम्हाला उठायला सांगितलं.

शाळेचा पहिला दिवस. मी खूष होऊन टुणकन उडी मारून उठले.

तारा लवकर जाग आली म्हणून पांघरुणातच कुरकुरत होती. मिना उठून जांभया देत बसून राहिली होती. पण तिला घाई दिसेना.

शाळेत जायचं म्हणून मी खूष होते. शाळेत नवीन ओळखी, मित्र सारे काही असणार होते.

मी खाली येऊन मागचं दार उघडलं. मला भेटायला गरम असा छानसा वारा सुद्धा होता.

मी टॉयलेट उरकून आत आले तर आई स्वयंपाकघरात पाठमोरी उभी होती. मी तिला चाहूल लागू न देता हळूच जिन्याकडे गेले. तारा मला घसटून खाली गेली आणि मी कपडे बदलण्यासाठी खोलीत आले.

मी जॅकेट टाईप अंगरखा आणि सैलसर पॅन्ट घातली. त्या कपड्यांना सर्वजण सलवार-कमीज म्हणत.

मी कपडे बदलेपर्यंत मिना उठून टॉयलेटला जाऊन आली.

"कधी निघायचं आपण?" मी विचारलं.

"तारा आणि सवेर गेले का?" तिने प्रश्न केला.

"मला माहीत नाही. आपण त्यांच्या नंतर बाहेर पडायचं का?"

मिनाने खिडकीबाहेर डोकावून पाहिलं.

"ते बघ. तारा आणि सवेर दुकानाकडे चाललेत." मिना.

"हो. दिसत आहेत खरे जाताना." मी पण बाहेर डोकावून म्हटलं.

"हां. मग आता आपण बस येईपर्यंत जायचं नाही." मिना.

"म्हणजे?" मी विचारलं.

"तो मुख्य रस्त्यावरचा बसस्टॉप दिसतोय का?" मिनाने बोटाने दाखविलं.

"आणि तो बसस्टॉपवरचा सूट घातलेला माणूस?" मिनाने परत विचारलं.

सवेर आणि तारा नुकतेच कोपऱ्यावर वळत होते.

"त्या माणसाची बस आली की आपण निघायचं." मिनाने मला समजावून सांगितलं.

मी हताश झाले. अरेरे! या लोकांच्या घरात घड्याळ का नाही?

"बरं. मग तोपर्यंत आपण काय करायचं? थोडा नाष्टा करू या का?" मला भूक लागली होती.

"आपली वेळ होईपर्यंत मी अजिबात खाली जाणार नाही. खाली गेलो की आई आपल्याकडून तिच्यासाठी नाश्ता बनवून घेईल आणि मग आपल्याला उशीर होईल." मिना म्हणाली.

मग मी पण मिनाबरोबर खिडकीबाहेर बघत बसले.

जराशाने मिनाने मला खूण केली. ती स्वत: धावत जिना उतरून घराबाहेर पडली. मी तिच्या मागोमाग.

आम्हाला हाका मारायला तिने आईला संधीच दिली नाही !

मला सर्वांना गुड बाय करूनच शाळेला निघायची सवय. शिवाय आम्हा लहान मुलांबरोबर कोणी तरी मोठं माणूस शाळेपर्यंत असायचं सोबतीला.

मिनाला आणि मला दोघींनाच एक मोठ्ठा गजबजलेला मुख्य रस्ता ओलांडायचा होता. मी एकदम मिनाचा हात घट्ट पकडला. मिना खरंच माझी मोठी बहीण असल्याचं मला पहिल्यांदाच जाणवलं.

शाळेचं मैदान तर नुसतं लहानमोठ्या मुलांनी भरलं होतं. काहींचे पालक मुलांना सोडायला आले होते. तर काही मुलं आम्हा दोघींसारखी एकटीच आली होती.

एक गोष्ट मला जाणवली. कॅनॉक चेसच्या शाळेत बहुतेक सगळी मुलं गोरी होती. इथली जवळ जवळ सर्वच मुलं माझ्यासारखी गव्हाळ आणि काळ्या केसांची होती.

"चल, कोणीतरी खेळायला मिळतंय का ते पाहू." मी उत्साहाने म्हटले.

"आधी आपल्याला जाऊन तुझी टीचर कोण ते बघितलं पाहिजे. म्हणजे तुला कोणत्या इयत्तेत बसायचं ते कळेल." मिनाने सांगितलं.

आम्ही आत गेलो. आत लांबलचक असा एक कॉरिडॉर होता. बाजूने दारालाच छोट्या खिडक्या असलेले वर्ग. मुले खिडकीतून बघून, नाव वाचून त्या त्या वर्गात जाऊ शकत.

'मिसेस यंग' असं नाव असणाऱ्या दारातून आम्ही आत गेलो. दरवाज्यावर लहान मुलांचं चित्र होतं. सगळी मुलं गव्हाळ रंगाची आणि काळ्या केसांची होती. रंगीत कपडे घातलेली. माझ्यासारखीच.

मिनाने दारावर हळूच टक टक केलं.

"या, आत या." कोणा बाईचा आवाज आला.

आत खूप स्मार्ट कपडे घातलेली एक बाई टेबलापलीकडे बसली होती. ती हसली.

"मिना, तुझी सुट्टी मजेत गेली ना?" तिने हसून विचारलं.

मिनाने नुसतीच मान हलवली. माझं कोपर धरून मला पुढे केलं.

"ओ! तू मिनाची बहीण समीम ना?" ती आनंदाने हसून म्हणाली. "मी तुझी टीचर मिसेस यंग!"

कॉरिडॉरमध्ये घंटा घणघणली. त्याबरोबर एकदम इकडून तिकडे जाणाऱ्या मुलांची गर्दी उसळली.

मिसेस यंग सर्वांना बसायला मिळेल अशी व्यवस्था करू लागली.

मिनाने माझ्याकडे बघून हात हलवला आणि सुट्टीत वर्गाबाहेर थांबून रहा अशी खूण केली.

मिसेस यंगने टेबलाच्या खणातून एक मोठी लांब वही बाहेर काढली.

ती एकेकाचं नाव घेणार होती आणि प्रत्येकाने "हजर. मिसेस यंग." असं म्हणायचं होतं.

मिसेस यंगने माझं नाव घेतल्यावर सगळ्यांनी माझ्याकडे वळून बघितलं. पण कोणीच माझ्याकडे बघून हसलं नाही.

"मला खात्री आहे, लवकरच तुझी सर्वांबरोबर ओळख होईल." असं म्हणून मिसेस यंग पुढची नावं वाचू लागली.

पहिला तास वाचनाचा होता.

"समीम, ये. तू वाच पहिल्यांदा. तू नवीन आहेस ना, ये इकडे. म्हणजे सर्वांना दिसू शकशील." मिसेस यंगने मला पुढे बोलावलं.

त्या लांब सलवारीत पाय अडकून उगीच गोंधळ होईल म्हणून मी अगदी काळजीपूर्वक पुढे आले आणि मिसेस यंगच्या खुर्चीजवळ येऊन उभी राहिले.

तिने मला एक पुस्तक वाचायला दिलं. ते पुस्तक मला नवीनच होतं पण मला खात्री होती की मी ते नक्कीच वाचू शकेन.

पहिली काही पानं मी सहज वाचली.

"पुरे समीम. मी आता तुला थोडं कठीण पुस्तक देते वाचायला. पहिलं पुस्तक तू छान वाचू शकलीस. हो ना?" मिसेस यंग म्हणाली.

दुसरं पुस्तक थोडं अवघड होतं. पण फक्त काही शब्दांनाच मी अडखळले.

"छान. पुरे आता. पुस्तक घेऊन आपल्या जागेवर जा." मिसेस यंग म्हणाली.

जागेवर जाताना मी काही मुलांकडे बघितलं. त्यांच्या तोंडावर कसलेच भाव नव्हते. ठीक आहे. मैत्री जमायला थोडा वेळ लागेल. मी मनाशी म्हटलं.

सकाळ अशीच गेली. मग घंटा वाजली. त्या बरोबर मिसेस यंगने सगळ्यांनी रांगेत उभे रहाण्यास सांगितलं.

आम्ही सर्व मुलांनी एक वळणदार रांग केली. माझी बसायची जागा शेवटची होती. म्हणून रांगेत मी शेवटी उभी होती. दाराबाहेर मिना माझी वाट बघत उभी होती ते मला दिसलं.

मी तिच्याजवळ गेल्यावर ती एका चकार शब्दाने बोलली नाही आणि मैदानाकडे चालू लागली. तिच्या पाठोपाठ मी.

मैदानात मुलं खेळत होती. दंगा करत होती. मी तिकडे पळणार एवढ्यात मिनाने माझा हात धरून मला दाराजवळ नेलं. सर्व सुट्टीभर आम्ही तिथेच उभ्या होतो.

शाळेत दिलेलं जेवण मात्र मला आवडलं. कित्येक दिवसांपासून मी अर्धपोटीच होते. मी पुडिंग, शिरा सगळंच संपविलं. नव्हे, परत मागूनही घेतलं.

माझ्या टेबलावर बसलेल्या मुलांपैकी कोणीतरी म्हणालं, "ईऽ कसं काय तू हे सगळं खाऊ शकतेस?"

दुपारी शाळा परत भरली. सगळं सकाळसारखंच.

शााळा सुटली तेव्हा मिना माझ्यासाठी थांबली होती.

आम्ही दोघी निघाल्यावर मिसेस यंग म्हणाली, "उद्या भेटू या समीम."

घरी जाताना मिना गप्पच होती. मी उमगले. तिला शाळा आवडतच नव्हती. मग मी पण गप्पच राहिले.

"उद्या सलीमची नर्सरी सुरू होईल. तो आपल्याबरोबर येईल." मिना म्हणाली.

"बरं." मी होकार दिला. परतीच्या रस्त्यावर झालेलं हे एवढंच संभाषण.

घरात आल्यावर मला वाटलं आई विचारेल की शाळेत काय झालं, काय नाही ते. पण ती पडूनच होती. आम्ही दिसल्याबरोबर म्हणाली, "हां. बरं झालं आलात. मला थोडा चहा करून द्या."

नाष्ट्याच्या आणि जेवणाच्या बशांनी सर्व सिंक भरून गेलं होतं. आम्ही दोघी मिळून कामाला लागलो. काम करताना मिनाचा मूड ठीक होता.

हनीफने संध्याकाळचे जेवण बनविलं. भात आणि दुसरं काहीतरी. ज्याला सर्व 'दाल' म्हणत होते. तो पदार्थ दिसत होता सूपसारखा. पण अगदीच बेचव. मी कधीच खाल्ला नव्हता.

मी नुसताच भात जेवले. झोपायला गेले तरी पोटात भूक होतीच.

दुसऱ्या दिवशी सलीम आमच्या बरोबर होता. त्याने छान नवे कपडे घातले होते.

मला पण नवे कपडे शिवले असते तर? मला भरून आले. पण सलीम इतका खुशीत येऊन बडबड करीत होता की मी ते विसरले.

मिनाला कोणी मित्र-मैत्रिणी असल्याचं दिसत नव्हतं. किंवा इतर मुलांबरोबर खेळण्याची इच्छा पण दिसली नाही. आम्ही नुसत्या उभ्या राहून इतरांना मजा करताना बघत होतो.

शाळा सुटल्यावर आम्ही निघालो. मी एकदम ओरडले, ''सलीम?''

आम्ही सलीमला विसरलो होती. दोघींना जोरात हसू आलं. आम्ही पळतच त्याच्या वर्गात गेलो. तो आमची वाटच बघत होता.

त्या दिवशी परत माझा अभ्यास चांगला झाला. पण मिनाला आजही भिंतीशेजारीच उभं राहून इतरांना खेळत असताना पहात रहावंसं वाटत असल्याने, मला जसा आवडला असता तसा दिवस गेला नाही.

थोड्या दिवसांतच मला शोध लागला की मला मिनाबरोबर उभं रहाणं गरजेचं नव्हतं. जी मुलं खेळत नव्हती ती लायब्ररीत जाऊन वाचत बसली होती.

मी पण तेच केलं. आता मला कोणी मित्र-मैत्रीण नसण्याची फिकीर नव्हती. पुस्तकच माझे मित्र होते.

मिनाने खेळायला जाऊ या का विचारलं, पण मी नकार दिला.

मिनाला कोणीच मित्र-मैत्रिणी नव्हत्या हे मला लवकरच समजलं. आम्हा दोघींचे कपडे बोहाऱ्याकडून आणल्यासारखे होते. आमच्या कपड्यांना सर्व हसत. मी सुद्धा काही कॅनॉक चेसमध्ये मोकळेपणाने धावणारी मुलगी राहिले नव्हते. इथे आमच्याबरोबर खेळायची कोणालाच गरज नव्हती.

सगळ्यात वाईट गोष्ट म्हणजे माझ्या बोलण्यात परत तोतरेपणा येऊ लागला होता. बाकीची मुलं माझी नक्कल करून हसत.

एक दिवस घरी आल्यावर आम्ही दोघींनी भांडी घासून स्वयंपाकघर स्वच्छ केलं होतं आणि आता आईच्या खोलीत तिच्या सेटीला टेकून बसलो होतो.

हनीफने बशांतून जेवण वाढलं होतं. मिना माझी बशी घेऊन आली. साधारण रोजच मी कोरडी रोटी खाई. पण आज हनीफने माझ्या बशीत रोटीवरच तिखट रस्सा ओतला होता. तरी सुद्धा एक छोटा घास मी घेतला. माझं तोंड चांगलंच पोळलं. माझ्या डोळ्यांना धारा लागल्या.

मी बशी खाली ठेवली.

''मिना, माझं जेवण तुलाच संपवावे लागेल. मी खाऊ शकत नाही.'' मी

मिनाला सांगत होते...

एवढ्यात ताराने माझ्याकडे बघितलं आणि आईला काहीतरी सांगितलं.

माझ्या पाठीवर जोरदार आघात झाला आणि मी भीतीने किंचाळून खाली पडले.

मी मागे वळून पाहिलं. आई माझ्याकडे रागाने बघत काहीतरी बोलत होती.

म्हणजे माझ्या आईनेच पाठीत रट्टा घातला होता तर.

माझी स्वत:ची आई हे करू शकते? माझा विश्वासच बसेना. मला रडू आलं. मी सर्वांवर नजर फिरवली. हनीफ माझ्याकडे रागाने बघत होती. तारा पण.

"मिना, क् क् काय?" मी हुंदक्यातून बोलायचा प्रयत्न केला.

मिना स्वत:च्या बशीकडे बघत हळूच म्हणाली, "जेवण संपव. उगीच टाकू नकोस."

मी वळून आईकडे बघितले. आई शांतपणे जेवत होती. मी जेवण मुद्दाम टाकत नव्हते. पण मला तिखट सहन होत नव्हतं.

माझ्या तोंडून फक्त "मी... म् म् मला," असं काहीसं बाहेर पडलं.

माझा तोतरेपणा वाढतच होता.

आई माझ्याकडे आश्चर्याने बघू लागली. तारा तर जोरजोराने हसू लागली. माझं तोतरेपण कोणाच्याच लक्षात आलं नव्हतं आतापर्यंत. कारण मी हळू, श्वासावर नियंत्रण ठेवून बोलायला शिकले होते.

पण पाठीत बसलेल्या दणक्याने मी अचानक तोतरी बोलू लागले.

जराशाने बाकी सगळे खोलीबाहेर गेले. मग मिनाने माझं जेवण संपविलं.

पण आता मात्र मला नीट बोलताच येईना. शाळेत सुद्धा नको त्या वेळेस मी तोतरू लागले. मोठ्या प्रयासाने मी तोतरेपणावर मात केली होती. पण आता तेही कामी येईना. मिना आणि मी एकत्र असू तेव्हा ठीक होते. पण इतरवेळेस तोतरेपणाने माझा छळच होऊ लागला.

आईने माझ्या तोतरेपणावर उपाय म्हणून माझ्या जिभेखालची त्वचा कापायचं ठरवलं.

स्वयंपाकघरात तिने मला फरशीवर झोपविले. तिने रागारागाने हनीफला हाका मारणं सुरू केलं. हनीफ आली. मला जबरदस्तीने दाबून धरत त्यांनी मला तोंड उघडण्याची आज्ञा केली. मला काहीच समजेना.

आईच्या हातात दाढीचं ब्लेड होतं. जुन्या रेझरमध्ये असतं तसं.

मी भयचकित होऊन "आई तू क् काय..." असं बोलण्याचा प्रयत्न केला. पण हनीफने मला परत जमिनीवर झोपणं भाग पाडलं.

''समीम, अजिबात हलू नकोस.'' आई म्हणत होती. तारा मला ते इंग्लिशमध्ये सांगत होती. हनीफने माझे हात तिच्या गुडघ्यांनी दाबून धरले आणि माझं तोंड जबरदस्तीनं उघडलं.

आईच्या हातातलं ब्लेड माझ्या तोंडाजवळ येत होतं. मला तोंड मिटायचं होतं. डोळे मिटून घ्यायचे होते. पण काहीच जमत नव्हतं.

जसजसं ब्लेड जवळ येऊ लागलं तसतशी आईची घाणेरडी बोटं मला दिसली. मी मला जमिनीत रुतवून घेऊ लागले. होणारी उलटी परतवू लागले.

माझी जीभ तोंडात जिथे चिकटली होती तिथे ती करवतीसारखं ब्लेड फिरवू लागली. सर्वांग थरथर कापू लागलं. किंचाळून पळून जावंसं वाटू लागलं.

''थोडा धीर धर. एकदा का चिकटलेला स्नायू कापला की तुझा तोतरेपणा जाईल. पण जर का हललीस ना, तर मात्र तोंडच कापलं जाईल.'' आईने दम भरला.

मी स्थिर रहाण्याचा प्रयत्न केला. पण हनीफने दाबून धरलेले पाय कापत, वेडेवाकडे हलतच राहिले.

भीषण दुःख आणि माझ्याच रक्ताची चव तोंडात. सगळंच भयंकर होतं.

आईने परत मला एक चिमटा काढला आणि स्वस्थ राहायला सांगितलं.

शेवटी एकदाची ती मागे झाली.

जणू काय ही कामगिरी मीच तिला करायला सांगितली होती अशा स्वरात म्हणाली, ''चलाऽ. झालं एकदाचं.'' आणि तिने मोठा सुस्कारा सोडला.

हनीफने माझे हात आणि दाबून धरलेलं डोकं सोडलं. मी कुशीवर वळले आणि एका वाडग्यात तोंडात जमा झालेलं रक्त थुंकून टाकलं.

...आजतागायत माझी जिभेखालची त्वचा परत वाढली नाही ती नाहीच. कापल्याची खूणही ठळक आहे.

आईला आपल्या या कलाकुसरीचं फारच समाधान वाटलं असावं. ती म्हणाली, ''बघ, आता तुझी जीभ सगळीकडे फिरेल आणि तोतरेपणा जाईल.''

मी जमिनीवर सुन्न होऊन बसले. हा फारच मोठा धक्का होता एका सात वर्षांच्या मुलीसाठी.

मला रडू येऊ लागलं. पण तोंडात होणाऱ्या वेदनेपेक्षा आईची माझ्याबद्दलची बेफिकीरी मला जास्त सतावू लागली.

जणू मी म्हणजे तिच्या हातचं खेळणं होते. कसंही वापरावं.

मी तिची कोण होते देव जाणे. पण मुलगी नक्कीच नव्हते.

खरं म्हणजे मी तिच्या प्रेमाची भुकेली होते. त्या प्रयत्नात मी माझी जीभ सुद्धा कापून घेतली होती.

माझा तोतरेपणा गेला नाही तो नाहीच.

या सर्व वडिलधाऱ्यांत माझे बाबाच काय ते माझ्या विश्वासाचे होते. त्यामुळे अधूनमधून जेव्हा बाबा येत, तेव्हा मी धीर येण्यासाठी त्यांच्याकडे बघे.

बाबा मिनाला आणि मला बागेत घेऊन जात. पण घरी आल्यावर आई या ना त्या कारणाने त्यांच्यावर ओरडत राही. हळूहळू बाबांनी आम्हाला बागेत नेणं बंद केलं.

घरात बोलली जाणारी भाषा हळूहळू मला समजू लागली.

आई त्यांच्याजवळ पैसे मागे. जे त्यांच्याकडे नसत. मग आई त्यांना घराबाहेर काढी.

मला एकच गोष्ट छळत राही. बाबांना तर नक्कीच माझ्या होणाऱ्या छळाची कल्पना होती. मग मला ते त्यांच्याकडे का नेत नव्हते?

घरी आल्या आल्या ते सिगरेट ओढत. त्यामुळे आईचा दमा उसळे. मी सोडल्यास त्यांचं धूम्रपान कोणालाच पसंत नसे. बाबा बाकी सर्वांपेक्षा वेगळेच होते. ते अगदी शांत होते. जणू काय त्यांना कशाचीच काळजी नव्हती. उलट आईच्या मनात काय चाले देव जाणे, पण तिला हसणं कसं ते माहीत नव्हतं.

बाबा जरी माझ्या बरोबर काही बोलले नाहीत तरी माझ्याकडे बघून छान उबदार हसत. ते हसू फक्त माझ्यासाठीच असे.

मी या घरी आले तेव्हा हनीफच सर्व स्वयंपाक करे. साधारण वर्षाने मी पहिल्यांदा स्वयंपाकाचा धडा गिरवला. खरं म्हणजे मी स्वयंपाक करायला कधीची उत्सुक होते. एक तर मला जरा जास्त खायला मिळालं असतं आणि दुसरं म्हणजे तो रस्सा जरा सुधारता आला असता, जो अजूनही मला आवडत नसे. माझ्या लक्षात आलं होतं की तारा आणि मिनाने स्वयंपाक शिकण्याची कोणाचीच अपेक्षा नव्हती.

पण त्यासाठी मला घरातली भाषा शिकणं आवश्यक होतं.

मिना मला त्यासाठी मदत करे. स्वयंपाकघरातील एखादी वस्तू हातात घेऊन ती विचारे, "हे काय आहे?"

मला पंजाबीत उत्तर द्यावं लागे.

पण भाषा शिकायचा सर्वांत सोपा मार्ग टी.व्ही. वरील सिनेमा हा होता.

बहुतेक वेळेस तारा भारतीय सिनेमाची किंवा गाण्याची टेप त्या मशिनमध्ये ढकले.

मी पंजात चेहरा घेऊन पालथी झोपून टेपवरील आनंदी कुटुंब, त्यांची नाच-

गाणी, सर्वांनी एकत्र काम करणं बघत राही.

हे सर्व मला मूर्खपणाचं वाटे. हनीफ तर काही सिनेमातल्या सुनेसारखी सासूची काळजी घेत नव्हती.

हनीफसाठी तर मी म्हणजे स्वयंपाक, धुणीभांडी, पडेल ते काम करणारी गुलामच होते.

मग ती कशाला काम करणार?

आई तिच्या खोलीत नसे तेव्हा मी परत परत त्याच टेप्स बघत राही.

मला माझ्या भोवतालची माणसं काय बोलतात ते समजायला लागेपर्यंत मी टेप्स बघे.

अर्थात आई माझ्यासाठी जे काही घाणेरडे शब्द वापरे, ते शब्द त्या सिनेमात नसत.

घरात एकटी हनीफ इंग्लिश शिकायला तयार नसे. मला काही सांगायचं झाल्यास ती मिनातर्फे सांगे. आई गरजेइतपत इंग्लिश बोले.

पण मला पंजाबी येऊ लागल्यावर आई मला ओरडली की हनीफ पंजाबीत म्हणे, "तू तिचा मूड खराब करू नकोस. तुला माहीत आहे ना, तिचा मूड कोणी खराब केलेला तिला चालत नाही?"

जणू काही आईचा मूड मला होणाऱ्या मारहाणीपेक्षा महत्वाचा होता.

हनीफ माझ्याशी चांगली का वागे याचं कोडं खूप दिवसांनी उलगडलं. माझं लग्न तिच्या भावाबरोबर व्हावं अशी तिची इच्छा होती. म्हणजे तो पाकिस्तानातून इकडे आला असता आणि हनीफला माझ्या सारखा गुलाम कायमचा मिळाला असता.

परंतु आई याच्या विरुद्ध होती. कारण, तिकडे पाकिस्तानात तिचा हनीफच्या कुटुंबाबरोबर जमिनीचा काही वाद चालला होता.

स्वयंपाकघरात हनीफवर आईची नजर नसे. त्यामुळे ती शांतपणे काम करे. मी तिच्याकडे सुरीने बारीक कांदा कापणं शिकले. भाज्या कापणं शिकले.

एकदा तर ती खूष होऊन म्हणाली होती, "अरे वा! तू आता कांदा छान कापू लागलीस."

मला वाटे मी असंच चांगलं काम करावं. म्हणजे निदान हनीफ तरी माझ्याशी नीट वागेल.

हनीफने मला रोटी करायला पण शिकवली. पेटत्या गॅसवर भाजायला शिकवली. तेव्हा मात्र सुरवातीला बोटं भाजत.

कांदा परतणं, तिखट, मसाले प्रमाणात टाकणं असं सर्व मी शिकले. एक आठवड्यात मी रस्सा करू लागले. काही दिवसात सगळ्यांसाठी मसालेदार जेवण

बनवू लागले.

मलाच माझा गर्व वाटे. पण इतर कोणालाच माझं कौतुक नव्हतं.

शाळेतून आल्यावर मी स्वयंपाक करे. सर्वांना वाढे. मांजचं जेवण बाजूला काढून ठेवे. पण या सगळ्या व्यापात मी मात्र कधीच पोटभर जेवले नाही.

मिना माझ्या बरोबर राही. थोडीफार मदत करे. पण स्वयंपाक असा तिने कधीच केला नाही. भात शिजवताना पाणी किती घालू आणि रस्सा करताना तिखट हे मात्र मला ती सांगे.

काम करताना आम्ही शब्दखेळ खेळत असू. ती मला विचारे, ''तू काय बनवते आहेस?''

मी म्हणे, ''भाजी.''

ती म्हणे, ''तुला भाजी आवडते?''

मी म्हणे, ''नाही.''

मला खरी आवड होती चित्र रंगवायची, जिगसॉ कोडं सोडवायची.

जे मला या घरात कधीच मिळू शकणार नव्हते.

एक दिवस शाळेतून येताना मिनाने मला शिट्टी कशी वाजवायची ते शिकविलं. मी ओठ गुंडाळून शिट्टी वाजवायचा प्रयत्न करून पाहिला पण फक्त हवाच बाहेर पडली, आवाज नाहीच.

घराकडचा पुरा वीस मिनिटांचा रस्ता मी शिट्टी वाजवायचा प्रयत्न करत होते. स्वयंपाक करताना, अगदी झोपल्यावर पांघरुणाच्या आत सुद्धा. पण शिट्टी काही वाजेना.

दुसऱ्या दिवशी शाळेत जाताना थोडासा शिट्टीसारखा आवाज बाहेर आला. मला जो काही आनंद झाला. पण परत वाजवली तर वाजेना. मला हसूच आलं.

अरे! हसताना शिट्टी कशी वाजेल? मी हसणं बंद केलं.

आणि एकदम कर्कश अशी शिट्टी वाजली.

उरलेला रस्ता मी अक्षरशः नाचत पार केला.

घरी आल्यावर बशा धुताना मी शिट्टी वाजवित राहिले. अचानक मागे चाहूल लागली. हनीफ माझ्यामागे उभी होती. ती म्हणाली, ''पुरुष बायकांकडे बघत शिट्टी वाजवितात. बायकांना शिट्टी वाजवायची परवानगी नसते. परत वाजवताना दिसलीस तर तुझ्या भावाला सांगेन.''

मिना टॉयलेटला गेली होती. ती परत आल्यावर मी तिला हनीफचं बोलणं सांगितलं.

''शिट्टी वाजविता येत नाही म्हणून ती आपल्यावर जळते, आपला मत्सर करते.'' मिना म्हणाली.

आम्ही दोघी हसलो.

पण तेव्हापासून मी घरात कधीच शिट्टी वाजविली नाही. बाहेर मात्र मनासोक्त शिट्टी वाजवे.

घराची साफसफाई करणं मात्र मला अजिबात आवडेना. घर कायमच धुळीने भरलेलं असे. घरात व्हॅक्युम क्लिनर नव्हताच. सर्व घर मला झाडून घ्यावं लागे आणि ओल्या फडक्याने पुसावं लागे.

आईच्या बेडक्यांनी भरलेली भिंत साफ करताना मला ओकारी येई. पण मी गिळून टाके. नाहीपेक्षा माझ्या पाठीवर गुद्दाच. कधी तो चिकट पदार्थ माझ्या बोटांना लागे आणि माझं अंग शहारे.

पण भिंत का? दुसरं एखादं स्वच्छ करण्यास सोपं असं भांडं का नाही? माझ्या मनात सतत प्रश्न असत.

सलीमला या सगळ्यापासून दूर ठेवलं जाई. मिना हे घाणेरडं काम कधीच करत नसे.

सगळ्यात घाणेरडा प्रकार होता तो शू करायचा. आई पलंगाखाली एक पॉटी ठेवे. शू लागली की आई कमरेपर्यंत चादर ओढून घेई आणि ओणवं होऊन शू करे. शू झाली की माझ्या नावाने ओरडा सुरू होई. मला पॉटी टॉयलेटमध्ये नेऊन साफ करावी लागे.

मिना म्हणे हे काम करताना ओकारी येते. मग मला येत नव्हती का?

ताराचं मला छळणं चालूच होतं. मी तर तिची गुलामच होते. ती तिने स्वत: करायची कामं बिनदिक्कतपणे मला सांगे. तिला साधा पाण्याचा ग्लास सुद्धा नेऊन द्यावा लागे. तिची गादी तयार करावी लागे. तिच्या कपड्यांच्या घड्या कराव्या लागत. उष्ट्या बशा साफ कराव्या लागत.

मग मी या घरात येण्यापूर्वी ती काय करत होती?

माझ्याकडे बघून ती पंजाबीत काही बोले आणि सर्वजण खदखदा हसत. अशा वेळी ताराला काही वेगळाच आनंद झालेला मला कळे.

मला तर ती लाडाने बिघडलेली राजकन्या वाटे.

मी पण कधीकधी तिचे कपडे घड्या करून पुस्तकं असलेल्या खुर्चीत ठेवून देई. मग त्या सगळ्या गर्दीत एखादा कपडा सापडला नाही की ती घाबरे.

एक दिवस तिने मला हाक मारून दुकानातून दूध आणायला सांगितलं.

मिना आणि मी दुकानाकडे जाताना कार्ल आणि ल्युक नावाच्या मुलांनी आमची वाट अडवली. याच दोन मुलांनी मिनाकडून पैसे हिसकावून घेतले होते.

ती मुलं माझ्या इतकी जवळ आली की मी गल्लीच्या भिंतीला चिकटले.

"तुम्ही दोघी घराबाहेर काय करताय?"

"पैसे आहेत का तुमच्याकडे?"

त्यांनी प्रश्न सुरू केले.

हळू हळू ते इतक्या जवळ आले की मला त्यांचा उच्छ्वास जाणवला.

मिना तर घाबरून थरथरत होती. मला पण थोडी भीती वाटलीच.

"आम्हाला सोडा पाहू." मी म्हटलं.

कार्ल जोराने हसून म्हणाला, "आधी पैसे काढ."

"का?" मी विचारलं. बहुतेक मी मिनाइतकी घाबरले नव्हते.

"पैसे दिले नाहीस तर गुद्दे हाणेन बघ."

"सॅम, देऊन टाक पैसे." मिना थरथरत म्हणाली.

माझ्या आश्रमातल्या घरात, माझ्या पलीकडच्या खोलीत होता तसाच काहीसा हा मुलगा होता.

मी तर त्याला पैसे देणारच नव्हते.

सर्वांनीच मला छळावं म्हणजे काय? घरीदारी सगळीकडेच?

"देणार नाही." मी जोरात म्हणाले.

त्याने माझ्यावर हात उगारला, त्याचं डोकं आणखी थोडं पुढे झालं. त्या बरोबर दोन्ही हातांनी मी त्याचे कानाच्या वरचे केस गच्च पकडून खेचले. "आऊ ऽऽऽऽ" तो किंचाळला.

इतर करतात तसाच माझा छळ करावा असं या दोन भयंकर मुलांना का वाटावं?

मी आणखी जोरात केस खेचले. तो आणखी जोराने किंचाळला. दुसरा मुलगा ल्युक थोडा मागे सरकला. त्याच्या चेहऱ्यावर भीती उमटली.

आता मिनालाही जोर चढला.

"ओढ, ओढ त्याचे केस. आणखी जोरात." ती म्हणाली.

"नको, नको. प्लीज." कार्लच्या डोळ्यांत पाणी आलं.

मी त्याचे केस गच्च धरून म्हणाले, "माझ्या आणि मिनाच्या वाटेला परत जाऊ नकोस, समजलं?"

"हो. हो. आम्ही नाही त्रास देणार. मला जाऊ दे." कार्ल विनवणी करू लागला.

मी शेवटचा एक हिसका दिला आणि दिलं त्याला ढकलून.

तो जोरजोराने रडत पळत सुटला. मागोमाग ल्युक.

मिना आनंदाने उड्याच मारू लागली.

"आणखी ओढायला हवे होतेस त्याचे केस." ती म्हणाली.

"नाही. चल आता दूध घेऊ या."

मला फार समाधान झालं होतं. त्याच्याचप्रमाणे मी त्याची परतफेड केली होती.

मला विश्वास वाटला, जेव्हा वेळ येईल तेव्हा माझ्या भल्यासाठी मी नक्कीच विरोध करू शकणार होते.

गमंत म्हणजे कार्ल आणि ल्युक जेव्हा जेव्हा म्हणून आम्हाला भेटत तेव्हा आमच्याकडे बघून हसत! त्यानंतर त्यांनी आम्हाला कधीच त्रास दिला नाही.

आम्ही शाळेत जाऊ लागल्यापासून ताराने आपला मुक्काम खाली हलविला. जिन्याखालच्या छोट्या जागेत एक पलंग जेमतेम मावला होता. तिथं ती झोपू लागली. त्यामुळे मला स्वतंत्र पलंग मिळाला हे फार चांगलं झालं.

तारा हलल्यामुळे आम्हा दोघींना मोकळेपणा मिळाला. माझी कामं आटोपली की निदान माझ्या खोलीपुरतं मला वेगळं जग मिळे. पण आमच्या खोलीत खोली गरम ठेवायचं काहीच साधन नव्हतं. त्यामुळे फार त्रास होई.

आई तर वर फिरकतच नसे. जिन्याखालची गादी सलीमने ओली केली की तारा सलीमवर ओरडून झोपायला वर येई. मला लाथ मारून पलंगावरून उतरवे. मला परत मिनाच्या पलंगावर जावं लागे.

शाळेत मला कोणीच मित्र नव्हते. पुस्तकंच माझी सर्व काही. मी आपली एकटी एकटी राही आणि लायब्ररीत जाऊन भरपूर वाचत बसे.

मुलं मुलं एकत्र येऊन मोठी माणसं कशी चुकीचं वागतात ते दाखवून देणारी पुस्तकं माझ्या आवडीची. फेमस फाईव्ह, नॅन्सी ड्र्यु, हार्डी बॉईज, सीक्रेट सेवन अशी सर्व पुस्तकं मी वाचत बसे.

कधी कधी तर पुढे वाचण्याआधीच पुस्तकातलं रहस्य काय असेल ते मी ओळखे.

"ओ! मला तर आधीच समजलं होतं." मी माझ्याशीच हळूच बोले.

ही पुस्तकं बाहेरच्या दुष्ट जगापासून मला दूर ठेवीत.

मी म्हणजे कोणाच्या मालकीची वस्तू नव्हे ही भावना माझ्या मनात सतत तेवत राही. घरात, शाळेत सगळीकडे.

या घरात ना माझं कोणी स्वागत केलं होतं ना मला घरात सामावून जाण्यास मदत केली होती.

काही अपेक्षा न ठेवता त्यांच्या बरोबर जमवून घेण्याचे प्रयत्न मीच केले होते.

माझी स्वत:ची अशी पुस्तकं घरात नव्हतीच. पण शाळेतल्या पुस्तकांविना मी या घरात कशी राहू शकले असते?

६

एक दिवस शाळेत असताना मिना म्हणाली, "आपल्याला आता लवकरच मशिदीत जावं लागेल." मी त्या दिवसाची वाट बघू लागले. कारण मिनाने सांगितलं होतं की तिथे आम्हाला धार्मिक पुस्तकातून शिकविणार होते. आश्रमातली रविवारची शाळा अशाच प्रकारची होती.

पण ही शाळा काहीतरी वेगळीच दिसत होती. शाळेतून घरी आल्यावर एक दिवस मिनाने मला वर नेलं. आमच्या खोलीच्या दारामागे स्कार्फ होते. मिनाने एक स्कार्फ घेऊन डोक्याभोवती कसा घट्ट गुंडाळायचा ते मला शिकविलं. मगच आम्ही घराबाहेर पडलो.

आम्हा दोघींना जाताना बघून आईने फर्मावलं, "मशिदीतून ताबडतोब घरी यायचंय."

मशीद शाळेएवढ्याच अंतरावर होती, पण विरुद्ध बाजूला.

चालता चालता मला मैदानासारखं काहीसं दिसलं. मैदानावर लहान लहान मातीच्या टेकड्या होत्या.

मिना म्हणाली, "त्यांना मंकी हिल्स म्हणतात."

"का बरं असं नाव दिलंय?" मी विचारलं.

"मला माहीत नाही. पण सवेर तसं म्हणतो. खरं म्हणजे त्याने पण मशिदीत जायला हवं. पण तो इथंच मित्रांबरोबर खेळत बसतो." मिना काहीशा वैतागाने म्हणाली.

मी चालताना मधूनच मागे वळून बघत राहिले. मला वाटलं सवेर तिथे खेळताना दिसेल, पण तो काही दिसला नाही.

मशीद म्हणजे एक मोठं घरच होतं. तिथे सगळी मिळून सुमारे तीस मुलं जमली होती.

डोक्यावर बांधलेल्या स्कार्फमुळे मुली सगळ्या सारख्याच दिसत होत्या. मुलगे आणि मुली वेगवेगळ्या खोल्यांतून बसली होती. मुली थंडगार फरशीवरच

बसल्या होत्या.

आम्ही सर्वजणी धार्मिक शिक्षण देणाऱ्या मौलवीची वाट बघत बसलो. तेवढ्यात काही मुली डोक्याभोवतीचे स्कार्फ परत परत घट्ट बांधत होत्या. एकही केस बाहेर दिसू नये म्हणून प्रयत्न करत होत्या.

त्यांचं स्कार्फच्या इतकं मागे लागणं मला कळेना.

एकदाचा मौलवी आला. आमच्या मधून फिरून माझ्या पाठीमागे उभा राहिला.

माझ्या खांद्यावर एकदम गुद्दा बसला आणि मी जोराने किंचाळले. त्याने माझ्या केसांकडे बोट दाखविलं. काही बटा सुटून कपाळावर आल्या होत्या. मिनाने त्या मागे सारून स्कार्फ सारखा केला.

मौलवीने मला मारण्याचं काय कारण, तोंडाने का नाही सांगितलं? मी रडू लागले. खांदा तर दुखत होताच, पण हे कसलं अपमानास्पद वर्तन?

एकही मुलगी वर बघत नव्हती. त्यांचे डोळे जणू हातातल्या कुराणाला चिकटले होते. माझ्याकडे न बघण्याची काळजी त्या घेत होत्या.

परत जाताना असं किती वेळा या भयंकर घरात यावं लागणार होतं याची मिनाकडे चौकशी केली.

कुराण वाचूनच आम्हाला या विषयाची शिकवण मिळणार होती. त्यामुळे शाळेनंतर बहुतेक रोजच आम्हाला इथे यावं लागणार होतं.

आम्ही 'कायदा' असं नाव असलेल्या तीस पानी पुस्तकातून शिकायला लागलो. पुस्तकाच्या पहिल्या पानावर अरेबिक अक्षरं होती. आम्हाला रोज एक ओळ शिकविण्यात येई. प्रत्येक पानावर सहा ओळी होत्या.

प्रत्येक अक्षराचा उच्चार आम्ही शिकलो. अक्षराच्या वर किंवा खाली एखादं चिन्ह असेल तर उच्चार कसा होईल तेही आम्हाला शिकविलं. नंतर जोडाक्षरं शिकविली. प्रथम चार अक्षरी शब्द नंतर सहा अक्षरी असं शिकविलं जायचं. त्याबरोबरच कायदा कसा वाचला जातो हे रोज शिकवत.

"चला, तुम्ही आता लवकरच कायदा वाचू शकाल." असं मौलवी म्हणाला की आत्ता कुठे एक एक शब्द शिकणाऱ्या मुली या कानापासून त्या कानापर्यंत तोंड पसरून हसत.

त्या मौलवीच्या बोलण्यात जादू होती. मला सुद्धा हे सर्व लवकरात लवकर शिकावंसं वाटे. सर्वांनाच घाई होती.

आम्हा कुणालाच आम्ही काय वाचत होतो याचा अर्थ कळत नसे. आम्हाला फक्त वाचायला शिकवत. आम्ही सुद्धा ते परत परत वाचून पाठ करत असू. म्हणजेच आमच्या लक्षात राही. आदल्या दिवशी शिकविलेलं जर का कोणी विसरलं तर आरडाओरडा किंवा दणकाच.

जेव्हा मी जोडाक्षरं वाचू लागले तेव्हा मौलवी म्हणाली की मी कुराण वाचू शकेन. त्यासाठी मला जवळ जवळ वर्ष लागलं. मी नऊ वर्षांची होईपर्यंत मला कुराण चांगलं वाचता येऊ लागलं. आता मला मशिदीत जायची गरज नव्हती. कारण कुराण लिहायचं कसं ते आम्हाला शिकवित नसतच. आम्ही कुराण वाचू शकलो की इस्लामबद्दलची माहिती आम्हाला मिळाली.

हळू हळू उन्हाळा पानगळीच्या शरद ऋतूत बदलू लागला. मशिदीत जाताना दर वेळेस मी मंकी हिल्सकडे बघे. मला तिथे जाण्याची इच्छा होई.

एकदा मी मिनाला म्हटलं, ''आज मी मशिदीत जाणार नाही. मी सवेर कुठे आहे ते बघणार आहे.''

''तू काय करणार आहेस?'' नेहमीप्रमाणे आईच्या भीतीनं तिनं विचारलं.

''आईला काही कळणार नाही मिना.'' असे म्हणून मी पुढे चालू लागले.

काहीशा अनिच्छेनेच मिना माझ्या मागोमाग आली.

मी मिनाला मंकी हिल्सवर जाण्याचं कारण सांगितलंच नाही. एक तर तो काय प्रकार आहे ते मला बघायचं होतं. परंतु सवेर तिथे काय करतो याची मला उत्सुकता होती. हा माझा मोठा भाऊ म्हणजे मला एक कोडंच होतं. सहसा तो घरी नसे आणि असला तरी त्याला काही काम नसे.

तारा आणि मांजसारखा तो खडूस नव्हताच. पण मिनासारखा माझ्या जवळचा सुद्धा नव्हता. तो जरी एक कोडं होता तरी माझ्याकडे बघणारं कोणीतरी या घरात मला हवं होतं. कदाचित तो माझ्या मदतीला येऊ शकला असता.

आम्ही दोघी टेकडी चढून वर आलो. पलीकडे खाली काही मुलं खेळत होती. आम्ही टक लावून पाहिलं. पण ओळखता येईना.

''तो सवेर आहे का ग?'' मिनाला मी विचारलं.

''नक्की सांगता येत नाही.'' ती उत्तरली.

''एकच मार्ग आहे ओळखण्याचा.'' असं म्हणून मी त्याला जोरजोराने हाका मारू लागले.

त्याबरोबर त्यातला एक मुलगा इतरांपासून बाजूला होऊन आमच्याकडे येऊ लागला.

''तोच सवेर आहे.'' असं म्हणून मी टेकडी उतरू लागले.

आम्हाला बघून त्याच्या चेहऱ्यावर आनंद दिसेना.

''तुम्ही दोघी इथं कशा? मशिदीत का गेला नाही?'' त्याने विचारलं.

''आम्हाला वाटलं तर आम्ही इथं येऊ शकतो. तू का मशिदीत येत नाहीस?'' मी विचारल्यावर त्यानं माझ्याकडे रागानं बघितलं.

पण खाली मान घालून म्हणाला, ''हां. तुम्ही मला पकडलं खरं. पण मला काही ते शब्द पाठ होत नाहीत आणि मार खावा लागतो.''

''मला पण मार बसला होता.'' मी सांगितलं. मला वाटलं त्याला माझी दया येईल. पण उलट तो म्हणाला, ''पण तुम्हाला जायलाच हवं. कारण तुम्ही गेला नाही तर आईला कळेल आणि आपण तिघं संकटात सापडू.''

'मग तूच जा ना. आम्ही कशाला?' असं माझ्या अगदी ओठावर आलं होतं.

पण माझे विचारही त्या घरातल्या माणसांसारखे होत चालले होतं बहुतेक!

म्हणजे थोडक्यात 'पुरुषांना हवं तसं त्यांच्या मर्जीप्रमाणे करू दे'. म्हणून मी म्हटलं, ''ठीक आहे. पण या आठवड्यात आम्ही जाणार नाही. या आठवड्यात आम्हाला इथं येऊ दे.''

सवेर विचार करून म्हणाला, ''बरं या. आम्ही एक सायकल दुरुस्त करतोय. आमच्या मधे मधे येऊन मूर्खासारखं काहीतरी बडबडायचं नाही. कळलं?''

मग आम्ही त्या मुलांपासून जवळच बसलो. त्यांचं चेन आणि गिअरचं काम चालले होते. सगळीकडे ग्रीसचा नुसता राडा झाला होता. पण तिकडे कोणाचंच लक्ष नव्हतं.

घरी येण्यापूर्वी सवेर त्याचे हात पाय कसे स्वच्छ करणार होता देव जाणे.

थोडा वेळ बसल्यावर मला कंटाळा आला. मी पुढच्या टेकडीकडे पाहिले.

''तिथं काय असेल बरं?'' मी विचारलं.

मिना आतापर्यंत इतकी गप्प बसली होती, की जणू गप्प बसलं म्हणजे कोणाचं लक्ष तिच्याकडे जाणारच नव्हतं.

''मला माहीत नाही. मी आतापर्यंत इथे कधीच आले नाही.'' ती म्हणाली.

मी उभी राहिल्याबरोबर सवेर पण एकदम ताठ झाला.

''कुठे चाललीस?'' त्याने विचारलं.

''मी त्या पलीकडच्या टेकडीवर जाऊन काय आहे ते बघणार आहे.'' मी सांगितलं.

''मी पण येते.'' मिना म्हणाली.

सवेरने एकदा मित्रांकडे नजर टाकली आणि म्हणाला, ''फार दूर जाऊ नका. अर्ध्या तासात तुम्हाला घरी पोहोचलं पाहिजे. नाहीतर आईला संशय येईल.''

''बरं.'' आम्ही टेकडी चढायला सुरवात केली.

मिना एकदम उल्हासित होऊन म्हणाली, ''मी इतक्या दूर कधीच आले नाहीये. तिकडे काय असेल?''

''मला पण माहीत नाही. वर जाऊन बघावं लागेल.'' मी म्हटलं.

आम्ही सर्वांत वर पोहोचलो. थोडी धाप लागली होती. आम्ही दूरवर नजर

टाकली. एका पलीकडे दुसरी अशा छोट्या छोट्या टेकड्याच होत्या. त्या टेकड्यांना वळसे घेऊन जाणारे रस्ते पण आम्हाला दिसत होते. त्या संध्याकाळच्या उजेडात आम्ही खूपच उंच आल्याचं मला जाणवलं.

"मला कधीच घरी जाऊ नये असं वाटतंय." मी मनातलं बोलले.

"मला पण!" सुस्कारा सोडून मिना म्हणाली, "पण जायलाच हवं आणि तेही लवकर. नाहीतर आईला वाटेल आपण संकटात आहोत."

"थोडा वेळ थांबू या ना ग," मी विनविलं.

मऊ गवतावर आम्ही दोघी एकमेकींना चिकटून बसलो. सभोवार नजर टाकली. किती शांत स्तब्ध होतं इथं. मोकळंच्या मोकळं मैदान, वर स्वच्छ निळं आकाश आणि उबदार उन्हात उडताना पक्ष्यांची किलबिल.

मला त्या सर्व गोष्टी खुणावत होत्या. मला या पक्ष्यांसारखा मोकळेपणा हवा होता. सगळ्यापासून दूर होऊन मुक्त विहार करीत होते मी.

सूर्य आणखी खाली उतरला. सावल्या लांब होऊ लागल्या.

मिनाने उठून कपडे झटकले.

"चल ग. घरी जायची वेळ झाली." ती म्हणाली.

टेकडीच्या उतारावर उभा असलेला सवेर काही वेगळ्याच मूडमध्ये दिसला.

"परत इथं येऊ नका. मला यायचं तेव्हा मी घरी येईन." असं म्हणून पाठ वळवून तो मित्रांच्या दिशेने चालू लागला.

सवेर एकदम कसा बदलला? मला तो एकदम परका वाटला. कदाचित त्यालाही कुठे दूर निघून जावंसं वाटत असेल. माझ्या आणि मिनाच्या येण्याने त्याला वस्तुस्थितीची जाणीव झाली असावी. मी विचार करीत होते.

परत त्या बाजूला मी कधीच गेले नाही. पण मला ते पक्षी मात्र सारखे आठवत. जणू आम्ही तिथे आहोत आणि आमच्याजवळ ते येऊन बसलेत!

मला मोकळेपणा तर हवाच होता. पण आता असं जाणवलं की व्यायाम सुद्धा मला हवाहवासा वाटत होता. आश्रमात व्यायाम करणं मला आवडत होतं याची आठवण झाली.

दिवसभर शाळेत आणि घरात कोंडून राहण्यानं मला फार दमल्यासारखं वाटे. मी सतत आळसावलेलीच असे.

टेकडीवर चढण्याने मला परत एकदा चेसची आठवण झाली. अमांडा आणि मी मोकळ्या जागेत अक्षरश: हुंदडत असू!

घराच्या बाहेर शाळेत, मशिदीत, दुकानात जेव्हा जेव्हा मी जाई, त्या त्या वेळेस माझ्या मनात घराविषयीचे विचार येत.

अजूनही मला ते घर एक कोडंच होतं.

त्या सर्वांनी सांगितलेली कामं त्यांच्या अपेक्षेनुसार, किंवा त्यांना नक्की काय हवं आहे हे न सांगताही मी माझ्याकडून प्रयत्नांची शिकस्त करे. पण त्यांना काहीच पसंत पडत नसे.

तिथे शिजणारे अन्न आवडून घेतलं. एक तर काहीतरी खाल्याविना भूक कशी भागणार आणि दुसरं म्हणजे सगळ्यांना मी आवडावी, माझ्या भावाबहिणींना मी हवीशी वाटावी, मला आईची माया मिळावी म्हणूनही मी जेवू लागले.

आईनं मारलं तरी मी असा विचार करू लागले की माझंच काहीतरी चुकलं असणार. मीच तिला राग येईल असं काहीतरी केलं असणार.

माझ्या अपेक्षेपेक्षा आई तर अगदीच वेगळी होती. तिच्यासारखी बाई मी कुठेच बघितली नव्हती. माझे बाबा, चर्चमधले फादर एवढेच काय आश्रमातला आचारी सुद्धा मोठा केक बनवायचा असला की मला वाडगा चाटायला देई. मी पण एप्रन बांधून लुडबूड करत बसे. सगळेच प्रेमळ आणि आमची काळजी घेणारे होते. आश्रमात माझ्यावर कधीच कोणी ओरडलं नव्हतं. मार तर फारच पुढची गोष्ट!

आईच्या अंगाला कायम मसाल्यांचे वास येत. पण ती जेव्हा ते तिचे काळेभोर केस विंचरत सेटीवर बसे, तेव्हा मला तिची भीती वाटत नसे. तिचे डोळे प्रेमळ भासत.

तरी सुद्धा या घरात पाऊल टाकल्यापासून मला ते घर म्हणजे फक्त भीतीने भरलेली जागा वाटे. आई माझ्याशी, मिनाशी किंवा कोणाशीच फारशी बोलत नसे. पण सदान्कदा सर्वांवर ओरडत असे.

तिचं तोंड एकतर ओरडत असे किंवा थुंकत असे. खोकून झाल्यावर घशात आलेला बेडका ती भिंतीवर थुंके.

मला आईपाशी जाऊन तिचा मुका घ्यावा अशी कधी इच्छाच झाली नाही. तिने माझा घ्यावा असंही वाटले नाही. पेगी आंटी गुडनाईट करून हळुवार ओठ टेके, त्या स्पर्शात माया, लाड, कौतुक सर्व असे.

आईचा मुका तसा थोडाच असणार होता. आईचे हातही पेगी आंटीसारखे मऊ मऊ नव्हते. खरखरीत होते. मी कधी आजारी झाले तर पेगी आंटी ताप बघायला थर्मामीटर माझ्या तोंडात ठेवून, माझे हात हातात घेऊन बसे. मग माझे हात धरून बागेत गोल गोल फिरवे. म्हणजे मी परत हसू लागे.

अगदी लहान असताना ती मला बोट पकडून शाळेत सोडत असे.

घरी आल्यापासून आईच्या हाताचा स्पर्श माझ्यासाठी फक्त मार देण्यासाठीच होता. मला वाटे, आईने माझा हात कधी हातात घेतलाच तर ती दुखण्याएवढा पिरगळेल.

जेव्हा जेव्हा म्हणून मी आईच्या आजूबाजूला असे तेव्हा मला भीतीपेक्षा कोडेच

पडे. मी असं काय केलं होतं की तिला माझा इतका भयंकर राग यावा? माझ्याशीच ती इतक्या दुष्टपणाने का वागत होती? कधीतरी मला हे सगळं कळावं असं वाटे.

शाळेतून परत येताना मात्र मला फार भीती वाटे. आई सेटीवर बसलेली असे. माझ्यावर ओरडण्यासाठीच ती वाट बघते आहे ते मला कळे. माझ्या साऱ्या शरीरातून भीतीची शिरशिरी निघे.

"आलीस का एकदाची घरी! काय करत होतीस रस्त्यात इतका वेळ? आळशी कुठली. चल जमीन साफ कर." ती म्हणे.

मी माझं तोंड गप्पच ठेवी. चुकून एखादा शब्द बाहेर पडला तर....

मान डोलावून मी लगेच काम सुरू करे.

मी घरात आले रे आले की हे कर, ते कर हे ठरलेलंच असे. कधी टेबल पूस तर कधी चहा करून आण.

या सगळ्या वातावरणाशी जुळवून घेण्यास काही महिने गेले.

मी पुस्तकात वर्णन वाचत असे तशी माझी आई का नाही हे मला कळतच नसे.

पुस्तकातील आई छान असे. दयाळू, मुलांवर प्रेम करणारी असे. तिची मिठी उबदार असे.

माझ्या स्वप्नातील आई तर गाणं गाऊन मला झोपवणारी, मला डोलवणारी होती.

पण काही परीकथांतून मात्र आया दुष्ट असत. त्यांना सावत्र म्हणत. वाघसिंहांनी मुलांना खावे म्हणून मुलांना जंगलात सोडणाऱ्या असत. मी अशा गोष्टीतलीच मुलगी होते बहुतेक.

माझी ही खरी आई माझ्याकडे दुर्लक्षच करे. पण अंगावर वळ पडण्याइतके ती मला मारत का होती? इतकी मी वाईट मुलगी होते का? हात लांब करून ती मला इतकी मारे की अंग खरचटून जाई.

सगळीकडे हेच चालतं का? कारण या घराच्या आधी मला फक्त आश्रमच ठाऊक होता.

परंतु या सातआठ वर्षांच्या वयातच मी खूप शहाणी बनून गेले असं मला वाटे.

माझ्या बालिश आणि मूर्खपणाच्या कल्पनेतील घराप्रमाणे इथे या घरात मला कधीच सुरक्षित वाटणार नव्हतं. बहीणभावांत राहाण्याचा आनंद मला कधीच मिळणार नव्हता आणि आईची तर मला दहशतच बसली होती.

...माझ्या नंतरच्या आयुष्यात मला कोणीतरी सांगायचा प्रयत्न केला की अशा

माणसांना समजून घेतलं, त्यांच्या पूर्वायुष्याची माहिती करून घेतली तर भीती कमी होते. तेव्हा मी मनात म्हटलं होतं, 'सात वर्षांच्या लहान मुलीला, की जी सगळ्यांकडून नुसता मारच खात असे, तिला हे तत्वज्ञान सांगायचा प्रयत्न करून बघा ना.'

एकदा तर स्वयंपाकघरात एक नवंच प्रकरण सुरू झालं.

"समीम, हरामजादी, हे काय आहे? मागच्याच आठवड्यात मी तुला याबद्दल सांगितले होतं की नाही?"

माझ्या हातून काय घडले ते बघण्यासाठी मी मागे वळत होते तेवढ्यात माझ्या पाठीत अचानक वेदना झाली. मी तोल जाऊन एकदम पुढे पडले.

एकतर कल्पना नसताना हे घडलं आणि पाठीत बसलेल्या गुद्याचा जोरही तसाच होता.

तारा जोराने हसली. मी सगळीकडे बघितलं. काय झालं होतं तरी काय? माझ्या पाठीत कोणी गुद्दा घातला ते मला कळलंच नव्हतं.

आई ओणवी झाली आणि तिचं एक बोट माझ्या गालावर रुतलं. ती म्हणाली, "हे बघ, तू पुरेसा प्रयत्न केला नाहीस ना, तर यापेक्षा शिक्षा मिळेल. बघ काय करायचं ते."

आणि ती शांतपणे जेवणाकडे वळली.

मिना आणि मी वर गेल्यावर मिना मला हळूच म्हणाली, "ही माणसं नेहमी असंच बोलतात. तू काळजी घे. मलासुद्धा अचानक असा मार मिळतो, सांगितलेलं काम मी केलं नाही तर. त्यांना उगीच उचकवत जाऊ नकोस."

मी मिनाकडे आश्चर्यचकित होऊन बघितलं. मी कुठे उचकवलं होतं आईला की तिने असं मारावं? दररोज रात्रीप्रमाणे मी आजही एखाद्या गुलामासारखा स्टोव्हवर स्वयंपाक केला होता. बहुतेक चुकीने मारलं असावं. असं परत नाही होणार. मी माझी समजूत घातली.

परंतु हा माझा गैरसमज होता. आईबद्दलच नाही, तर तारा आणि मांजविषयी सुद्धा. तारा आणि मांज जणू हा प्रकार घडायची वाटच बघत होते. ताराला तर खुदूखुदू हसूच येत होतं मला बसलेल्या माराचं. पण याहीपेक्षा वाईट म्हणजे दोघांच्या चेहऱ्यावर एक प्रकारचं समाधान दिसत होतं.

सत्य उमगायला मला बराच वेळ लागला. कदाचित गेल्या काही वर्षांतच मला सत्य उमगलं होतं. माझा मोठा भाऊ आणि माझी मोठी बहीण माझ्याशी किती का दुष्टपणाने वागत, त्यांना सुद्धा आईची दहशत बसलीच होती. तिचं

संतापानं वेडं होणं त्यांना चांगलंच माहीत होतं. पण जसजशी आई तिचा संताप माझ्यावर काढू लागली तसतसा त्या दोघांना आनंद झाला होता. कदाचित ते दोघं याच अनुभवातून पार पडले असावेत.

त्या रात्री मी मिनाच्या पाठीला पाठ लावून झोपले होते. मला एकदम आश्रमातली एक आठवण झाली.

एकदा एक विषारी माशी माझ्या बोटाला चावली होती. पेगी आंटीने मला जवळ घेऊन समजावलं होतं. माशी तर स्वत:चं ठरलेलं काम करत होती. तिने तिच्या संरक्षणासाठी चावा घेतला होता. तिच्या चाव्याचे परिणाम काय होतील याची त्या माशीला कल्पना नव्हती. चावा घेणं हे केवळ तिचं स्वसंरक्षण होतं.

माझ्या मनात आलं की खरंच हे सगळे लोक, या घरातले, त्या विषारी माशीसारखेच आहेत. माझ्यासारखी परकी व्यक्ती घरात आल्यावर त्यांनी माझ्यावर हल्ला केला होता.

त्यांनी माझ्यावर काय अत्याचार चालविला होता, त्या सर्वांचा माझ्यावर काय परिणाम होत होता याची त्यांना फिकीरच नव्हती.

पण मी त्याच कुटुंबातील एक घटक का नव्हते? मला असं परकं का केलं गेलं हे मात्र मला कधीच समजलं नाही.

या कौटुंबिक हिंसेला मी काय किंवा आई काय जबाबदार नव्हतोच मुळी. माझी काय चूक झाली हा मुद्दाही दुय्यमच होता. आईच्या मनात त्या त्या वेळी काय चाले ते महत्वाचं होतं.

साधी जेवण वाढण्याची गोष्ट. मी तिचे जेवण अगदी नेहमीप्रमाणे वाढलं असलं तरी तिचा मूड कसा असेल त्यावर ते ठरे.

माझ्याकडून काही आवाज झाला, थोडा जरी अव्यवस्थितपणा झाला किंवा माझं केवळ तिच्या खोलीत असणं तिला नकोसं झालं तरी माझी गच्छंती असे.

सगळे बघत तसाच एखादा सिनेमा मी शांतपणे बघत असले तरी अचानक मला मारहाण होई. धाकट्या सलीमला तिने गोंजारलेलं मी पाहिलं आणि लाडाने तिच्याजवळ गेले तरी मला ढकलून दिलं जाई.

हळू हळू मला होत असणारी मारहाण वाढली. डोक्यावर थप्पड, खांद्यावर गुद्दे, जोराचे चिमटे, पायावर लाथा असे प्रकार सुरू झाले.

तोंडाने 'मी तुला हे सांगितलंच नव्हतं, तू असंच का केलंस?' वगैरे चालू राही.

कधी कधी तर ती चप्पल फेकून मारे. सगळ्यात वाईट मार म्हणजे बुटाच्या टाचेने ती मला बडवून काढे; ज्यामुळे मला अतोनात वेदना होत.

या सर्वांनंतर मग माझ्या डोक्यात विचार येई की मी मार चुकवायला वर पळून

जाऊ शकत होते. तिच्या दम्यामुळे ती थोडीच जिना चढणार होती. मी आपली चुकीचा विचार करत बसे, की माझ्या हातून लहानशी का होईना काहीतरी चूक घडली असेल.

पुढे जाऊन मी आणखी स्वत:ला दोष देई. मी जर का चांगली मुलगी असते तर तिला काय जरूर होती मला धोपटून काढायची? मी जर चांगली असते तर तिचा तो कोणालाच न समजणार संताप लवकर शांत झाला असता आणि मला खरी प्रेमळ आई दिसली असती.

याच भ्रमात मी असताना तिनं मला एकदा काठीनं बदडून काढलं.

ती त्या काठीला 'पिका' म्हणे. त्या शब्दाचा अर्थ मला कधीच समजला नाही. तिच्या सेटीखाली जवळ जवळ दोन फुटाची अंगठ्याएवढी जाड अशी ती पिका ठेवलेली असे आणि त्याचा उपयोग माझी इतर भावंडं सोडून फक्त माझ्यापुरता असे.

माझ्या सर्व अंगावर पिका मनमुराद चालविला जाई. मी खाली पडून भेसूर किंकाळे. तरी मला सोडवायला कोणी येत नसे.

माझा मार खाऊन झाल्यावर जेव्हा सर्व शांत होई तेव्हा मिना माझी समजूत काढे. त्या वेळेस ती माझ्याजवळ आली तरी तिला मार बसला नसता, याची तिला पूर्ण खात्री असे.

माराने पडलेले वळ, अंगावर झालेल्या जखमा साफ करायला कोणी येत नसे. जखमांवर लावायला या घरी औषधही नसेच.

आईच्या भीतीने माझे हुंदके मी गिळत राही. मला असं कुत्र्यापेक्षा वाईट वागणूक देण्यामागे तिचा उद्देश तरी काय असे? अर्थात हे मला कधीच समजणार नव्हतं.

आई आणि अर्थात बाकी सारं घर, जणू काही घरात असा काही प्रकार घडलाच नाही अशा तऱ्हेने त्यांचे व्यवहार चालू ठेवत.

माझं दु:ख, माझ्या वेदना माझ्याजवळच राहून जात.

जवळ जवळ रोजच मी मार खाई. काम लवकर करावं म्हणून मला नेहमीच फटके मिळत. बशा धुवायला थोडा जरी वेळ लागला तरी आई माझ्यावर किंचाळे. हनीफ सहसा माझ्यावर हात उचलत नसे. पण एखाद वेळेस एखादी बारीक थप्पड देत असे.

शाळेत जायच्या आधी मी कपडे जागेवर ठेवायला विसरले तर घरी आल्यावर स्वत:च्या सँडलने आई माझा समाचार घेई. ज्या प्रमाणात छोटी-मोठी चूक, त्या प्रमाणानुसार मला कशाने मारायचं हे ठरवलं जाई.

पेगी आंटीची शूर मुलगी होण्यास मला जरा जास्तच वेळ लागला. काही

दिवसांतच मी या मार आणि छळाला सरावले. शरीराला या वेदनांची सवय झाली. आईमुळेच जरी हे झालं असलं तरी.

मला मारून झाल्यावर आई म्हणे, ''कोडगी झाली आहे नुसती.''

तरी सुद्धा मधूनच आईने मला चॉकलेट, निदान बिस्किट तरी द्यावं असं माझ्या मनात येई.

कारण मी शूरपणा दाखवत असे तेव्हा पेगी आंटी माझं असंच कौतुक करत असे.

मी जेमतेम दहा वर्षांची असेन, एकदा मी रश्शात मीठ घालायची विसरले. रस्सा होऊन मी भात शिजत टाकला होता. तेवढ्यात आईनं तिला जेवण वाढायला सांगितलं.

मी एका बशीत तिचं जेवण वाढलं आणि तिच्या खोलीत नेऊन दिलं.

परत आत येऊन तिचा पाण्याचा ग्लास नेला आणि तिच्यासमोर ठेवला. तर तिने माझे केस पकडून मला जोराचा हिसका दिला.

''मीठ कोण घालणार रश्शात? कबरीतून उठून तुझी आजी येणार आहे का मीठ घालायला?''

तिने किंचाळून मला ढकलून दिलं.

मांज येणाच्या आत रश्श्यात मीठ घालण्यास सांगितलं. नाहीतर मांजने मला पिकाने बडविलं असतं.

काठीने प्रत्यक्ष मारण्यापेक्षा काठीचा उपयोग मला भीती घालण्यासाठी होई.

एकदा मार खाऊन झाल्यावर माझ्या मनानं घेतलं की सगळा दोष माझाच आहे. मीच फार वाईट मुलगी आहे म्हणून आईचं माझ्यावर अजिबात प्रेम नाही.

त्या लहान वयातसुद्धा मला हा विचार चुकीचा आहे याची जाणीव होती. असा विचार करणं म्हणजे चक्क वेडेपणा होता. पण माझ्या मनातून हा विचार काही केल्या जाईना.

त्यामुळेच मला वाटतं, एकदा मार खाल्ल्यावर मला जरा मोठीच जखम झाली आणि त्यातून रक्त येऊ लागलं. रक्त बघितल्यावर खरं म्हणजे मला भीती वाटणंच सहाजिक होतं. भीती तर मला वाटली नाहीच, उलट रक्त येणं म्हणजे माझ्या चुकीची मला शिक्षा मिळते आहे असं माझ्या मनानं घेतलं.

त्या दिवशी मला मारताना आईच्या हातातली बांगडी फुटून माझ्या हाताच्या आतल्या बाजूला लागली होती. कातडी फाटून मला बरीच मोठी जखम झाली आणि भळभळा रक्त वाहू लागलं.

मी त्या रक्ताकडे वेड्यासारखी बघत राहिले.

जराशाने मला वेदना जाणवू लागल्या. हातही दुखू लागला. बराच वेळ मला शारीरिक वेदना जाणवलीच नव्हती.

पण आता येणारं रक्त, दुखणारा हात यामुळे मला आनंदच होत होता. माझ्या मनाची सगळी तडफड थांबल्यासारखं वाटलं.

हा माझ्यातला बदल मला समजत होता.

मग एक दिवस हनीफच्या तुटलेल्या बांगडीचा एक तुकडा मी गादीखाली लपवून ठेवला.

एक दिवस मारानं आणि आरडाओरड्यानं माझं डोकं गरगरल्यासारखं झालं.

मला कुठेतरी आत जाणीव झाली की मी माझाच द्वेष करू लागले होते.

इतक्या वर्षांनंतरही मी इतरांच्या मनासारखं वागू शकत नाही म्हणजे काय?

मी गादीखालचा तो तुकडा हळूच बाहेर काढला. नंतर मी टॉयलेटमध्ये शिरले. माझा सर्व हात मी त्या बांगडीच्या तुकड्याने सोलून काढला.

माझ्या हातावर रक्ताचे ठिपके उमटू लागले. त्या वरवरच्या खरचटण्याने माझ्या हातात प्रचंड वेदना होऊ लागल्या.

परंतु या वेळची वेदना काही वेगळीच होती. ती मला सुखावित होती. मला दु:खाची भावनाच उरली नव्हती. माझ्याच रक्ताचे थेंब बघून मी सुखावले होते. जणू काही मनातलं खास गुपित रक्ताच्या थेंबांमधून बाहेर पडत होतं आणि मी ते बघू शकत होते, माझ्या डोळ्यांनी.

रक्त यायचं थांबल्यावर मी माझा हात पुसून काढला. चटकन वर घेतलेली बाही खाली सरकवली.

मीच मला केलेल्या जखमा लपवून स्वयंपाकघरात शिरले.

मी मलाच शिक्षा करून घेतली होती. माझ्याइतकं दुसरं कोणीच हुषार नव्हतं या घरात!

माझं हे एक रहस्य होतं, ते लपवून ठेवल्याने मला जणू स्फुरणच चढलं.

त्यानंतर वारंवार असं घडू लागलं. हाताची कातडी किती खरवडायची, मोठ्या जखमा होऊ नयेत म्हणून कुठे थांबायचं, सगळं सगळं मला कळू लागलं.

कधी कधी मी मांजचा रेझर सुद्धा गुपचुप वापरू लागले. तरी बांगडीचा तुकडा मला सगळ्यात प्रिय होता.

मार खाऊन मी इतकी बधिर झाले होते की मला काहीच वेदना होत नसत. त्यामुळे वेदनेची जाणीव माझ्यासाठी महत्वाची होती.

या वेदना जणू माझ्यासाठी, एक प्रकारची सगळ्या त्रासातून मुक्तताच होती. तेच मला आवडायला लागलं होतं. कधी कधी रक्ताचा मोठा थेंब बाहेर पडे, मग

माझ्या वेदना वाढत, माझी मुक्तीची भावनापण वाढे.

सतत मार खाणं इतकाच माझ्या कुटुंबाबरोबर माझा संबंध राहिला होता.

हळू हळू मी सर्वांना उलट उत्तरं देऊ लागले. पण जर घरातल्या सर्वांनी त्याकडे दुर्लक्ष केलं; तर मग माझी मलाच त्यासाठी शिक्षा करून घेणं प्राप्त होतं. नाही का?

टॉयलेटसारखी सुरक्षित जागा तरी मला दुसरीकडे मिळाली असती का? तिथे मी स्वत:ला जखमा करून घेई. आणि कधी कधी रडत पण बसे. माझी मलाच दया येई.

मला आता माझं हे एकटेपण फार सतावू लागलं होतं. खरं तर माझं दु:ख कमी करायला मला कोणीतरी जवळचं हवं होतं.

मला निराशा घेरून टाके. मला माझं जिणं कवडीमोलाचं वाटे.

या कुटुंबाचा एक घटक मी नव्हतेच मुळी. दुसरी कुठली जागाच मला राहिली नव्हती. मी पुरती जाळ्यात अडकली होते.

स्वत:च स्वत:ला जखमा करून ठिबकणारं रक्त बघणं हा जणू माझा निराशेवरचा उपाय होता. जणू त्यामुळेच मी मोकळेपणाने श्वास घेत होते.

हा सर्व प्रकार म्हणजे माझ्या मदतीला कोणीतरी यावे म्हणून माझी धडपड होती. पण कोण येणार होतं?

लहान असेपर्यंत मी खूप गोष्टी सहजपणे मान्य करून टाके. त्यातून ही मंडळी माझीच होती असंही मला वाटे. त्यांच्याबरोबर जुळवून घ्यावंच लागणार होतं.

माझ्यावर होणारा शिव्यांचा भडिमार, मारझोड या सगळ्याचा मला अगदी तिटकारा येई. आश्रमातल्या छोट्या छोट्या गोष्टी आठवत रहात. माझ्या भोवती प्रेमाने हात टाकणारे मला कोणीतरी हवं असे. त्या कष्टाच्या घरकामासाठी.... घरकामासाठी तरी दुसरे कोणी हवंसं वाटे.

तरी सुद्धा सकाळी मी उत्साहाने उठे. शाळेत जात असे. घरी परत येताना चांगलं पंजाबी बोलायचं, स्वयंपाकात वेगळं काही करून आईला खूष करायचं असे बेत माझ्या मनात येत. जेवताना चव घेतल्यावर आई खूष होऊन म्हणेल 'अरे व्वा! छान केलंस तू.' अशी स्वप्नं बघत मी घरी येई.

अर्थात असं कधीच घडलं नाही.

पण मी माझे प्रयत्नही सोडले नाहीत.

मला दुसरा पर्यायच नव्हता. घरात माझ्या बाजूला एकटी मिनाच असे.

माझा मार खाऊन झाला की रात्री मिना माझं अंग दुखतंय का त्याची चौकशी करे. पण मी कधीच होकार देत नसे.

खरं म्हणजे रडून मोकळं होणं सगळ्यात सोपं होतं.

कधी कधी उठताबसता माझी पाठ खूप दुखे, साधा हात हलवला तरी मरणांतिक कळ उठे. पण मी कधी कबुली देत नसे. मिना शेजारीच झोपल्यामुळे मला रडताही येत नसे. मग मी टॉयलेटमध्ये जाऊन रडे.

मी अकराची झाल्यावर माझं स्वत:ला शिक्षा करून घेणं सुरू झालं होतं. पुढच्या वर्ष दीड वर्षात मी सुमारे दहा-बारा वेळा स्वत:ला जखमा करून घेतल्या होत्या. पुरेसा मार मिळाला नाही की मला माझी माझी शिक्षा करून घेणं आवडे.

शाळेत जाताना साधा वाऱ्याच्या गार स्पर्शाने सुद्धा मला रडू येई. माझे डोळे पाण्याने भरत. मग मी डोळे ताणत असे, म्हणजे आणखी पाणी वाहू लागे आणि माझी भीती, निराशा कमी होई.

मिनाला यातलं काहीच कळत नसे.

मला वाटे, मिनाला आपणच जपलं पाहिजे. कशाला उगाच तिला सांगा.

पण मीच स्वत:ला जपू शकत नव्हते!

घरात प्रत्येकाला मदत करायची माझी इच्छा असे. जेवण बनवावं, आईची सगळी घाणेरडी कामं करावी. म्हणजे सगळे माझ्यावर खूष होतील असं परत परत माझ्या मनात येई!

पण माझ्या सर्व भावंडांपेक्षा मी वेगळी आहे ही भावना माझ्या मनातून काही जात नसे.

ते जेवत, तेच जेवण मला घ्यावं लागे. त्यांच्यासारखेच कपडे घालावे लागत. त्यांच्या सर्व अपेक्षा माझ्याकडून पुऱ्या व्हाव्यात अशी माझी सततची धडपड असे. कारण मला आईचं प्रेम हवं होतं. मी समोर आले की तिने मान वळवू नये, माझ्याकडे बघावं, अशी माझी सततची तळमळ असे.

पण किती केलं तरी ते अपुरंच पडे.

७

दिवसभराच्या कपड्यांतच मी रात्री गादीवर पडे. तोच एक वेळ काय तो माझ्या स्वत:साठी मिळे. दिवसाचा सर्व वेळ सगळेजण मला काही ना काही कामं सांगत. शिवाय कुठल्या वेळी काय होईल ही धास्ती असे.

मग गादीत पडल्या पडल्या मला एक एक स्वप्नं दिसू लागत. मला वाटे मी चेसवर आहे, किंवा बागेत आहे, नाहीतर घराजवळच्या टेकडीवर. सर्व मुलांनी माझ्याशी मैत्री जमवलेली दिसे. मनातलं सगळं आम्ही एकमेकांना सांगत असू.

खरं पाहिलं तर मी अजूनही एक लहान मुलगीच होते. मला सारखं खेळावंसं वाटे. पण आई सारखीच भोवती असे आणि मग कुठला खेळायला वेळ. आणि खेळणार तरी काय? मी आश्रमातून आणलेली बॅग परत काही मला दिसली नव्हती. नवे कपडे, खेळणी बॅगेतच होती. इथे फक्त सलीमची खेळणी.

शनिवार सकाळ मात्र थोडी वेगळी असे. हनीफ आणि आई शहरात खरेदीला जात. मग आम्हाला थोडी मोकळीक मिळे. आम्ही टी.व्ही.वर वेगवेगळे इंग्लिश चॅनेल्स लावत असू. कार्टून बघून खूप हसत असू.

मला तर मी घरातील लहान मुलगी वाटत असे. टी.व्ही. बघता बघता छान जेवणाची वाट बघणारी.

तारा मध्येच टी.व्ही. बंद करण्याची धमकी देई. नाहीतर आईला सांगायची धमकी देई. पण आम्ही दोघी तिकडे लक्षच देत नसू. कारण ती तरी कुठे फार मोठी होती, तिलाही टी.व्ही. बघायचाच असे. कधी कधी दुसरे कार्यक्रम बघत असू. त्यात दाखविलेले खेळ खेळत असू. तारालाही खेळायची गळ घालावी लागे. तारा थोडी मोठी होईपर्यंत अशा खेळात भाग घेई. नंतर ती खेळेनाशी झाली.

पण एकदा का आईची आणि हनीफची चाहूल लागली की मी धावत जाऊन टी.व्ही. बंद करत असे. स्वयंपाकघरात जाऊन काम करीत असल्याचं नाटक वठवित असे.

शनिवारची सकाळ मजेची तर रविवारची त्याच्या उलट. हनीफ मला बिछान्यातून

बाहेर काढे आणि तिच्याबरोबर मला कपडे धुवावे लागत.

''चल सॅम, ऊठ. आज कपडे धुवायचा वार आहे.'' ती मला गदगदा हलवून म्हणे. मला सगळ्यांचे कपडे गोळा करून खाली न्यावे लागत. तोपर्यंत ती टब भरून ठेवी. मग ती एकेक कपडा हाताने घासून माझ्याकडे देत असे आणि मला तो गार पाण्याच्या नळाखाली खळबळून साबण काढून टाकावा लागे. टबमधलं पाणी मात्र गरम असे. प्रत्येक कपडा हात दुखेपर्यंत पिळून काढावा लागे. तोपर्यंत माझी बोटं गारठून जात. पाठीला रग लागे. काही कपडे बॉयलरवर बांधलेल्या दोरीवर तर काही बाहेरच्या अंगणातल्या दोरीवर वाळत घालावे लागत.

असे कित्येक आठवडे गेले. मला अजूनही वाटत होतं की घरातलं कोणीतरी माझी दखल घेईल, मी किती चांगली आहे, कामसू आहे हे बघेल. त्यांनी मला स्वीकारावं एवढीच माझी अपेक्षा होती.

मी परकी आहे हे दाखवायलाचं जणू. माझ्या वाट्याला ताराचे जुने कपडे येत. मला माझ्या कपड्यांसाठी कपाटात वेगळा कप्पा नव्हता. कपाटाच्या तळाशी माझे कपडे कोंबलेले असत. दर वेळेस मॅचिंग सलवार काढायला मला सर्व कपडे बाहेर काढावे लागत आणि परत आत कोंबावे लागत. माझे बूट सुद्धा जुनेच आणि पायाला चावणारे.

आता तर मी कधी कधी स्वत:शीच बोलत राहू लागले. मला एक प्रेमळ मैत्रीण आहे असं मी ठरवे. जी मला जवळ घेई. माराने माझं अंग दुखत असल्यास माझा हळुवार मुका घेई.

थंडीतल्या एका संध्याकाळी मिना, सवेर आणि मी, आम्ही तिघे मशिदीतून घरी येत होतो. मंकी हिल्सच्या बाजूने जाताना आम्हा प्रत्येकाला काय हवं याबद्दल बोलू लागलो.

मला या घरात आल्यापासून चॉकलेट्स, मिठाई काहीच मिळालं नव्हतं.

''मला चॉकलेट्स खायला हवी आहेत. आत्ता लगेच.'' बोलता बोलताच मला एक आयडिया सुचली.

''आपण ख्रिसमस कॅरॉल्स गाऊन पैसे मिळवू या का? मग त्यातून चॉकलेट्स घेऊ.''

ते दोघं एखाद्या वेडीकडे बघावं तसं माझ्याकडे बघू लागले.

''ख्रिश्चन मुलं वर्षातल्या या दिवसांत घरोघर जाऊन ख्रिसमसची गाणी गातात. त्यांना कॅरॉल्स म्हणतात. मग लोक त्यांना पैसे देतात. आश्रमात आम्ही लहान मुलं असेच करायचो. पण आम्हाला मिळालेले पैसे मात्र गरिबांच्या मदतीला जात, बरं का!''

सवेरला माझी ही आयडिया अगदी भन्नाट वाटली. मिना थोडी घाबरली.

"पण आम्हाला ती गाणी येत नाहीत. मग?"

"मी गाणी गाईन, तुम्ही नुसते गुणगुणा." मी सुचविलं.

जिथं मोठी मोठी श्रीमंताची घरं होती, तिथे जाईपर्यंत आम्ही थोडा सराव केला. तिथे आशियाई लोक रहात नसत. म्हणजे आईलाही कळायला नको.

आम्ही बहुतेक भयंकरपणे गाणी म्हणत होतो. पण तरी प्रत्येकाला दहा दहा पेन्स मिळाले होते!

माझ्या पैशांनी मी खूप खाऊ घेतला. शिवाय फ्रूट सॅलड घेतलं. घराच्या वाटेवर आम्ही सर्व खाऊ संपविला.

घरी आमचे वाढदिवस न का होईनात, आम्हाला आमचा हा खाऊ फारच आवडला. शिवाय तो आमचा आम्ही मिळविला होता. आईला पण काऽऽही कळणार नव्हतं.

शाळेच्या नव्या वर्षात माझ्या शिक्षकांचं नाव मिस्टर रोव होतं. त्यांच्यावर ख्रिसमससाठी नाटक बसवायची जबाबदारी होती. त्यांनी खूप जोरदार तयारी चालवली होती. ते स्वत: पडदे रंगवत होते.

नोव्हाज् आर्क असं त्या नाटकाचं नाव होतं. नोव्हाच्या काफिल्यातल्या एक प्राण्याची भूमिका मला मिळली होती. आम्हाला सर्वांना एक गाणं गायचं होतं.

मी आईकडे नाटकाचं निमंत्रण दिलं. तिने ते न वाचताच ठेवून दिलं. नाहीतरी इंग्लिशमधलं ती कधी काही वाचत नसेच. मी तिला पत्र वाचून दाखवलं. पत्रावर पालकांची सही हवी होती. ती पण मीच केली.

शाळेत नाटक चालू झालं. आम्हाला स्टेजवर जाण्याची खूण झाली. पालकांना कोणी शोधत बसायचं नाही असं आम्हाला सांगितलं होतं. तरी सुद्धा त्या गच्च भरलेल्या हॉलमध्ये प्रत्येकाला आपापले आई-वडील दिसले आणि सर्व मुलांनी त्यांच्याकडे पाहून हात सुद्धा हलवले. माझ्या खेरीज.

घरातलं कोणीच आलं नव्हतं हे बघून मी खचून गेले. इतर मुलांसमोर मला तो माझा अपमान वाटला. शिवाय नाटकामुळे मला उशीर होणार होता. हे जर का आई विसरून गेली असली तर मार ठरलेलाच. माझ्या मनात भीती दाटून आली.

माझा दहावा वाढदिवस इतर दिवसांसारखाच होता. माझी सर्व कामं मलाच करावी लागली. कोणी वाढदिवसाचा विषयही काढला नाही.

त्या संध्याकाळी स्वयंपाकघराची फरशी पुसता पुसता मला एकदम आश्रमाची आठवण झाली.

वाढदिवसाच्या दिवशी त्या मुलाला आश्रमात काही काम सांगितलं जात नसे.

तो प्रत्येक मुलाचा खास दिवस असे. मग मज्जाच मज्जा.

मला त्या दिवशी रोजची रोटी आणि रस्सा तोंडात घालावासा वाटेना. भला थोरला केक आणि त्यावर मेणबत्या हव्या होत्या. मग मेणबत्या फुंकरताना मी मनातली इच्छा सांगितली असती.

तितक्यात मिना येऊन स्टुलावर बसली. ''आज माझा वाढदिवस आहे. मला कोणीतर हॅपी बर्थ डे म्हणावं असं वाटतंय.'' मी तिला सांगितलं.

मिना निराशपणे हसली. ''हॅपी बर्थ डे!'' ती म्हणाली. ''तुला माहीत आहे माझ्या वाढदिवशी मी काय करते?'' मिनाने विचारलं. मी चटकन हातातलं काम थांबवलं. मला माहीत होतं की मिनाचाही वाढदिवस असणार पण तो कधी असतो हे मला माहीत नव्हतं. तिनंही कधी उल्लेख केला नव्हता.

''नाही. काय?''

''झोपताना डोळे गच्च मिटायचे आणि मनातल्या मनात आपली इच्छा बोलायची. आपल्याजवळच ठेवायची. कोणाला सांगितली तर पुरी होत नाही ना.''

''तुला असंच करावं लागेल.'' थोडं थांबून ती म्हणाली.

माझ्या डोळ्यांसमोर मिना तिच्या वाढदिवशी पलंगावर बसून इच्छा व्यक्त करते आहे असं दृश्य आलं आणि मी मात्र शेजारी झोपून गेले आहे.

माझं मन भरून आलं.

आम्ही दोघींनी एकमेकींकडे बघितलं. शब्दावाचूनच एकमेकींच्या मनात काय चाललंय ते दोघींना समजलं.

मी घरी आल्यानंतर काही महिन्यानंतर क्लॉज बनवायचं काम बंद झालं. त्या ऐवजी आई आणि हनीफ दोघींनी घराबाहेर कामं धरली.

त्यांच्या घराबाहेर असण्याचे काही फायदे तर काही तोटे झाले. घरात आता शांतता नांदू लागली. पण कामावरून आल्याक्षणीच त्या धिंगाणा घालायच्या.

''लवकर जेवायला वाढा. जेवण तयार आहे की नाही? जेवण तयार असलं तर ठीक. आम्हाला भुकेने मरायची वेळ आलीय. दिवसभर नुसतं काम करत होतो आम्ही.''

त्यांचा आरडाओरडा चालायचा.

त्यांच्या तोंडातून कधीच 'थँक यू' किंवा 'प्लीज' असे शब्द बाहेर पडत नसत.

काही दिवसांतच त्यांचं कामाला जाणं बंद झालं. बहुतेक सोशल सर्व्हिसेसला समजलं असावं. त्यांच्याकडून येणारा गरीब कुटुंब भत्ता पण बंद झाला. आता सर्व घर एकट्या मांजच्या पैशावर चाले.

माझं स्वयंपाक करणं तसंच चालू राहिलं. या घरात माझ्याशिवाय इतरांचं आयुष्य एका वेगळ्या धर्तीचं होतं.

वर्षातून दोन वेळा ईद नावाचा मुस्लीम सण येई. त्या वेळेस सर्वांना नवे कपडे मिळत. मला आदल्या वर्षीचे ताराचे! त्या दिवशी मला नेहमीसारखा स्वयंपाक करावा लागेच, पण त्या ताराच्या जुन्या कपड्यांवर, माझ्या हातून काही डाग पडले तर मग मारच बसे.

मला विश्रांती मिळायची ती फक्त रमजानच्या महिन्यात. ज्या वेळेस सर्व मुसलमान सूर्योदयापासून ते सूर्यास्तापर्यंत उपवास करीत. त्या वेळेस स्वयंपाकास सुट्टी असे. आम्ही दिवसा पाणी सुद्धा घेऊ शकत नव्हतो. त्यामुळे आई सफरचंदं, केळी, संत्री अशी बरीच फळं घेऊन येई. आम्हा सर्वांनाच बरीच फळं खायला मिळत. त्या दिवसांत माझ्याकडून एखादं काम झालं नाही तरी आई माझ्यावर तोंड टाकत नसे. हे दिवस तिच्यासाठी सुद्धा काहीसे आरामाचे असत.

अर्थात अन्न-पाण्याशिवाय रहाणं सोपं नव्हतं. रमजान उन्हाळ्यात आला तर फारच कठीण. कारण सूर्य पहाटे तीन वाजताच उगवे आणि रात्री दहाला मावळे.

रमजानच्या दिवसांत एकदा शाळेत जाताना मला एक पेनीचं नाणं मिळालं. मी ताबडतोब मिठाईच्या दुकानात धावले आणि छान खाऊ घेऊन चघळू लागले. पण शाळेत गेल्यावर एक मुलगी म्हणाली, "तू उपास धरत नाहीस?"

मग मी चटकन तोंडातला तुकडा फेकून दिला.

* * *

आमच्या बरोबर खेळायला आता तारा काहीशी मोठी झाली होती. पण कधीतरी क्वचित आम्ही तिघी मजा करायचो. एक दिवस ताराच्या पायाला टेबलाचा खूर लागला आणि तिच्या पायाचा अंगठा दुखावला. मिनाला आणि मला जोरात हसू आलं. त्याबरोबर ती आम्हाला शिव्या देऊ लागली. पण तशी ती रागावलेली दिसत नव्हती. मग मिनाने पण तिला शिव्या दिल्या. तिचं बघून मी पण ताराला शिव्या देऊ लागले.

आम्ही तिघीजणी एकमेकींना घाणेरड्या घाणेरड्या शिव्या देऊ लागलो. अर्थात ही शिव्यांची स्पर्धा मीच जिंकले. घाणेरडे शब्द मलाच जास्त येतात हे त्या दोघींनी कबूल केलं. मी मात्र विशेष काही न करता आईच्या तोंडच्या नेहमीच्या शब्दांचा वापर केला होता!

आई घराबाहेर असली की तारा बऱ्या मूडमध्ये असे. एकदा तर टेबलावर बसून तिने माझ्या केसांच्या छान दोन वेण्या घालून दिल्या होत्या. केस कसे विंचरावे तेही मला शिकविलं होतं. आता माझे केस खांद्याच्या खाली येऊ लागले होते. पण मिनाचे आणि ताराचे माझ्यापेक्षा खूप लांब होते.

अशा वेळी मला वाटे की तारा आणि मी जवळ येत चाललोय. परंतु एकदा

का आई घरात शिरली की तारा माझ्यावर दादागिरी करू लागे.

सवेर सगळ्यात वेगळा होता. तो सतत घराबाहेरच असे. जेवाखायला आणि झोपायला तो घरी असे. पण कित्येकदा दोन दोन दिवस तो घराकडे फिरकतही नसे. आईसुद्धा त्याची चौकशी करत नसे.

एका रात्री कोणाच्या भानगडीत न पडता आम्ही दोघी आमच्या खोलीत बसलो होतो.

एवढ्यात खालून आईचा ओरडा ऐकू आला.

"आता काही गोंधळ घातलास तर बघ. कशाला पाहिजे तुला? काय करणार तू याचं?"

"काही नाही, शाळेसाठी हवं आहे." असं बोलता बोलता सवेर अर्धा जिना चढून वर आला होता.

तो हसतच आमच्या खोलीत आला. त्याच्या हातात पुठ्ठ्याचा एक रिकामा चौकोनी डबा होता.

"हे काय आहे?" मी विचारलं.

"तुला हा खेळ खेळायचाय का?" त्याने विचारलं.

मी माझ्या भावाकडे बघितलं. आतापर्यंत मला त्याचे दोनच खेळ माहीत होते. एक 'सायकल दुरुस्तीला मदत कर', दुसरा 'मला थोडं जेवण देशील का?' बस्स.

"कसला खेळ?" मी संशयाने विचारलं.

"याला सोंगट्यांचा खेळ म्हणतात. छान असतो हा खेळ. कुणाकडे पेन-पेन्सिल आहे का?"

"माझ्याकडे आहे." मी सांगितलं.

काहीतरी नवीन शिकायला मिळणार या विचाराने मला फारच आनंद झाला.

कपाटाच्या सगळ्यात खालच्या खणात मी माझ्या कपड्यांखाली पेन्सिल, रबर साठवून ठेवली होती. एक पेन्सिल काढून मी त्याला दिली.

सवेर त्या खोक्याचे तुकडे करत होता. ते काम जरा कठीणच होतं. पण शेवटी त्याने दोन छान चौकोनी तुकडे केले. एक मिनाला आणि एक मला दिला.

त्या मोठ्या तुकड्यातून एकसारखे बारा बारा तुकडे करायला त्याने आम्हाला दोघींना सांगितलं. मग ते तुकडे रंगवायचे होते.

एका पुठ्ठ्याचा पट्टीसारखा उपयोग करून त्याने दुसऱ्या पुठ्ठ्यावर चौकोन काढले. एकसारखे.

"हा तर बुद्धिबळाचा पट झाला." मी म्हटल्यावर सवेरने माझ्याकडे हसून बघितलं.

आमचे रंगवलेले लहान तुकडे आम्ही पटावर मांडले आणि काहीसा बुद्धिबळासारखा

खेळ आम्ही खेळू लागलो.

"कोणाला पहिल्यांदा खेळायचंय?" त्याने विचारलं.

"मला!" असं मी जोराने ओरडले.

त्यावर दोघांनी एकदमच मला चूप केलं.

"शूऽऽऽ! हळू बोल. आईला ऐकू जाता कामा नये."

"सॉरी." मी हळूच म्हटलं.

एकमेकांचे रंगीत चौकोन आम्ही सोंगट्यांसारखे वापरू लागलो.

पहिल्या फेरीत मी हरले.

"मिना, आता तुझी पाळी." मी म्हटलं.

"नको नको! मला काहीच कळलं नाही." ती म्हणाली.

"ठीक आहे. मीच परत खेळते." यावेळेस मी सवेर कसा खेळतो ते लक्षपूर्वक बघितलं.

तो सगळ्यात खालच्या चौकोनातले तुकडे, वरचे सर्व तुकडे मेल्याशिवाय हलवतच नव्हता.

मी तसंच केलं.

एवढ्यात जिन्यात पावलं वाजली. पण त्या दिवशी का कोणजाणे मांजने आमच्या खोलीत डोकावून आम्हाला झोपायचा हुकूम सोडला नाही.

पण सवेरने खेळ बंद करायचं ठरविलं.

"तू छान खेळतेस. मी उद्या परत येईन खेळायला."

दुसऱ्या रात्री मी त्याला जवळ जवळ हरवलं. तिसऱ्या रात्री मात्र मी जिंकले.

"माझा विश्वासच बसत नाही." काहीशा नाराजीने तो म्हणाला.

"बघ, तुझ्याच खेळात मी तुला हरवलं." मी म्हटलं.

त्या रात्री अचानक मी झोपेतून जागी झाले. दाराबाहेर कसले तरी आवाज येत होते. मी अंदाज घेऊ लागले. पण जिन्यातून खालीवर चालण्याचे आवाज येत होते. मी खांदा हलवून मिनाला उठवले.

"काय ग?" ती झोपेतच म्हणाली.

"काहीतरी चाललंय. दाराबाहेर कोणीतरी आहे."

मला वाटलं निदान बोगीमॅनची भीती वाटून ती उठेल. पण कूस बदलून ती परत झोपली.

मी जरा वेळ पडून राहिले. पण मला झोप लागेना.

पलंगावरून उतरून मी दार किलकिलं केलं. खालून आईचा आवाज येत होता.

"ॲम्ब्युलन्स आली आहे."

हनीफ दाराबाहेर आली. तिचा उजवा हात तिच्या पोटावर होता. ती अगदी हळू हळू चालत होती.

"तू बरी आहेस ना?" मी दारातून विचारलं.

ती 'हो तर' म्हणाली, पण तिच्या तोंडून शब्दच बाहेर पडत नव्हता.

"मी हॉस्पिटलमध्ये जातेय. मला बाळ होणार आहे." ती कसंबसं म्हणाली.

"खरं खरं बाळ?" मी विचारलं.

"सॅम, आत जाऊन झोप." मांजने सांगितलं.

ते दोघे जिना उतरेपर्यंत मी बघत राहिले. मग हळू हळू जिन्यापाशी येऊन डोकावू लागले.

हिरव्या रंगाचा गणवेश घातलेला एक जण खाली उभा होता. त्याने हनीफचा हात धरला आणि तिला ॲम्ब्युलन्सपर्यंत जाण्यास मदत करू लागला.

जशी ॲम्ब्युलन्स निघाली तसं दारापाशी जाऊन आईने त्यांना गुडबाय केलं.

मी अर्ध्या जिन्यापर्यंत आले होते. ती चटकन पाय न वाजविता जिना चढले. नाहीपेक्षा आईने मला चहा करायला सांगितलं असतं. डोकं-पाय चेपून घेतलं असतं. नाहीतर आणखी काही....

मी गादीवर पडले असेन इतक्यात आमचं दार थोडंसं उघडलं. सवेर हळूच आत आला.

"तू जागी आहेस सिद्?" काहीवेळा तो मला टी.व्ही. सिरीअल मधल्या मुलाचं नाव घेऊन हाक मारे. कारण त्या मुलासारखंच माझंही नाक सतत गळत असे!

ते टोपणनाव मला फार आवडे. कोणीतरी प्रेमाने ठेवल्यासारखं. जेव्हा जेव्हा सवेर मला 'सिद्' अशी हाक मारे, तेव्हा तेव्हा मी त्याच्याकडे हसून बघे.

"हो." मी हळूच उत्तर दिलं.

तो माझ्या गादीवर येऊन बसला.

"काय चाललंय खाली?" त्याने विचारलं.

"हनीफला बाळ होणारे. ती हॉस्पिटलमध्ये गेलीये." मी उत्तर दिलं.

"ओऽऽऽ" एखादं कोडं उलगडल्यागत तो म्हणाला.

"आता कळलं..." तो पुढे म्हणाला "ती जाड होत चालली होती. पण मला वाटलं की ती नुसती झोपून आणि काम तुझ्या अंगावर टाकून असते म्हणून!"

जाड होण्याचा आणि बाळ होण्याचा काय संबंध, मला कळेना. पण मी सवेरला शंका विचारली नाही. उगीच त्याच्या समोर आपलं अज्ञान उघडं पडायला नको!

मिनाने पांघरुणाखाली हालचाल केली.

''ती बाळ आणायला गेली आहे?'' तिने विचारलं.

''तिने तसं मला सांगितलं. पाजी तिच्या बरोबर गेलाय.'' मी तिला सांगितलं.

''असं आहे तर सगळं! मी कसा तो परत जाऊन झोपतो.'' सवेर निघून गेला.

ते दोघं झोपले. मी जागीच.

तिला एवढ्या रात्रीच कशाला जायला हवं होतं? जाड होण्याचा आणि बाळाचा काय संबंध?

माझ्या मनात विचारांची गर्दी झाली.

खालून आईच्या हाका सुरू झाल्या तेव्हा मी जागी झाले. रविवार असल्यामुळे सगळे निवांत झोपले होते.

''समीम, समीम, ताबडतोब खाली ये.'' आई ओरडत होती.

मी पांघरूण आणखीच गुरफटून घेतलं. आई कसली जिना चढायला बसलीय?

पण खोलीचं दार उघडून सलीमच आत आला आणि मला ढोसू लागला. तो पुढे काय करतोय हे बघण्यासाठी मी झोपूनच राहिले. तो त्याने खाली वाकून माझा बूटच हातात घेतला.

''हे काय करतोयस?'' मी उठून म्हटलं.

''आईनं तुला उठवायला सांगितलंय तिला मदत करायला आणि नाही उठली तर तुला मारायला.''

पण सलीम हसत होता.

मला खात्री होती तो मला मारणार नाही.

''बरं बरं. मी उठतेच आहे.'' मी चटकन उठून खाली गेले.

आई स्वयंपाकघरात होती. तिला काय हवंय ते बघायला मी तिथं गेले.

''आळशी कुठली. काम टाकून दिवसभर लोळतेस.'' माझ्याकडे न बघताच ती म्हणाली. नाहीतरी ती कधी माझ्याकडे बघतच नसे.

''जा. एक मोठं पातेलं आण. त्यात चार लोण्याची पाकिटं वितळवायला ठेव. मग खलबत्ता आणून ह्या वस्तू कुटायला घे.'' तिने हुकूम सोडला.

कुटायच्या वस्तू तर भयंकरच होत्या. कडक पांढरे खडे. ते कुटताना माझा हात दुखू लागला. पण मला माहीत होतं, ती मला थांबू देणार नाही. मी आपली कुटतच बसले. शेवटी आईने ती पावडर पातेल्यात टाकली. परत थोडे खडे कुटण्यासाठी माझ्या वाट्याला आले. आम्ही दोघी न बोलता काम करत होतो. काही विचारणं म्हणजे पापच होतं.

शेवटी कुटायला काही उरलंच नाही. त्यामुळे आई म्हणाली, ''जा, हात धुऊन नाश्ता कर. मग परत हे काम संपवायला माझ्या मदतीला ये.''

मी बाहेर टॉयलेटला गेले. आत येऊन चेहरा धुतला आणि मग एक टोस्ट खाल्ला.

"आई, आपण हे काय करतोय?" मी धीर करून विचारलं.

"हे हनीफसाठी आहे. बाळ झाल्यावर शक्ती परत यावी म्हणून." आईने सांगितलं.

सर्व काम मीच रेटत असताना हनीफला याची काय गरज होती मला कळेना.

मी मिनाला उठवायला वर गेले.

किती वेळ झाला पण मांज कुठे दिसलाच नाही.

बऱ्याच वेळाने तो घरी आला. हनीफला मुलगा झाल्याचं त्यानं सांगितलं. त्याचं नाव फरजाद ठेवल्याचं सांगितलं. त्याने बरोबर एक घडीचा पलंग आणला होता.

"सॅम, वर चल. मला हा पलंग लावायला मदत कर." त्याने सांगितलं.

मांज आणि हनीफच्या खोलीत मी कधीच गेले नव्हते. आमच्या खोलीपेक्षा ही खोली स्वच्छ आणि सजवलेली होती. भिंतीवर छान फिक्या रंगाचा वॉल पेपर होता. त्यांचा स्वतंत्र टी.व्ही. आणि व्ही.सा.आर.सुद्धा.

पण बहुतेक खोली डबलबेडनेच व्यापली होती. एका बाजूला मांजने आणलेल्या पलंगासाठी जागा होती.

मांजच्या सूचनेप्रमाणे मी काम करू लागले.

आम्ही दोघं काम करताना एकही शब्द बोललो नाही. मला तर त्याची भीतीच वाटत होती. कधी त्याचा मूड जाईल सांगता येत नसे. त्यामुळे पलंग बसल्यावर मी लगेच आमच्या खोलीत मिनाजवळ गेले.

फरजादला ब्लँकेटात गुंडाळून हनीफ काही दिवसांनी घरी आली. तेव्हा सवेर तिला जाडी म्हटल्याचं मला आठवलं. पण ती बारीकच झालेली दिसली.

आईला हनीफने तिच्याजवळ बसावं असं वाटत होतं पण ती सरळ जिन्याकडे चालू लागली.

"मी फार दमले आहे. मला जरा पडायचं आहे." ती जाता जाता म्हणाली.

"हो हो. तू खरंच वर जाऊन पड. सॅम तुला काहीतरी खायला घेऊन येईल." आईने तिला सांगितलं.

आता शाळेतून आल्या आल्याच मला स्वयंपाकघरात जाऊन या राजकन्येसाठी काम करावं लागणार होतं तर.

मिना आधीच आत जाऊन खात बसली होती.

"मिना, मी फार दमली आहे ग. तुला मला मदत करावी लागेल. मला

गृहपाठही करायचा आहे.'' मी मिनाला सांगितलं.

"काय काम करू मी?'' तिने विचारलं.

"मी हनीफला खायला देऊन येते. तेवढ्या वेळात तू बशा साफ करशील का?'' मी विचारलं आणि बशीत भात, रस्सा वाढला. ट्रेमध्ये बशी ठेवून वर आले.

खोलीत गेल्या गेल्या माझ्यापुढे आश्चर्यच उभं होतं. प्रत्यक्ष आई जिना चढून वर आली होती आणि हनीफजवळ बसली होती.

कधीही जिना न चढणारी आई आज वर?

मी एकदम घाबरले. आमच्या खोलीत सगळीकडे पुस्तकांचा पसारा होता. आई तिकडे गेली असती तर तिने सगळी पुस्तकं फेकून दिली असती. तिला इंग्लिश भाषेतलं काहीच सहन होत नसे. शिवाय मला तिने बडवून काढलंच असतं.

"अरे, मी मीठ-मीरपूड आणायला विसरले.'' असं म्हणून मी क्षणात खोलीबाहेर आले, आमच्या खोलीत गेले. सर्व पुस्तके पलंगाखाली सारून दिली आणि मगच खाली गेले.

मिना बशा धुवत होती.

"अग मिना, तू तर सर्व पुस्तकं उघडी टाकली आहेस.'' मी म्हटलं.

"मग काय झालं? आई तर जिनासुद्धा चढत नाही.'' असं म्हणेपर्यंत तिची ट्यूब पेटली. तिच्या चेहऱ्यावर भीती पसरली.

"असू दे. असू दे. मी सर्व पुस्तकं पलंगाखाली लपवली आहेत.'' मी तिला धीर दिला.

"अग सॅम, मेलीस का तू? कोणी तुझा खातमा केला की काय? आम्ही मिठासाठी थांबलो आहोत.'' आई वरून ओरडली.

मी मीठ घेऊन चालू लागले.

"थोडक्यात वाचलो ना?'' मी जाता जाता म्हटलं.

मिठासाठी थांबावं लागलं म्हणून हनीफ रागावल्यासारखी वाटली. तिने माझ्या हातून मीठ हिसकावून घेतलं.

'हं. अशक्तपणा लवकर गेला म्हणायचा!' मी मनात म्हटलं.

"सॉरी. मला मिठाची बाटलीच सापडत नव्हती.'' मी निष्पापपणाचा आव आणून म्हणाले.

आई माझ्याकडे पाठ फिरवून बसली होती. मी तिला हाताने वेडावून दाखविलं. कोणी बघत नसेल तर मी असेच तिला वेडावे. असं करताना मला आसुरी आनंद होत असे.

एकदा दुपारी हनीफ खरेदी करून आली. आई स्वयंपाकघरात होती. मला बाळाला झोपवायला वर पाठविण्यात आलं होतं. हनीफला वाटे मी माझं काम करून बाळाला सांभाळावं.

वर जाताना माझा धक्का जिन्याच्या खाली लटकवलेल्या हनीफच्या कोटाला लागला. मला खिशात नाणी वाजल्यासारखा आवाज झाला असं वाटलं.

कालच शाळेत मी काही मुलांना कुरकुरे खाताना बघितलं होतं. मला तेव्हाच ते खावेसे वाटले होते.

मी पटकन खिशात हात घातला आणि जे काही हातात आलं ते घेऊन वर पळाले.

फरजादला गादीवर ठेवून मी त्याला गोष्ट सांगू लागले.

"खूप पूर्वी जंगलात तीन अस्वलं रहायची. आई अस्वल, बाबा अस्वल आणि बाळ अस्वल..." मला याच्यापुढे फारसं जावं लागत नसे. तो लगेच झोपी जाई!

मी मूठ उघडून पाहिलं. दहा पेन्सची तीन नाणी, पाचची दोन आणि एक पन्नासचं.

मी ठरविले पन्नास पेन्सची मला गरज नव्हती. पन्नास पेन्स म्हणजे जरा जास्तच पैसे होते. हनीफला संशय आला असता. म्हणून खाली येताना पन्नासचं नाणं परत खिशात टाकलं.

दुसऱ्या दिवशी शाळेत जाताना मी खाली वाकून बुटाची नाडी बांधण्यासाठी रस्त्यात खाली वाकायचं नाटक केलं.

उठताना मी मिनाला म्हटलं, "हे बघ मला काय मिळालं!" दहा पेन्सचं नाणं मी मिनाला दाखविलं.

"काय माहीत कुणाचं पडलं. चल, चल लवकर. आजूबाजूला कोणी शोधत असेल एखादे वेळेस." मिना म्हणाली. मी मिनाला चांगलंच मूर्ख बनविलं होतं.

"काय घेऊ या आपण? ते बघ तिकडे दुकान आहे." मी म्हटलं. पैसे सापडण्याची जागा मी बरोबर हेरली होती!

दुकानात सगळे पदार्थ समोरच मांडून ठेवले होते. जेली, चॉकलेट, फ्रूट सॅलड... माझं लक्ष सरबत जेलीकडे गेलं. सरबत जेलीत जेष्ठमधाचा तुकडा बुडवून चोखणं जणू मी विसरूनच गेले होते. सरबत जिभेला लागलं की काय मजेदार चव तोंडात पसरे!

"मला सरबत डीप द्याल कां?" मी विचारलं.

"मिना, तुला काय हवं?"

"मला कळत नाही. तू घेशील ते मला चालेल." मिना म्हणाली.

दुकानदाराने सरबताचे दोन ग्लास दिले आणि सहा पेन्स मागितले.

मी परत दुकानातल्या वस्तूंकडे नजर टाकली.

"मला त्या बरणीतल्या आठ लिमलेट देता का?" मी विचारलं.

छोट्याशा कागदाच्या पिशवीत दुकानदाराने गोळ्या घातल्या.

मिना माझ्याकडे एखाद्या बहिरी ससाण्यासारखी रोखून बघत होती.

मी पटकन दहा पेन्स देऊन टाकले. जणू उशीर केला तर नाणं स्वत:चं गुपित सांगून टाकणार होतं!

दुकानाबाहेर आल्या आल्या मी सरबत जेलीचं झाकण अलगद दूर केलं. जेष्ठमधाची कांडी बुडवून तोंडात धरली. तोंडात चुरचुर झाल्यावर मी माझे डोळे घट्ट मिटून घेतले.

मिनाने माझी नक्कल केली. तिच तोंड वेडंवाकडं झालं.

"हे काय आहे?" चालताना मध्येच थांबून तिने विचारलं.

"हे सरबत आहे. माझ्या आवडीचं. तुला आवडलं?"

"मी असं काही कधी खाल्लंच नव्हतं."

"आता मिळालं ना? मी माझं उरलेलं सुट्टीसाठी ठेवते. असं म्हणून ग्लासवरचं झाकण परत घट्ट बसवलं आणि ग्लास खिशात ठेवला.

सुट्टीत आम्ही दोघी मैदानावर गेलो. जेष्ठमधाची कांडी बुडवून चाटत बसलो.

"मला फारच मज्जा आली." असं म्हणून मी थोड्या लिमलेट मिनाला दिल्या.

पुढचे काही आठवडे मी हनीफच्या कोटाच्या खिशात हात घालत राहिले आणि मला रस्त्यात वारंवार पैसे सापडू लागले. आम्हाला गोळ्या, कुरकुरे, केक्स सगळं मिळू लागलं. काही वेळेस तर आम्ही पलंगावर पडून वाचताना सुद्धा काही बाही खाऊ खात असू!

पण हे फार काळ चाललं नाही. एके दिवशी दुपारी मी शाळेतून आले तर हनीफ आईशेजारी बसली होती. आईने दोन्ही हातानं डोकं गच्च दाबून धरलं होतं.

"सॅम, इकडे ये पाहू." पायातला बूट हातात घेत आई म्हणाली.

माझ्यापुढे काय वाढून ठेवलं आहे हे मला स्पष्ट दिसलं. मी मिनाशेजारीच थांबून राहिले.

"मी म्हणाले इकडे ये." आई ओरडली.

मी हळू हळू आईकडे सरकू लागले. माझा हात पकडता येईल असं दिसल्यावर आईने मला माझा हात धरून स्वत:कडे खेचलं. हात पकडून ती माझ्या डोक्यावर बुटाने फटके मारू लागली. माझे केस गच्च धरून तिने मला जमिनीवर ढकलून दिले. मी जोराने आपटले आणि माझं मनगट पिरगळल्याची जाणीव झाली.

"तू हनीफच्या खिशातून पैसे चोरलेस का?" ती ओरडली.

"नाही, ते मला सापडले." असं मी म्हणताच तिने माझ्या गालावर जोरदार

थप्पड लगावली. माझ्या तोंडात रक्ताची चव आली. तिनं परत केस ओढले.

मी डोळ्यांच्या कोपऱ्यातून बघितलं, मिना जिन्याकडे जात होती. यातून बाहेर पडणं शक्यच नव्हतं. आई मला बुटाने बडवितच होती.

"हो. मी पैसे घेतले. मी परत असं करणार नाही." मी रडत रडत कबुली दिली.

आईने माझ्या दंडाला जोरदार चिमटा काढला. मी जोरात ओरडले आणि जमिनीवर बसून रडू लागले. पुढे काय होणार याची वाट बघत.

"चालती हो माझ्या समोरून." आई किंचाळली.

दुसऱ्यांदा सांगायची वाट न बघता मी जिना चढून वर गेले.

अंथरुणावर पडून मी रडत राहिले. मी रडायची थांबले, की मला झोप लागून गेली, काहीच कळलं नाही.

रात्री कधीतरी मी जागी झाले. माझं सगळं अंग, मनगट, डोकं खूप दुखत होतं. खिडकीतून येणाऱ्या अंधूक प्रकाशाच्या ठिपक्याकडे बघून मी परत रडू लागले.

"देवा! हे सगळं एकदा संपू दे." मी प्रार्थना केली.

दुसऱ्या दिवशी सकाळी मी बूट घातले. कोट घेतला. माझं मनगट सुजून दुखत होतं. हात जरा जरी हलला तरी दुखत होता. डोकं ठणकत होतं. केस तर विंचरताच येईनात. शेवटी मी ते कसेतरी मागे बांधले.

"शाळेत जायला तयार?" मिनाने विचारलं. कालपासून ती माझ्याशी एक अक्षरही बोलली नव्हती.

शेवटी अर्ध्या रस्त्यात तिने विचारलं, "तू बरी आहेस ना?"

"मला हे लोक मारून का टाकत नाहीत? एक सुरी घेऊन मला त्यांनी मारून टाकावं, सगळं एकदाचं संपवावं."

मी परत रडू लागले.

"माझ्या डोक्यावर तिने जोरानं मारलं ना तर मी एकदाची मरून तरी जाईन." माझ्या जगण्याचा मला वीट आला होता. मार खायचा आणि अपमान सहन करायचा. अगदी खूप वीट आला होता. कधी कारण नसलं तरी ते मारतातच.

माझ्या प्राथमिक शाळेचं ते शेवटलं वर्ष होतं. माझ्या टीचरचं नाव होतं मिस्टर हेस्टींग्ज. ते फारच कडक होते. तास चालू असताना कोणी बोललं तर ते फार रागावत.

एकदा मी लिसा आणि ॲन्डीबरोबर हळू हळू बोलताना त्यांनी बघितलं.

"चला, निघा तुम्ही तिघी. ही माझी चिठ्ठी घेऊन मुख्याध्यापकांकडे जा. त्यांना

बरोबर माहीत आहे तुमच्याशी कसं वागायचं ते.''

आम्ही तिघी ऑफिसच्या बाहेर उभ्या राहिलो. आम्हाला तिघींना पट्टा या नावाची भीती वाटत होती. ज्यांना पट्टा मिळे ती मुले ऑफिसच्या बाहेर ओक्साबोक्शी रडत. काही शूर मुलं कमी रडत.

हा पट्टा म्हणजे काय भानगड होती कोण जाणे. आम्ही तिघी आत जायच्या आधीच रडू लागलो.

शेवटी आम्हाला आत बोलवलं.

''याऽऽ. मला तुमच्या टीचरकडून चिठ्ठी आली आहे. काय म्हणायचंय तुम्हाला या बाबतीत?''

कोणीच बोलेना.

शेवटी मी म्हटलं, ''सॉरी सर.''

त्यांनी माझ्याकडे नजर टाकली आणि ते टेबलाचा खण उघडू लागले. खणातून त्यांनी चामड्याचा पातळ पट्टा काढला. अशाच प्रकारचा रूळ आमच्या गणिताच्या सरांकडे असे.

या सरांनी आम्हाला डावा हात पुढे करायला सांगितलं.

मी लगेच पुढे केला. या पट्ट्याने माझं फारसं काही बिघडणार नव्हतं. या पेक्षा जास्त मार मला नेहमीच मिळत होता आणि खरंच जेव्हा तो पट्टा माझ्या हातावर बसला तेव्हा मला फारसं काहीच झालं नाही. फक्त थोड्या झिणझिण्या आल्या.

आईने माझ्या गालावर जो काही फटका मारला होता त्यापुढे हा मार अगदीच किरकोळ होता.

सर माझ्यापासून दूर गेले. खरंच, एवढं का या पट्ट्याचं स्तोम माजवलंय या पोरांनी. मी विचार करत होते.

तेवढ्यात मला पट्ट्याचा सणकन आवाज आला आणि लिसा रडू लागली. मॅन्डी तर हातच पुढे करेना.

''डावा हात पुढे कर.'' हुकूम आला.

मॅन्डीचा हात थरथरत होता.

मला म्हणावंसं वाटलं, का तिला मारताय. आधीच ती किती घाबरली आहे.

पण त्यांचा हात वर गेला आणि आणखी एक सणकन आवाज. मॅन्डीने दु:खाने किंकाळी फोडली.

''जा तुम्ही वर्गात. परत इथे दिसता कामा नये.'' सरांनी तंबी भरली.

''हो सर.'' मी म्हणाले.

खेळाच्या सुट्टीत सर्व मुलं आमच्याभोवती जमली. पट्ट्याविषयी विचारू लागली. लिसा आणि मॅन्डी आपले सुजलेले हात दाखवू लागल्या.

लिसा म्हणाली, ''सॅमला काही दुखलं नाही. ती रडलीच नाही.''

सगळीकडे एकदम शांतता. सर्व मुलं माझ्याकडे बघू लागली.

एरवी सगळे माझ्याकडे बघत ते मला चिडविण्यासाठी. पण आजचं बघणं थोडं वेगळं होतं. सगळे माझ्याकडे दराऱ्याने बघू लागले. कितीही शूर आणि मोठा मुलगा पट्ट्याच्या माराने रडलाच होता.

वर्ष संपेपर्यंत माझ्या तोतरेपणाला आणि माझ्या जुन्या कपड्यांना कोणीच हसलं नाही.

मी आता जवळ जवळ अकरा वर्षांची झाली होते. मोठ्या शाळेत जाऊ लागले होते. उन्हाळ्याची सुट्टी संपायच्या आधी आई मला जुन्या बाजारात घेऊन गेली. माझ्यासाठी गणवेष आणला.

त्या जुन्या बाजारातले कपडे बघून मी वैतागले. त्या कपड्यांना जुना घाणेरडा वास होता. त्या दुकानाच्या बाजूलाच छान वासाचे साबण आणि अत्तरं होती. त्यातलंच एखादं मला मिळालं असतं तर?

ही शाळा घरापासून लांब होती. त्यामुळे आम्हाला आठ वाजताच बाहेर पडावं लागे. घरापासून जास्त वेळ बाहेर रहाण्याचा आनंद मला झाला.

पण पट्ट्याच्या मारामुळे वर्गातील सर्वांचा आदर मी मिळविला होता. तसं इथे नव्हतं. परत एकदा मी सर्व वर्गाचा हसण्याचा विषय झाले. कोणीही यावं आणि मला चिडवावं.

मी या सर्व प्रकाराला तोंड कसं द्यायचं ते शिकले होते. कारण माझ्या मदतीला कोण येणार होतं? मिना तर घरीदारी आपण या गावचेच नाही असे वागे.

मी मला चिडवणाऱ्या मुलांबरोबर सहमत होत असे.

मी म्हणे, ''हो. आहेत माझे कपडे घाणेरडे. आहेत ना?''

मग ती मुलं कंटाळून निघून जात.

वर्गात मी हुषार होते. गणित, सायन्स, भूगोल सगळ्यात मला चांगले गुण असत. माझ्या हातात पडेल ते पुस्तक मी वाचून काढे.

जेवायच्या सुट्टीत मी लायब्ररीत जाई. आता मला साहसकथा आवडू लागल्या होत्या. ट्रेझर आयलंड सारखी पुस्तकं मी भराभर वाचून काढे.

'माय नॉटी लिटल सिस्टर' हे पुस्तक माझ्या सगळ्यात आवडीचं. कारण गोष्ट सांगणाऱ्या मुलीला तिची आई प्रेमाने कुरवाळत असे. त्या मुलीच्या जागी मी आहे असं मला वाटे.

पुस्तक वाचून झाल्याचा आनंद इतका मोठा होता की सगळ्या आया पुस्तकातल्या

सारख्याच असल्या पाहिजेत असं मला वाटेनासं झालं होतं.

शाळेच्या कुठल्याच कार्यक्रमाला आई येत नसे. शाळेलाही त्याबद्दल कधी आश्चर्य वाटलं नाही. शारीरिक शिक्षणाच्या तासाला मी नेहमीच माझ्या अक्षरातील आईची चिठ्ठी देई. आईची सही पण मीच करे. माझ्या पायांच्या ठेवणीमुळे आईने मला खेळायची बंदी केली होती. शिवाय खेळायच्या कपड्यात माझे वेडेवाकडे पाय मुलांच्या नजरेस पडले असते ते वेगळंच.

तारा आणि मिना नंतर मी या शाळेत आल्यामुळे मला कोणीही काही प्रश्न विचारत नसत. कोणालाच माझी फिकीर नसे.

हळू हळू मी माझ्यातला आत्मविश्वास गमावत होते. मैदानापासून लांब, वर्गापासून लांब अशी मी टीचर्ससाठी कधीच त्रासदायक नव्हते. खरं म्हणजे माझ्याकडे कोणाचं लक्षच जात नसे. या शाळेतील माझी वर्षं माझी कोणीही दखल न घेणारी, माझ्याबद्दल काहीच भावना नसलेली अशी गेली....

८

माझ्या दृष्टीने ती दुपार नेहमीच्या दुपारसारखीच होती. संध्याकाळच्या जेवणात माझ्या हातून एक रोटी करपली होती आणि ती नेमकी मी आईला वाढली.

आईने माझ्या डोक्यात सणसणीत टप्पल मारली. पाठीत दणके घातले.

"तुला काय वाटतं, मी असली रोटी खावी?" ती ओरडली.

मी तिला दुसरी न करपलेली रोटी वाढली आणि परत आत जाऊन ती करपलेली रोटी खाऊन टाकली.

परत असं घडू नये म्हणून मी स्वत:लाच शिक्षा करून घेतली.

त्या रात्री डोकेदुखी आणि पाठदुखीने मला झोपच येईना. मला खूप दमून गेल्यासारखं वाटत होतं. अंगातील शक्तीच नाहिशी झाल्यागत मी पडून राहिले.

खरं तर दोनच दिवसांनी मला अकरा पुरी होणार होती. वाढदिवसाच्या रात्री डोळे गच्च बंद करून देवाजवळ काय मागावं याचा मी विचार करू लागले. पण ही इच्छा कोणालाच कळता कामा नये. नाहीतर पुरी झाली नसती.

दुसऱ्या दिवशी रविवार असल्यामुळे मी उशिरा उठले. थकवा आणि पाठदुखी तशीच होती. जरा हालचाल केली की माराने कडक झालेली पाठ दुखे.

आश्चर्य म्हणजे मिना त्या दिवशी माझ्या आधीच उठली होती. ती म्हणाली, "तुला बरं वाटत नाही का?"

"माझी पाठ फार दुखतेय." मी उत्तर दिलं.

तारा त्या रात्री आमच्याच खोलीत झोपली होती. नेहमीप्रमाणे सलीमने शू करून तिची गादी ओली करून ठेवली होती. ती पण पलंगावर उठून बसली होती. तिनेच एखाद्या मालकाने गुलामाला जागं करावं तसं मला उठवलं होतं.

मी कशीतरी उठून बसले आणि पलंगावरून पाय खाली सोडले.

"तू बरी दिसत नाहीस आज." मिना म्हणाली.

मी खांदे उडवून तिच्याकडे पाठ फिरवली आणि गादी आवरू लागले.

ब्लँकेट उचलल्याबरोबर गादीवर पडलेला एक मोठ्ठा लाल डाग मला दिसला.

तेवढ्यात मिनाही ओरडली, ''अग तुझ्या पाठीकडून रक्त येतंय.''

भीतीने मी थंडगार पडले. एवढं रक्त आलं तरी कुठून?

ताराने माझा ड्रेस वर करून बघितलं.

''शीऽऽ'' ती उद्‌गारली.

''हे काय आहे तरी काय?'' मी घाबरून विचारलं.

त्या दोघींना माझ्या कपड्यांखालचे दिसत होते, ते मला दिसतच नव्हते.

''तू चांगलीच संकटात सापडल्येस. तुझा पिरीअड सुरू झालाय. मी लगेच जाऊन आईला आणि हनीफला सांगते.'' नेहमीच्या दुष्टपणाने तारा म्हणाली.

''नको, प्लीज सांगू नकोस...'' इतकं बोलेपर्यंत ती खाली पोहोचली सुद्धा होती.

''तुला खूप दुखतंय का?'' मिनाने विचारलं.

''नाही. खूप नाही. पण मिना तुला मदत करावी लागेल मला. पाणी आणून मी गादी साफ करेन. पण कपडे तर बदलायला हवेत मला.''

इतक्यात तारा वाऱ्यासारखी खोलीत घुसली. माझं दुःख पाहून तिच्या तोंडावर आनंद पसरला होता.

''हनीफने तुला खाली बोलावलं आहे.'' ती म्हणाली.

''माझं बरं आहे. मी आधी गादी स्वच्छ करून कपडे बदलते.''

''तिने तुला ताबडतोब बोलावलंय!'' असं म्हणत ताराने भुवया उंचावत माझ्याकडे बघितलं.

जणू ती म्हणत होती, 'खाली जाऊन सांगू का की तू खाली जायला तयार नाहीस?'

''माझे कपडे खूपच खराब झालेत का?'' मी मिनाला विचारलं.

''हो.'' मिनाने इतकंच उत्तर दिलं.

''तुला कपडे बदलण्याची गरज नाही. आधी खाली निघ.'' तारा ओरडली.

रक्ताने भरलेले ते कपडे घेऊन खाली जाणं म्हणजे भयंकरच होते. खाली जाताना रक्ताचा वास माझ्या नाकात शिरला. मला अगदी शिसारी आली. माझं काय चुकलंय मला काही केल्या कळेना.

हनीफ आणि आई सेटीवर बसल्या होत्या. त्यांच्याकडे बघताना मला भयंकर लाज वाटली. मी जमिनीकडे नजर वळवली.

''पाठीमागे वळ.'' आई ओरडली. मी वळले.

''इकडे ये...'' मी आईजवळ गेले.

तिने माझे सलवार खाली ओढली.

मी भीतीने थिजून गेले. रक्त का येतंय वगैरे प्रश्न विचारले तर मारच मिळाला

असता.

"अग कुत्रेऽऽ किती लवकर तुझा पिरीअड चालू झालाय?" तिने शिव्यांचा भडिमार चालू केला.

पंजाबीत त्याला 'गंदा कपडा' म्हणत.

म्हणजे घाणेरड्या कपड्याची वेळ.

माझ्या लक्षात फक्त 'घाणेरडा' शब्द राहिला.

"जा, स्वच्छ होऊन ये. मग तुला सांगते काय करायचं ते." हनीफने सांगितलं.

तिचा आवाज प्रेमळ वगैरे काही नव्हताच. पण मलाच स्वच्छ होण्याची घाई झाली होती. त्यामुळे तिची आज्ञा मला बरी वाटली. मी सलवार वर घेऊन आत पळाले.

"कपडे बाथरूममध्ये धुतलेस तर खबरदार. बाहेर जाऊन धू." आई ओरडली.

माझे कपडे बाथरूमच्या मागच्या भिंतीवर वाळत होते. म्हणजे कपडे आणायला परत वर जावं लागणार नव्हतं.

माझ्या मागोमाग हनीफ आत आली. तिनं माझ्या हातात दोन-तीन चड्ड्या ठेवल्या आणि लांबट चौकोनी घडी केलेला कपडा.

"हे घाल. आणखी घड्या लागल्या तर मला सांग. ही घडी दोन्ही मांड्यांच्या मध्ये अशी ठेव."

तिने तिच्या शरीरावर करून दाखविलं.

मी बाथरूममध्ये गेले. हे सगळं काय चाललय मला कळतच नव्हतं. हनीफने मला आताच एकदम चड्ड्या का दिल्या, काहीच कळेना.

मी गरम पाण्याने टब भरला आणि अंग धुतलं. गरम पाण्याने मला बराच आराम वाटला.

अंग धुताना मला आपलं वाटत राहिलं की त्या एके दिवशी माझ्या हातून कपातला चहा सांडला नसता तर हे असं काही विचित्र झालंच नसतं.

मी जितकी म्हणून पाठ वळवता येईल तेवढी वळून रक्त कुठून येतंय ते बघायचा प्रयत्न केला. पण मला काही कळलं नाही.

मी परत सारखी होते न होते तोच रक्त कुठून येतंय ते मला जाणवलं. मी पटकन कपड्याची घडी दोन मांड्यात धरली आणि वरून चड्डी घातली. ती हनीफची जुनी चड्डी होती. मला ती इतकी सैल होत होती की पुढच्या बाजूला एक मोठी गाठ बांधली, तेव्हा कुठे ती कमरेवरून घसरायची थांबली. खरं म्हणजे एव्हाना मी चड्डी घालायची असते हे विसरूनही गेले होते.

सगळं जागच्या जागी आहे याची खात्री करून मी सलवार वर केली.

"आटपलंस का सगळं? हनीफने डोकं वळवून मला विचारलं. एकदा माझ्यावरून नजर फिरवली.

मी मान हलवून उत्तर दिलं.

"हे आता दर महिना होणार. लागणारे कपडे जिन्याखालच्या पेटीत ठेवले आहेत. बाजूला चड्ड्या पण आहेत. गरज लागेल तसं वापरत जा." हनीफने समजावून सांगितलं.

तरी सुद्धा ती नक्की काय म्हणते आहे ते मला समजलं नव्हतं.

मला आता फक्त घाई झाली होती ती बाहेर जाऊन कपडे धुवायची आणि मुख्य म्हणजे माझ्या विश्वात शिरायची.

मी दार उघडून बाहेर आले. आतून पाणी आणून कपडे भिजत घातले. जरा वेळाने धुवायला घेतले.

तेवढ्यात मिना आली.

"तू ठीक आहेस ना?" तिने विचारलं.

"हो. पण हनीफ म्हणते की हे आता दर महिना होणार?"

"हो. मला माहीत आहे. पण बरं झालं माझं अजून सुरू नाही झालं. मी आत जाते. बाहेर फार गारठा आहे."

मिनाने मला आणखीनच गोंधळात टाकलं. अजून तिचं सुरू झालं नाही म्हणजे काय?

मिना माझ्यापेक्षा वरच्या वर्गात होती. म्हणजे तिचं लैंगिक शिक्षण चालू झालं असणार होतं.

माझे हे पिरीअड्स सुरू झाल्यानंतर काही महिन्यांनी आमच्या वर्गाचं लैंगिक शिक्षण सुरू झालं. पिरीअड्सबद्दल आम्हा मुलींना सांगितलं गेलं.

पिरीअड्स सुरू झाल्याचं मी काही मुलींजवळ बोलले.

एक दिवस वर्गात सगळ्यांना आवडणारी मुलगी; जी माझ्याशी कधीच बोलत नसे, ती खेळायच्या तासाला माझ्याजवळ येऊन बसली. मला पिरीअडसमध्ये कसं वाटतं ते विचारू लागली.

"भयंकर. पोट तर फारच दुखतं." मी उत्तर दिलं.

काही महिने गेले. मग मला शोध लागला की मला मार बसो वा न बसो दर महिना माझ्या शरीरातून रक्त हे जाणारच. काही वर्षांनंतर या विषयी स्वत:ला अपराधी वाटून घेणं बंद झालं. स्वत:विषयी किळस येणं सुद्धा थांबलं.

घरातल्या सगळ्यांपासून दूर रहाण्यासाठी मिना आणि मी आमच्या खोलीत जास्तीत जास्त वेळ घालवू लागलो. वर येऊन बसण्यात एक फायदा जरूर होता.

उठसूठ मला काम सांगायला आजूबाजूला कोणी नसे.

एक दिवस मी अशीच शांत बसले होते. तेवढ्यात मिना धावत वर आली.

"ताराचं लग्न ठरलं." उत्तेजित होऊन तिनं सांगितलं.

"काय?" माझ्यासाठी ही बातमी म्हणजे आश्चर्यच होतं.

तारा आता सोळा वर्षांची होती. आमच्या बरोबर खेळायचं तिचं वय नव्हतं. आम्हा लहान मुलींचं तिला काही घेणं नव्हतं. ती फक्त मला राबवून घ्यायचं काम करी.

"कोणा बरोबर?"

"बशीर बरोबर." मिनाने सांगितलं.

"काही महिन्यांपूर्वी पाकिस्तानातून आलाय त्या मुलाशी?" मी परत विचारलं.

मिनाने मान हलवली.

बशीर आईच्या बहिणीचा मुलगा होता. पण त्याला फक्त पंजाबीच येई. तो चांगला उंच होता आणि चांगल्यापैकी मिशा सुद्धा होत्या त्याला. तो आमच्या घरापासून जवळच, भाड्याच्या घरात रहात असे.

"कधी आहे लग्न?" मी चौकशी केली. लग्न म्हणजे पार्टी, म्हणजे मज्जाच मजा. त्यामुळे मी भलतीच खूष झाले.

आईला लवकरात लवकर त्यांचं लग्न लावायचं होतं.

"ताराला तो आवडलाय का?" मी त्या दोघांना कधीच एकत्र पाहिलं नव्हतं.

"आवडायचा काय प्रश्न आहे? आईने सांगितलं म्हणून ती त्याच्याशी लग्न करते आहे." मिनाला काहीच आश्चर्य वाटलेलं दिसलं नाही.

"हे काही बरोबर नाही." मी बोलून गेले खरं, पण मी टी.व्ही.वर जे सिनेमे बघत असे, त्यात हेच दाखविलेलं असे. जुन्या वळणाच्या कुटुंबातून मुलं लहान असतानाच लग्नं ठरविली जात. मुलं मोठी झाली की लग्न लावून दिलं जाई. त्यात मिनाला नवीन असे काहीच नव्हतं.

"अमांडा आणि मी आश्रमात लग्न लग्न खेळत असू. आमचे पांढरे टॉवेल्स डोक्यावरून घेऊन जेवणघरातून आमच्या राजपुत्रांकडे झोकात चालत जात असू. आमचे राजपुत्र कोण असत माहित्ये? आमचे टेडी बेअर."

मी हे सांगितल्यावर मिनाला हसूच आवरेना.

मी पुढे सांगू लागले... "हा राजपुत्र तुला नवरा म्हणून चालेला ना? असं अमांडा मला विचारत असे. मी हो म्हटलं की राजपुत्राकडे वळून म्हणे, आता तू नवरीचा मुका घेऊ शकतोस."

मिना आपलं खिदळणं खाली ऐकू जाऊ नये म्हणून तोंडावर उशी धरे.

आम्ही हसतो खिदळतो आहोत हे आईला कसं चाललं असतं?

सिनेमातून आम्हाला कळलं होतं की मुलगा आवडला म्हणून लग्न होत नसे, कुटुंबाने ठरविलं म्हणून होत असे. लग्नाला नकार देणं म्हणजे कुटुंबाचा अपमानच. असं करणं म्हणजे भयंकर गुन्हा! असं स्वत:च्या पसंतीचं लग्न करायचं असेल तर लपूनछपून लांब कुठेतरी जाऊन करावं लागे. पण कोणाला तरी पैसे देऊन त्या जोडीचा शोध लावला जाई आणि जोडी पकडली जायचीच. मग त्या दोघांची हत्या ठरलेलीच. कुटुंबाची प्रतिष्ठा टिकविण्याचा तोच एक मार्ग असे.

माझ्या कल्पनेतल्या लग्नापेक्षा हे लग्न वेगळंच होतं.

ताराने अजिबात वेळ न दवडता सांगितलं की लग्नात कुटुंबातल्या मुली, नातेवाईक बायका यांनी नाच करावयाचा असतो. चांगलं नाचणाऱ्या मुलीला बक्षीसही मिळे.

ताराने मला नाच शिकण्याची जबाबादारी आपल्या शिरावर घेतली.

व्ही.सी.आर.वर टेप लावून त्याप्रमाणे ती मला पावलं उचलायला सांगू लागली. त्या गाण्यावर माझी तालीम चालू झाली. मला नाचायची कधी सवयच नव्हती. माझ्या सारख्या चुका होऊ लागल्या. ताराचा राग शिगेला पोहोचला.

"ती मुलगी डावीकडे हात नेते तेव्हा तुझा उजवीकडे असतो," ती चिडून म्हणाली.

"मी प्रयत्न करतेय." असं म्हणून मी खोलीभर नाचू लागले. पण माझ्या हालचाली अगदीच ओबडधोबड होत्या.

"तू काही कामाची नाहीस. तुझ्यापेक्षा माकड चांगलं नाचेल!" शेवटी तारा म्हणाली.

माझा हात पकडून ती मला माझ्याभोवती गोल गोल फिरवू लागली. तिच्या पायावर माझा पाय तिसऱ्यांदा जेव्हा पडला तेव्हा मात्र ती कंटाळली. मला ढकलून निघून गेली.

जरा वेळाने परत येऊन तिने शिकवणी सुरू केली. माझ्या मनात नाचायचं नव्हतंच. त्यामुळे मी मुद्दाम चुका करू लागले.

"चल विसरून जा. तू अगदीच टुकार आहेस. मी माझ्या लग्नात तुला नाच करायला लावणं शक्यच नाही. चल चालती हो." तारा चिडीला येऊन म्हणाली.

मी हसू दाबत स्वयंपाकघरात गेले. तिथं बसलेल्या मिनाने भुवया उंच करून काय झालं म्हणून विचारलं. मी तिच्याकडे बघून डोळे मिचकावले.

त्या महत्वाच्या दिवसासाठी आईने आम्हा सर्वांसाठी नवीन कपडे आणले. सवेर आमच्या खोलीत पांढरा शुभ्र सलवार कमीज घालून आला.

''आपण नेहमीचेच कपडे का नाही घालू शकत?'' त्याने वैतागून विचारलं.

खरं तर मला तो नेहमीपेक्षा चांगला दिसला.

''पाहिजे तर तू माझा घाल.'' मी माझा सुंदर निळा ड्रेस त्याला दाखवित म्हटलं. त्यावर दोन्ही बाजूला सोनेरी नक्षीकाम केलं होतं. स्कार्फवर पण तशीच नक्षी होती.

आईने मला नवव्या वर्षी एक गुलाबी ड्रेस आणला होता. त्यानंतर हाच. तो गुलाबी ड्रेस घट्ट झाला तरी मी घालत असे, कारण आईकडून मला तेवढी एकच भेट आतापर्यंत मिळाली होती.

''थॅन्क्स. काही गरज नाही.'' माझा निळा ड्रेस बघून सवेर रागारागाने निघून गेला.

''मला गुलाबी ड्रेस अजिबात आवडत नाही.'' मिना तिचा पंजाबी ड्रेस पलंगावर टाकून म्हणाली.

''पाहिजे तर मी घेते. मला आवडलाय.'' यावर मिनाने लगेच होकार दिला. मग आम्ही ड्रेसची अदलाबदल केली. गुलाबी ड्रेसवर निळ्या ड्रेससारखंच नक्षीकाम होतं.

आम्ही दोघींनी ड्रेस घातले. मिना खूपच सुंदर दिसत होती.

''मिना, तू अगदी राजकन्येसारखी दिसतेस!'' मी मिनाला म्हटलं. मला वाटलं ती पण मला असं काही म्हणेल.

तिने तिचे लांब केस उडवत आरशात पाहिलं. मगच मला पाहू दिलं.

कपाटावरच्या त्या आरशात मला एक अनोळखी मुलगी दिसत होती.

छान कपड्यांमुळे माझ्या प्रतिबिंबात काहीच फरक पडलेला नव्हता. राजकन्येऐवजी एक अत्यंत गरीब, दु:खी मुलगी मला आरशात दिसत होती. विस्कटलेल्या केसांखाली एक हरवलेली, एकटी पडलेली लहान मुलगी.

त्या मुलीला तिच्या चुरगळून गेलेल्या मनातलं दु:ख सांगायला कोणी तरी हवं होतं. ती मैत्रीसाठी भुकेली होती. अगदी एक मित्र सुद्धा तिला चालला असता. पण अगदी खास मित्र. ज्याच्या जवळ ती मन मोकळं करू शकला असती.

अगदी लहान वयापासून लादलेलं घरकाम, माराने क्लांत झालेलं शरीर, एकही कौतुकाचा शब्द कानावर कधी न पडलेली, सगळ्यांच्या चेष्टेचा विषय झालेली एक लहानशी मुलगी. कुठेतरी लांब पळून जावंसं वाटणारी मुलगी; पण स्वत:च्याच मनात खोलवर शिरण्याखेरीज दुसरी जागाच नसलेली मुलगी.

तिच्याच एकटीच्या नशिबी हे का, एवढंच तिला कोणीतरी समजावून सांगायला हवं होतं.

मला माझ्याकडे बघवेना.

मी आरशापासून बाजूला झाले.

"तू छान दिसते आहेस." माझ्या चेहऱ्यावरचे भाव बघून मला बरं वाटावं म्हणून मिना सांगत होती.

माझ्या मनात दुःख साठू लागलं. मी कशी दिसते हे कोणी सांगायची मला गरज नव्हती. मी या घरी आले तेव्हा जशी लहान मुलगी होते तशी आता राहिलेच नव्हते. कुणीतरी वेगळीच होते मी. मला माझी ओळख नव्हती.

सवेर खोलीत डोकावला.

"तयार झालात की आईने खाली बोलावलं आहे." तो म्हणाला.

खाली तर सगळं असं काही बदललं होतं की हे तेच घर आहे का याची मला शंका आली. सगळं अस्वच्छ, विटकं सामान बदललं होतं. जुनं फर्निचर हलवलं होतं. सगळ्या खोल्यांत पांढऱ्या शुभ्र चादरी घातल्या होत्या. भिंतींवर आणि खिडक्यांवर छान रंगीत कापड ताणून बसवलं होतं. छोट्या छोट्या वस्तूंनी खोल्या सजविल्या होत्या. सगळं कसं भुरळ पाडणारं होतं.

आम्ही दोघी स्वयंपाकघरात गेलो. आज मला स्वयंपाकातून मुक्ती होती. एवढ्या मोठ्या प्रमाणावर अन्न शिजवण्यासाठी कोणी अंकल आले होते.

आई चहा बनवत होती आणि हनीफ बशा धूत होती. "सॅम, जा आणि खोल्यांमधून पेपर कप ठेवून ये. दाराजवळ उभं राहून पाहुण्यांचं स्वागत कर." आईने सांगितलं.

मी कपांची चळत उचलली. पुढच्या खोलीत जिथे कोक, फळांच्या रसाच्या बाटल्या ठेवल्या होत्या तिथे नेऊन ठेवले.

दाराजवळ जाऊन लोकांचं स्वागत करण्यात मजा होती. येणाऱ्या पाहुण्यांनी लग्नाला साजेसे कपडे घातले होते. बायकांच्या अंगावर झगमगणारे सलवारकमीज होते. आमच्या नेहमीच्या काळोख्या घरात आज प्रकाश होता. आनंदाचे चीत्कार होते.

मला तर एका मागून एक कामच करावं लागत होतं. सॅम बशा मोज, सॅम मोठे वाडगे आण, सॅम मिठाच्या बाटल्या भर, सॅम फ्रीजमधून दही काढ. हे आणि ते.

माझे नवे कपडे मला सांभाळावे लागत होते. आई आणि हनीफच्या अंगावर एप्रन होते.

आईने पुढची ऑर्डर दिली. "जा आणि तारा तयार आहे का बघ. मौलवी कोणत्याही क्षणी येतील आता."

"कुठाय ती?" या दिवसभराच्या गडबडीत मी ताराला विसरूनच गेले होते. दिवसभरात ती मला कुठे दिसलीच नव्हती.

''हनीफच्या खोलीत. सकाळपासून ती तिच्या मैत्रिणींबरोबर तिथेच आहे. एक वाजता मौलवी येईल. तिला म्हणावं एकटी खाली येऊ नकोस. मी तिला घ्यायला येईन.'' आई म्हणाली.

मी वर जाऊन हनीफच्या दारावर टकटक केलं.

''आत ये,'' कोणाचा तरी आवाज आला.

सगळी खोली ताराच्या मैत्रिणींनी भरली होती. सगळीकडे त्या भिरभिरत, खुदखुदत होत्या. तारा पाठमोरी बसली होती.

''आईनं घाई करायला सांगितली आहे. मौलवी येईल लवकरच. हां आणि ती तुला खाली नेण्यासाठी येईल. तोपर्यंत इथेच थांब.''

ताराने माझ्याकडे तोंड वळवलं. तिने लाल रंगाचा लांब स्कर्ट घातला होता. आणि मॅचिंग कमीज. त्यावर सगळीकडे सोनेरी नक्षीकाम होते. तिचे बूट पण सोनेरी होते. तिच्या गळ्यात मोठ्ठा तीन पदरी हार होता आणि मॅचिंग कानातले. तिचे ओठ गडद लाल रंगवले होते आणि डोळ्यांचा मेकअप तिच्या लाजऱ्या चेहऱ्याला शोभत होता. जणू ती टी.व्ही.च्या पडद्यातून नुकतीच बाहेर पडली होती.

मी बघतच राहिले.

''वॉव. तारा, तू किती सुंदर दिसते आहेस!'' मी हळूच बोलले. माझ्या आयुष्यात प्रथमच माझी बहीण खुशीने हसली.

''आईला सांग मी जवळ जवळ तयारच आहे. पण प्लीज माझं एक काम करतेस? खाली जाऊन माझ्यासाठी कोक आणशील?''

मी खाली धावले.

''कुठे होतीस ग? आता हे कांदे चीर आधी.'' हनीफने ऑर्डर सोडली.

''मला ताराला कोक नेऊन द्यायचा आहे.''

''मग लवकर उरक. पहिल्यांदा कांदे चीर.''

कांदे कापून वर जायाला मला पंधरा-वीस मिनिटं लागली. मी ताराला कोक दिला.

''काय करत होतीस इतका वेळ? माझा घसा तहानेनं कोरडा झालाय इथं. आणि हे काय, पेपर कपात? माझ्यासाठी काचेचा ग्लास नाही वाटतं मिळाला तुला?''

मी एकदम भानावर आले. अरे, ही तर नेहमीचीच तारा!

मागून आलेल्या आवाजाने मी एकदम दचकले.

''खाली जाण्यासाठी तयार आहेस का तू?'' आई माझ्या मागोमाग वर येऊन ताराला विचारत होती.

तिच्या सगळ्या मैत्रिणी गप्प झाल्या.

"हो." तारा हळूच म्हणाली.

आईने ताराच्या डोक्याभोवती लाल स्कार्फ बांधला आणि तिला जिन्याकडे नेले. त्यांच्या मागोमाग आम्ही सर्व खाली आलो.

तारा जिन्याच्या शेवटच्या पायरीवर आल्याबरोबर खालचे सगळे आवाज बंद झाले. सर्वजण बाजूला झाले आणि त्यांनी ताराला वाट करून दिली.

मला तर सगळं जादू झाल्यासारखं वाटत होतं.

खिडकीजवळ एक खुर्ची ठेवली होती. आईने ताराला खुर्चीवर बसविलं. तिच्या स्कर्टचा घेर सारखा केला.

सगळ्या बायकांच्या नजरा ताराकडेच लागल्या होत्या.

"किती सुंदर दिसते ही."

"केवढं सोनं घातलं आहे तिच्या आईवडिलांनी."

"बरं झालं तिचं मावसभावाबरोबर लग्न होतंय."

"त्याचे आईवडील तिकडे पाकिस्तानात असतात म्हणे."

बायकांची सर्व कुजबूज मी ऐकत होते.

आईने मिनाला बोलवलं आणि तिला ताराजवळ बसायला सांगितलं.

बायका एकेक करून ताराला पैसे देत होत्या. मिना ते जवळच्या पर्समध्ये ठेवीत होती. ताराने तोंडावरील बुरखा काढावा म्हणून बायका पैसे देत होत्या.

शेवटी ताराने बुरखा दूर केला.

"किती सुंदर दिसते ही. अल्ला तिच्यावर जगातल्या सर्व सुखांचा वर्षाव करो." सर्वजणी बोलल्या.

तारा खरंच चमकत होती. आज तिचं सगळं वेगळंच होते. संपूर्ण वेळ तिची नजर खाली होती. जणू होणारं कौतुक तिला नको होतं.

मी एका बाजूला उभी राहून सगळी मजा बघत होते. पण मला माहीत होतं की तारा आईने सांगितल्याप्रमाणेच वागत होती.

काही दिवसांपूर्वी मी स्वयंपाकघर साफ करत असताना आई आणि हनीफ तिला शिकवत होत्या.

"हे बघ, आम्ही तुला खाली घेऊन आलो की तू एकदाही वर पाहायचं नाही. तुझी नजर झुकलेलीच हवी. एकदाही हसायचं नाही." हनीफनं सांगितलं.

आई सांगत होती, "पाहुण्यांना असं वाटायला नको की आईवडिलांचं घर सोडताना तुला आनंद होतोय."

"तुझी जायची वेळ होईल, तेव्हा तू रडून आम्हाला मिठी मारायचीस. तुझ्या चेहऱ्यावर खुशी दिसता कामा नये. नाहीतर पाहुण्यांना वाटेल की आम्ही तुला इथं त्रास देतो म्हणून तुला घर सोडताना आनंद होतोय."

त्या दोघींचं बराच वेळ ताराला शिकवणं चालू होतं.

"मौलवी आलेत." मांज पुढच्या दारातून ओरडला.

"जा ग, स्वयंपाकघरातून दुसरी खुर्ची घेऊन ये." हनीफ माझ्यावर खेकसली.

मी खुर्ची आणून ताराजवळ ठेवली.

पांढरी सलवार आणि कुडता घातलेला आणि वरून लांब काळा झगा घातलेले एक गृहस्थ त्यावर बसले.

ते ताराजवळ वाकून हळूच काहीतरी बोलत होते. आम्हा सर्वांना ते ऐकू येणं जर कठीणच होतं.

तारा त्यांच्या मागोमाग काळजीपूर्वक बोलू लागली.

मग ते गृहस्थ उभा राहिले.

ती खुर्ची माझ्याकडे देण्यात आली. मी ती दारात उभ्या असलेल्या मांजकडे दिली. मौलवी पुढच्या खोलीत गेले. मी दारातून वाकून बघितलं. मला हिरव्या सूट मधला बशीर दिसला. तो गोंधळलेला दिसत होता. मौलवींचे शब्द तो लक्ष देऊन ऐकत होता.

मला पुढं काय होतं ते बघायचं होतं. पण आईने जेवण वाढायला बोलवलं.

तिने माझ्याकडे पेपर प्लेट्सची पिशवी दिली.

"जा, सगळ्यांना एकेक दे आणि या दुसऱ्या पिशवीतला काटा-चमचा पण दे."

मी गोल फिरून सर्वांना प्लेट्स आणि चमचे दिले. देता देता मी मोजत होते. त्या एवढ्याशा खोलीत सत्तावीस बायका आणि दहा मुलं बसली होती.

मी परत स्वयंपाकघरात गेले. तिथे गरम भाताची मोठी पातेली होती.

"वाट कसली बघतेस? जा, भात वाढायला घे." मला कोणीतरी हुकूम सोडला.

ते झाल्यावर छान वासाचा मटण रस्सा आाणि सॅलड होतं. त्या वासानेच माझ्या तोंडाला पाणी सुटलं.

सगळ्यांना वाढून मी आत आले तर आई आणि हनीफ जेवत होत्या. बरं झालं, आता मला पण जेवायला मिळेल. माझ्या पोटात भुकेने तुटत होतं.

"आता बशा आणि पातेली पुरुषांच्या खोलीत नेऊन ठेव."

सगळं ठेवून आत येत होते तर तारा ओरडली, "मला जेवण वाढ. मी कधीची भुकेने तडफडतेय."

मी तिला बशी भरून दिली आणि लगेच आत आले. दोघी खुर्च्यांवर बसलेल्याच होत्या.

मी माझी भरून घेतली आणि जमिनीवर बसले.

आहा! काय चविष्ट जेवण होतं ते! कदाचित दुसऱ्याच्या हातचं होतं म्हणून मला जास्तच आवडलं होतं. कित्येक दिवसांत मी दुसऱ्या कोणी बनवलेलं जेवण जेवलेच नव्हते.

मी दुसऱ्यांदा माझ्या बशीत वाढून घेतलं.

माझं होतंय न होतंय तोवर हनीफने माझ्या हातात एक पिशवी ठेवली. प्लेट्स आणि चमचे गोळा करायला सांगितलं. ते काम झाल्यावर मला सर्वांना साखरभातासाठी छोटे वाडगे द्यायचे होते.

मी प्लेट्स गोळा करताना एका बाईने विचारलं, "गोड भात आहे की नाही?"

"येतोय," मी उत्तर दिले आणि तिलाच सर्वांना वाडगे द्यायची विनंती केली.

तिने हसून माझ्याकडे बघितलं आणि सर्वांना वाडगे देऊ लागली.

मी भराभर प्लेट्स गोळा केल्या आणि आत जाऊन साखरभाताचं पातेलं आणि चमचे आणले.

मी बाहेर आल्यावर तिने माझ्या गालावर हळुवारपणे हात ठेवला. "तुझ्या सारखं इतकं सारं काम माझ्या मुली करत्या तर!" ती प्रेमाने म्हणाली.

एकदा तरी माझं कौतुक परक्या बाईने का होईना पण केलं होतं. मी तिच्याकडे बघून छान हसले.

स्वयंपाकघरात आई आणि हनीफ पातेल्यांजवळ उभ्या राहून शिल्लक राहिलेल्या अन्नाचं काय करायचं याचा विचार करीत होत्या.

"तुला थोडा साखरभात हवाय का?" आईने विचारलं.

मी मान डोलावली.

"मग बाऊलमध्ये घे थोडा."

मी साखरभात पटकन संपवला. आता तरी वर जाऊन झोपता येईल मला, माझ्या मनात आलं. दिवसभराच्या धावपळीने मी अगदी दमून गेले होते.

"खाणं संपलं की दोन्ही खोल्यांतले वाडगे-चमचे सगळं आवरून टाक." आईची आज्ञा आली.

माझं काम संपता संपता बशीर आत आला आणि ताराच्या शेजारच्या खुर्चीत बसला. दोघांनी एकमेकांकडे चोरून बघितलं. तेवढ्यात बाहेरच्या खोलीत बसलेल्या पुरुषांनी आत गर्दी केली.

प्रत्येकजण ताराच्या डोक्यावर हात ठेवून 'अल्ला तुम्हाला सुखी ठेवो' असं म्हणून बाहेर पडे.

पुरुष निघून गेल्यावर बायका एकत्र आल्या आणि एकसुरी गाणं म्हणू लागल्या. 'आमची मुलगी आम्हाला सोडून जात आहे,' असे काहीसे शब्द मला कळले.

गाणे चालू असतानाच थोड्या वेळाने तारा आणि बशीर उभे राहिले.

आईने आणि हनीफने त्या दोघांना कवेत घेतलं आणि त्या रडू लागल्या.

जसजसा गाण्याचा आवाज वाढू लागला तसतसा त्यांच्या रडण्याचा आवाजही वाढला. तारा दाराकडे चालू लागल्यावर तर त्या दोघी जोराजोराने हुंदके देऊ लागल्या.

तारा आणि बशीर घराबाहेर पडले. त्यांच्या पाठोपाठ आम्ही सर्व. गेटपाशीच थांबून आम्ही बघू लागलो. पन्नास यार्डांवरील बशीरच्या घरापर्यंत जाऊन सर्व थांबल्या.

हनीफने तारा आणि बशीरला आत नेलं आणि दार बंद करून घेतलं.

मिना आणि मी धावत घरात गेलो.

"ती आता तिथेच राहाणार का?" जिना चढताना मिनाने विचारलं.

"मला काय माहीत?" मी खांदे उडवत म्हणाले.

खरं तर मला काही पर्वा नव्हती, ती कुठे रहाणार याची. एकीच्या त्रासातून तरी मी वाचले होते नक्की. आणि अतिश्रमाने दमले पण होते.

"मी तुझ्यापेक्षा मोठी आहे, त्यामुळे मी ताराच्या पलंगावर झोपणार." मिना जांभई देत हसून म्हणाली. आणि ताराच्या पलंगावर अंगाची जुडी करून झोपून सुद्धा गेली.

मला बरंच वाटलं. खिडकी जवळचा पलंग, म्हणजे पडदा बाजूला करून येणाऱ्या प्रकाशात मी केव्हाही पुस्तकं वाचू शकणार होते.

९

तारा तिच्या घरी गेल्यावर बाबा अधूनमधून घरी राहू लागले. ते सवेरच्या खोलीत झोपत. त्याला मात्र अजिबात आवडत नसे. बाबा कधीही आश्रमाचा उल्लेख करत नसत की कधी खाऊ घेऊन मला भेटायला आल्याचा. जणू काही तसं काही कधी घडलंच नव्हतं.

पण घरी आल्यावर ते नेहमीच माझ्या डोक्यावर हळुवार हात फिरवत. या घरात मला मार देण्यापलीकडे कोणी कधी स्पर्शच केला नव्हता. मला कळायचं की त्यांना माझी खरचं काळजी आहे. शक्य असतं तर मला ते इथून नक्की घेऊन गेले असते. बाबा कुठेतरी दूर काम करीत असणार, की जिथे मुलांना आणायला परवानगी नव्हती. ते नक्कीच खाजगी गुप्तहेर म्हणून काम करीत असणार. मी माझ्याशीच कल्पना करत असे. त्याबद्दल प्रश्न विचारणं तर अशक्यच. आईने त्यांच्याबरोबर कुठे बाहेर जाण्यास मनाई केली होती. कारण म्हणे त्यांचा मूड सारखा बदलत असे. आईने आम्हाला चांगलीच भीती घातली होती. आम्ही कसल्या जाणार त्यांच्या बरोबर. बाबा म्हणत, आईने परवानगी दिली तर आपण बागेत जाऊ. पण ते सगळं खोटंच असे.

१९८० च्या शिशिर ऋतूत आमच्या शाळेत कोणीतरी गृहस्थ आले होते. त्यांनी 'बालकांचा होणारा छळ' या विषयावर भाषण दिलं. नंतर आमच्या टीचरने सांगितलं की अशी छळाची वागणूक कोणाला मिळत असेल तर शिक्षकांकडे जाऊन सांगावं.

मला काय करावं ते कळेना. पण एका आठवड्याने मांजच्या शर्टची कॉलर मी स्वच्छ केली नाही म्हणून जेव्हा मला मार बसला, तेव्हा मी ठरवलं की आता शिक्षकांना सर्व सांगायचं.

तसं घरातलं सर्व सांगणं सोपं नव्हतं. एक तर मला नेमके शब्द सुचेनात. त्यातून अशा प्रसंगी जास्तच पुढे येणारा माझा तोतरेपणा. पण शेवटी माझ्या

मनातले सगळं पुढे आलंच. माझे शिक्षक माझ्याकडे कणव येऊन बघू लागले. आईने सतत दिलेल्या माराविषयी बोलताना मला रडू कोसळले.

"मला हे सगळं थांबायला हवं आहे." मी कसंबसं बोलले.

त्यांनी माझ्या हातावर थोपटलं. डोळे पुसायला टिश्यू पेपर दिला.

"मी बोलेन याबद्दल आणि परत असं घडणार नाही हे बघेन." त्यांनी मला धीर दिला.

त्या दिवशी शाळेतून येताना आता माझे हाल थांबणार म्हणून मला आनंद होत होता. पण आईला हे सर्व कळलं तर माझी काय अवस्था होईल ही भीती पोटात होतीच.

काही दिवसांनंतर आम्ही शाळेतून घरी आलो तर कोणीतरी परका गृहस्थ घरात होता. मिनाने आणि मी आईकडे आणि त्याच्याकडे पाहिलं. आमच्या मनात कसली तरी शंका आली. मिना लगेचच वर निघून गेली. पुढे काय होणार हे तिला पहायचं नव्हतं.

"हॅलो समीम, घाबरू नको. मी सोशल वर्कर आहे. तू जे शाळेत सांगितलंस त्या विषयी चौकशी करायला मी आलो आहे. माझं तुझ्या आईबरोबर बोलणं झालं आहे."

मी आईकडे बघितलं आणि भीतीने माझ्या पोटात मोठ्ठा खड्डाच पडला.

आई माझ्याकडे बघत होती. तिच्या डोळ्यांत नुसता संताप संताप होता.

आता माझ्याशी ती पंजाबीत बोलू लागली.

"काय सांगितलंस तू या माणसाला?"

आता तिने दम्याची धाप लागल्याचं नाटक सुरू केलं.

माझ्या तोंडावरची भीती बघून सोशल वर्करने विचारलं, "तू बरी आहेस ना?"

खोकता खोकताच आईने विचारलं, "कबूल करतेस की नाही? नाहीतर तुला मारून टाकीन."

मी मान हलवली.

"तुझी आई तुला त्रास देते असं सांगितलंस तू शाळेत?"

मी नुसतेच खांदे उडविले.

"तुझी आई खूप आजारी आहे. त्या दिवशी तिने तुला ढकललं म्हणून तिला फार वाईट वाटतंय." सोशल वर्करने मला सांगितलं.

"सॉरी, सॉरी." आई रडत रडत म्हणू लागली.

"कुट्टी, वर जा." माझ्याकडे वळून ती पंजाबीत म्हणाली.

मी लगेच वर गेले.

मिना माझीच वाट बघत होती.

"काय चाललंय? तो माणूस कोण? तो आईला काय सांगत होता? आई तुला काय म्हणाली?" तिचे प्रश्नावर प्रश्न.

"शूऽऽ" मी तिला गप्प केलं.

माझे कान खाली लागले होते. पण तो सोशल वर्कर लगेच निघून गेला होता.

"समीमऽ, समीमऽ" आईच्या हाका सुरू झाल्या.

"येते." मी ओरडले.

पण भीतीने मी दारातच थरथरत उभी राहिले.

"तू खाली जा. नाहीतर ती आणखी रागवेल. तू गेली नाहीस तर मारून सुद्धा टाकेल तुला." मिनाने विनवलं.

मी हळू हळू जिना उतरले. जिन्याच्या कठड्याला कवटाळून तिच्यापासून लांब उभी राहिले.

"इकडे ये." दोन्ही हात पसरून ती सोफ्यावर बसली होती.

"अम्मी, नको, तू मला मारशील." मी हळूच म्हटलं.

एकाएकी तिने माझ्यावर घाणेरड्या शिव्यांचा भडिमार सुरू केला.

उभी राहून ती इतक्या वेगाने माझ्या जवळ आली की मला दूर व्हायला पण वेळ मिळाला नाही. माझे केस धरून तिने मला जिन्यापासून दूर केलं. माझे केस एका हाताने हिसडून दुसऱ्या हाताने ती मला मारू लागली.

मी किंचाळून रडू लागले.

ती माझ्या डोक्यावर, हातावर सटासट मारू लागली.

मी तिच्या पासून सुटका करून घेतली आणि दूर जाऊन जमिनीवर पडून राहिले. मारू नकोस म्हणून तिला विनवू लागले.

ती जरा वेळ गप्प झाली. मला वाटलं मार संपला. पण ती वळली आणि तिने पिका बाहेर काढला. माझ्या पायावर आणि पाठीवर ती सपासप वार करू लागली. तिची शिवीगाळही चालूच होती. मला जाणवलं की इतके दिवसांचा मार आणि आजच्या मारात फरक होता. आज प्रत्येक फटक्याबरोबर होणाऱ्या वेदना फार भयंकर होत्या. ती दातओठ खाऊन मला मारीत होती. मी एखाद्या गुरासारखी ओरडत होते. अपुऱ्या श्वासातून थांब थांब असं काहीतरी माझ्या तोंडातून बाहेर पडत होतं. डोकं वाचवायला मी दोन्ही हात डोक्यावर घेतले. हातांवरच ती त्या रुळाने मारू लागली. मग परत माझ्या पायावर सपके बसू लागले. मी ठार होईपर्यंत हे चालू रहाणार अशी मला खात्री पटली.

हनीफ इतका वेळ स्वस्थ बसून हे सगळं बघत होती.

"एवढं बस्स झालं." तिनं बहुतेक माझा मार थांबवायचा ठरविला होता.

"मुलगी रक्तबंबाळ झाली आहे."

तोपर्यंत माझ्या सगळ्या अंगातून येणाऱ्या रक्ताकडे माझं लक्षच गेलं नव्हतं.

आईने मला तिच्या डोळ्यांसमोरून दूर व्हायला सांगितलं.

मी रांगत रांगत जिन्याची एकेक पायरी चढू लागले.

तेवढ्यात आई किंचाळली, "थांब. मांजला येऊ दे. त्याला पण बडवायला सांगते तुला."

मी पलंगावर पडून राहिले. माझे हुंदके थांबेचनात. मिना काही न बोलता रक्त पुसू लागली. मला बसतं करून मला कपडे बदलायला मदत करू लागली. मी माझी खोली सोडून कुठेच जाणार नव्हते. हे सगळं थांबायलाच हवं होतं.

या घटनेने माझ्या विचारात काही बदल वगैरे झाला नाही. सगळ्या प्रकारात माझीच चूक आहे असं मला वाटू लागलं. मला मार खाणं पसंत नव्हतं तरी मीच आईला तसं करण्यास भाग पाडत होते, असा विचार करणं म्हणजे मूर्खपणा हे मला इतके दिवस कळत होते. पण आता मात्र माराने मी इतकी विदीर्ण झाले की मला परत माझीच चूक आहे असं वाटू लागलं.

त्या संध्याकाळी मांजने मला परत मार न देणं म्हणजे एक आश्चर्यच होतं. मला त्या दिवशी संध्याकाळचे जेवण मिळालं नाही. मी पण खाली गेले नाही. मांजने मला फक्त शिवीगाळ करून सोडून दिलं.

आई मांजला त्याच्यासमोर काही बोलत नसे. पण तो घरात नसला की त्याला पंजाबीत वेडसर म्हणे. कंडम कंडम असा काहीसा शब्द ती वापरे.

एक दिवस मी हनीफला उलट उत्तर दिलं म्हणून त्यानं मला चोपलं होतं. पण मी हट्टीच. त्याला मी त्याच्यापेक्षा हुषार आहे हे दाखविण्यासाठी खिडकीचा पडदा उघडून, माझ्या खोलीत पलंगावर बसून सर्व गृहपाठ पुरा केला होता. माझा अभ्यास तर तो थांबवू शकत नव्हता. त्याचा नाईलाज झाला की मला बरं वाटे.

माझा बारावा वाढदिवस आला आणि गेला. बरं झालं, शाळेतही मला कोणी विचारलं नाही. कारण दर वेळेस मला डॉल हाऊस मिळणार आहे असं सांगायचा कंटाळाच आला होता. माझा वाढदिवस घरी का साजरा होत नव्हता हे मी शाळेत सांगू शकत नव्हते.

बाबा महिन्यातून दोन किंवा फार तर तीन वेळा घरी येत. ते आईजवळ बसून तासन्तास काही ना काही बोलत. आम्हाला त्याची पण सवय झाली होती.

पण एक शनिवारी मी जेवणं आटपून भांडी साफ करतानाच ते आले. स्वयंपाकघरात येऊन सहज विचारल्यासारखं म्हणाले, ''तुला आणि मिनाला बाहेर जायचंय?''

''नाही. आई नको म्हणेल.'' बाबांनी आईला विचारलं तर ती काय तमाशा करेल याची मला चांगलीच कल्पना होती.

''नाही. ती नको म्हणणार नाही.'' ते हसून म्हणाले. ''ती घेऊन जा म्हणाली आहे.''

बाबा जेव्हा जेव्हा खोटं बोलत तेव्हा नेहमीच 'खरंच' असं म्हणत. जणू काही स्वत:ची आणि माझी समजूत काढीत. पण या वेळेस ते 'अग खरंच' असं म्हणाले नव्हते.

मी म्हटलं, ''खरंच? आपण आत्ता जायचं का? मी मिनाला सांगते.''

मी आनंदाने जिना चढू लागले.

मिना दाराकडे पाठ करून झोपली होती.

''आपण बाबांबरोबर बाहेर चाललोय. आई हो म्हणाली आहे.'' मला जिना चढून थोडा दम लागला होता. पण अंगात उत्साह संचारला होता.

''खोटारडी!'' मान सुद्धा न वळवता मिना म्हणाली.

''अग खरंच, आपण जाऊ शकतोय.'' मी परत सांगितलं.

ती एकदम उठून बसली. मी मानेने परत 'नक्की' अशी खूण केली. मग मात्र तिने टुणकन उडीच मारली आणि कपडे सारखे करत म्हणाली, ''चल तर मग.''

''मी थोड्या वेळाने त्यांना घेऊन परत येतो.'' आम्ही खाली आलो तेव्हा बाबा आईला सांगत होते.

आम्ही बाबांच्या मागोमाग बाहेर पडलो. वळून सुद्धा पाहिलं नाही. कदाचित आमचा आनंद आईला बघवला नसता. दार बंद झालं तेव्हाच आमची खात्री पटली की आम्ही बाबांबरोबर बाहेर जात आहोत.

''आपण कुठं जायचं, काय काय करायचं?'' घरापासून दूर आल्यावर आम्ही बाबांना विचारलं.

''तुम्हाला कुठं जायचंय पोरींनो?'' आमचा आनंद बघून त्यांच्या चेहऱ्यावरही खुशी आली होती.

''आपण चंद्रावर जाऊ या का?'' मी आनंदाच्या भरात विचारलं. आम्ही तिघं खूप हसलो.

''माझ्याकडे रॉकेट नाही ग. त्यापेक्षा आपण झूमध्ये जाऊ या का?''

बाबांबरोबर बाहेर गेले त्याला इतके दिवस झाले होते, की आम्ही सगळं विसरूनच गेलो होतो.

मी आणि मिनाने एकमेकींकडे पाहिले. आता आम्ही झूमध्ये जाण्याइतक्या लहान राहिलो नव्हतो.

"नको. झू नको. त्यापेक्षा एखादी लायब्ररी जवळपास असली तर?" मी विचारलं.

"मला वाटतं टाऊन सेंटरजवळ असावी. आपण जाऊन बघू या का?" बाबांनी विचारलं.

आमच्या चेहऱ्यावरून बाबांना कळलं की आमची तीच पसंती आहे.

"चला. तर मग लायब्ररीत जाऊ."

आम्ही लायब्ररीच्या शोधात निघालो.

बाबांबरोबर असणं घरात असण्यापेक्षा किती विरुद्ध टोकाचं होतं. बाबांनी आमचं ऐकलं होतं. आम्ही काय करावं आणि काय करू नये याबद्दल एक अक्षरही ते बोलले नव्हते.

सगळ्यात ग्रेऽऽट म्हणजे आमच्याकडे बघून ते हसत होते. चक्क! सतत शिव्याशाप मिळणाऱ्यांसाठी कित्ती मोठा बदला होता तो.

आई खूष व्हावी म्हणून मी प्रत्येक काम अधिक चांगलं करण्याचा प्रयत्न करी. पण बाबांबरोबर मला तसं काहीच करावं लागत नव्हतं. आम्हा दोघींबरोबर असण्याचा आनंदच त्यांच्यासाठी किती मोठा होता आणि आमच्यासाठी पण!

लायब्ररी बघितल्या बघितल्याच मला कसं शांत शांत वाटलं. आत गेल्यावर तर एक प्रकारची शांततेची आणि सुरक्षिततेची भावनाच माझ्या शरीर-मनावर पसरली. या शांत जागेतच ज्ञानाची आणि साहसाची वस्ती होती. मला अशा वातावरणाची नितांत गरज होती हे कळलं. घरात अशी जाणीवच मला स्पर्श करू शकत नव्हती.

बाबांनी आम्हाला मुलांचं खास दालन दाखविलं आाणि ते काउंटरवरच्या बाई बरोबर काहीतरी बोलायला गेले.

मिनाला एक मोठ्ठं चित्रांचं पुस्तक सापडलं होतं. ते घेऊन ती एक खुर्चीवर बसली. मी मात्र ओळीने पुस्तकं ठेवलेल्या कपाटांवरची शीर्षकं वाचत पुढे पुढे गेले.

मुलांच्या विभागाच्या शेवटी मला जे हवं होतं ते मिळालं. रहस्यकथा!

मी पुस्तकांची नावं ओळीने वाचू लागले. त्या साहसांनी भरलेल्या कथा मुलांच्या शूरपणाची साक्ष होत्या.

एका कपाटातलं पुस्तक मी काढत होते, तेवढ्यात बाबा आले. "मी इथल्या ग्रंथपालाबरोबर बोललो आहे आणि एक फॉर्महीं भरला आहे. तुम्ही दोघी एक वेळी तीन तीन पुस्तकं घेऊ शकता. पण पुस्तकात तारखेचा शिक्का मारला आहे, त्या

दिवशीपर्यंत तुम्हाला पुस्तकं परत करावी लागतील.'' बाबांनी छान समजावून सांगितलं.

क्षणभर माझा श्वासच थांबला. आम्ही घरी पलंगावर पडल्या पडल्या पुस्तकं वाचू शकतो? खरं आहे का हे?

''बाबा, म्हणजे आम्ही पुस्तकं घरी नेऊ शकतो?'' मी परत विचारलं.

''अर्थात. पण पुस्तकं शोधत सगळा दिवस घालवू नकोस. फार उशीर होण्यापूर्वी मला तुम्हाला घरी सोडावं लागेल.'' बाबा म्हणाले.

शेवटी मी फेमस फाईव्ह, नॅन्सी ड्र्युचं एक आणि हार्डी बॉईज मिस्टरी अशी पुस्तकं घेतली. मिनानी परीकथांचं एक मोठं पुस्तक घेतलं.

''तू आणखी दोन घेऊ शकतेस.'' मी तिला सांगितलं.

''मला एकच पुरे.''

मी पटकन बाबांकडे वळून विचारलं, ''मिना एकच घेत आहे, मग मी आणखी दोन घेऊ?''

''नक्कीच. पण एवढी सगळी उचलणार असलीस तरच.'' बाबांनी खात्री करून घेतली.

मग मी फेमस फाईव्हची आणखी दोन पुस्तकं घेतली आणि आम्ही बाहेर पडू लागलो.

तेवढ्यात डॅडींची हाक आली. त्यांनी आम्हाला काऊंटरजवळ बोलावलं.

''अग तुम्हाला असंच जाता येणार नाही. पुस्तकांवर शिक्के मारायचेत अजून आणि लक्षात ठेवा तुम्हाला शिक्क्यावरच्या तारखेप्रमाणे पुस्तकं परत करायची आहेत.''

त्या बाईने प्रत्येक पुस्तकावर शिक्का मारला आणि शाई पटकन वाळावी म्हणून ते पान हलवलं.

माझ्या हातातील पुस्तकांच्या ढिगाकडे बघून तिने विचारलं, ''मी पुस्तकं पिशवीत घालून देऊ का?''

मी मान हलवली.

पुस्तकांची पिशवी बरीच जड झाली होती. मी एका हाताने पिशवीचे बंद पकडले आणि दुसऱ्या हाताने पिशवीला आधार दिला.

बाबांनी माझी कसरत बघून सुस्कारा सोडला. ''आण ती पिशवी इकडे.'' असे म्हणून घरापर्यंत त्यांनीच पिशवी धरली. फक्त आमच्यासाठी खाऊ घेताना माझ्याकडे दिली.

मिनाने आणि मी वाचता वाचता खाऊ खायचं ठरवून टाकलं.

घरात आल्या आल्या आईने विचारलं, ''कुठे घेऊन गेला होता मुलींना?''

आम्ही दोघी तर पटकन वर पोहोचलो होतो, पुस्तकं पलंगाखाली लपवून ठेवायला.

“मी त्यांना लायब्ररीत घेऊन गेलो होतो. त्यांनी काही पुस्तकं आणलीत. ती त्यांना महिन्याने परत करावी लागतील.”

“तुम्ही त्यांना इंग्लिश पुस्तकं दिलीत?” आई पंजाबीत, आम्हाला ऐकू येईल इतक्या जोराने ओरडली. “त्यांना शाळेत खूप इंग्लिश शिकवितात. आता ही पुस्तकं कशाला आणखी?”

इंग्लिशमध्ये काहीही लिहिलेलं असलं तरी आईला त्याचा तिटकारा येई. घरी आलेली पत्रं ती न उघडता कचरापेटीत टाके. गॅस आणि वीज बंद करायला कोण घराशी आलं की मात्र तेवढे पैसे ती देऊन टाके.

मी जिन्याच्या टोकाशी येऊन कान देऊन ऐकू लागले. मिना आईला घाबरून खोलीतच बसली.

बाबा हळुवारपणे आईला समजावून सांगत होते. “हे बघ, त्यांच्याकडे फक्त चित्रांची आणि प्राण्यांच्या गोष्टींची पुस्तकं आहेत. तुला बघायची असतील तर ती मी आणून दाखवितो.”

आईने काय उत्तर दिले ते मला ऐकू आलं नाही. थोड्या वेळाने बाबा जिन्याशी आले. त्या बरोबर मी पाय न वाजविता खोलीत गेले. त्यांना समजायला नको की मी त्या दोघांचं बोलणं चोरून ऐकत होते. त्यांनी हाक मारली, “मिना, सॅम, मी आता निघतोय.”

आम्ही दोघी धावत खाली आलो.

“थँक्स बाबा, आम्हाला लायब्ररीत नेल्याबद्दल!” आम्ही दोघी दोन्ही बाजूंनी त्यांना बिलगलो.

त्यांनी आमचे चेहरे कुरवाळले.

“भेटू लवकरच.” असं म्हणून ते गेले.

आईने पुस्तकांबद्दल काहीच विचारलं नाही.

संध्याकाळभर मी आनंदात होते. मला कधी एकदा वर जातेसं झालं होतं. काम करायचा नेहमीसारखा कंटाळासुद्धा आला नाही. मी बशा धुतल्या. स्वयंपाकघराचा केर काढला. कुकर घासून टाकला आणि आईच्या डोक्याचा मसाज देखील. कारण डोकं दुखत होतं. हे काम नेहमीच माझ्या अंगावर पडे. मला तिचं डोकं सुमारे वीस मिनिटं चोळून, रगडून द्यावं लागे. माझी बोटं दुखू लागत. कधी कधी मिना डोकं चेपे आणि मग मला तिच्या पायावरून खाली-वर चालावे लागे. अर्थात गुडघे सोडून. पण आई आडवी पडलेली असताना डोकं रगडणं महा कठीण होई. अवघडून बसल्यामुळे माझी पाठ दुखू लागे.

एकदाचं सगळं उरकून आम्ही दोघी वर आलो. तेवढ्यात मांज खोलीत आला. मी त्याचे कपडे धुतले नव्हते.

अलीकडे मी सगळ्यांना उलट उत्तरं देऊ लागले होते. कोणी मला काही काम सांगितलं की तोंडातल्या तोंडात नकार देई. कोणी विचारलं, "काय म्हणालीस?" तर "तुम्ही ऐकलंत काय म्हणाले ते." असं उत्तर देऊन तिथून निघून जात असे.

एक तर माराचं मला काहीच सोयरसुतक वाटेनासं झालं होतं. मी माझ्या अंगावर ज्या जखमा करून घेई त्याच्यापुढे मार बसणं सौम्य वाटे.

असा कामाला नकार देणं आईच्या लक्षात आलं होतं. ते मात्र जर गंभीरच होतं.

त्या संध्याकाळी मी खूपच काम केलं होतं. घर कसं अगदी स्वच्छ होऊन गेलं होतं. बशा धुवून जागेवर गेल्या होत्या. मांजचं जेवण बनवून ठेवलं होतं. पण या सगळ्याचं मांजला काय महत्व होतं? मी न केलेलं काम त्यांला नेमकं दिसे.

मला आज वर जाऊन पुस्तक वाचायची घाई झाली होती.

माझ्या डोळ्यांसमोर हनीफ नुसती सेटीवर बसलीय आणि मी मात्र गुलामासारखं काम करते आहे असं नेहमीचं दृश्य आलं.

मी काय बोलते आहे हे मला समजेपर्यंत तोंडातून शब्द निसटले होते, "सांग तुझ्या बायकोला तुझे ते घाणेरडे कपडे धुवायला."

"काय म्हणालीस?" मांजने माझ्या केसाला हिसडे देत मला खाली आणलं.

मला काय होणार याचा अंदाज आला.

मी मार खाऊ लागले. अलिप्तपणे. जणू काही मी माझ्या शरीरात नव्हतेच, शरीराबाहेर होते.

वर जिन्याच्या टोकाशी मिना उभी होती. मला वाटलं हा तिला का कधी मारत नाही. अर्थात आपण ज्याच्यावर प्रेम करतो त्याचे हाल बघण्यापेक्षा आपणच हाल सोसणं बरं असतं.

मांजने एका हाताने केस धरून मला मारायला सुरवात केली होती. अचानक त्याने डोक्याच्या एका बाजूला रट्टा दिला. त्यामुळे मी तोल जाऊन खाली पडले.

आता मला तो लाथा घालू लागला. माझे पाय तुडवू लागला. माझे केस खेचून मला त्याने उभं केलं. तसं केल्याने त्याला माझ्या पोटावर गुद्दे लगावणं सोपं जात होतं. मी गुडघ्यावर कोलमडले. माझ्या शरीरातील सगळी हवाच निघून गेली होती.

पण माझ्या चेहऱ्यावर मात्र त्याने वार केले नव्हते. चेहऱ्यावरच्या माराच्या खुणा दिसून आल्या असत्या. त्यामुळे तर मी त्याचा आणखी द्वेष करू लागले. तो मार सुद्धा अगदी मोजूनमापून देई.

त्याने कितीही मारलं तरी मी निग्रहाने ठरवलं की डोळ्यांतून पाणी काढायचं

नाही. माझ्या दु:खाने किंचाळण्यामुळे त्याला अधिकच मजा येणार होती.

मी माझे ओठ घट्ट चावून धरले, इतके की शेवटी ओठातून रक्त येऊ लागले. मग मात्र माझे डोळे ऐकेनात. माझ्या चेहऱ्यावरून घळघळा अश्रू वाहू लागले.

त्याने मला जमिनीवर ढकलून दिलं आणि एक सणसणीत लाथ घालून तो जणू काहीच झालं नाही असा दूर झाला.

मारताना मांज तोंड गप्प ठेवी. आईसारखा शिव्यांचा भडिमार करत नसे. पण आज त्याने तोंड उघडलं. तो म्हणाला, ''आता तरी माझे कपडे धुवायचा तुला विसर पडणार नाही. चल उठ, माझ्यासाठी जेवण आण. मी भुकेने कळवळतोय.''

पुढच्या दारातील पालापाचोळा बुटाने दूर सारावा अशा अविर्भावात तो निघून गेला. जणू त्याच्या लेखी मला तेवढीच किंमत होती.

मी पडल्या पडल्याच कसंतरी माझं शरीर ओढत स्वयंपाकघरात आले. खुर्चीच्या आधाराने सिंकजवळ उभी राहिले. म्हणजे मला माझा चेहरा तरी धुता आला असता.

मी जोराने माझे नाक शिंकरले आणि जेवढ्या म्हणून वाईट शिव्या होत्या त्या तोंडतल्या तोंडातच दिल्या. त्यामुळे मला थोडासा तरी दिलासा मिळणार होता.

मी उभी असताना मिना हळूच आत आली.

''तू कशाला त्याला असं बोललीस?'' तिने विचारलं.

''का? मी बोलले ते खरंच होतं ना? नुसतं बसून रहाण्यापेक्षा तिला त्याला जेवण नेऊन द्यायला काय झालं होतं?''

मला जोराने खोकला आला.

बरगड्या मोडल्याबिडल्या की काय असं वाटून मी हात लाववत नसताना सुद्धा दोन्ही बाजू चाचपून बघितल्या.

''मिना, जरा बशी भरतेस का, म्हणजे मी त्याला नेऊन देते.''

मी मांजचं जेवण त्याला नेऊन दिलं.

''उद्या घरात ब्रेड हवाय का?'' जणू त्याने माझा काहीच अपराध केलेला नाही अशा स्वरात विचारलं.

''नको. बराच शिल्लक आहे. तुला आणखी काही हवंय?'' मला कधी तिथून निघून पुस्तकांचा आसरा घेते असं झालं होतं.

त्याने नकारार्थी मान हलवताच मी जिना चढून तिथून निघून गेले.

मिना माझी वाटच बघत होती. ''पुस्तकं बाहेर काढू?'' तिने विचारलं.

''नको. थोडं थांबू या. मांज वर आला की दिवा बंद करायला लावेल.'' मी म्हणाले.

जराशाने तो वर आलाच. त्याच्या खोलीकडे जाता जाता त्याने आमच्या

खोलीचं दार उघडले. दारातूनच हात आत घालून त्याने दिवा बंद केला.

“झोपा आता आणि परत दिवा लावू नका. काय?” त्याने दरडावलं.

मला आश्चर्यच वाटलं. त्याने पूर्वी असं कधीच केलं नव्हतं. आम्ही आणलेल्या पुस्तकांविषयी आईने त्याला सांगितलं होतं की काय?

सगळं शांत झाल्यावर मिनाने विचारलं, “आता काय करायचं? आता काही आपण वाचू शकत नाही.”

कसं कोण जाणे, पण काय करायचं ते मी ठरवून ठेवलं होतं.

“हे बघ.” असं म्हणून मी खिडकीवरचा पडदा दूर केला. रस्त्यावरचा प्रकाश आत आला. गुलाबी रंगाचा तो प्रकाश आम्हाला वाचायला पुरेसा होता.

“आता आपण वाचू शकतो. मांजचा हुकूम न मोडता.” मी पलंगावरून वाकून पुस्तकं बाहेर काढली. मिनाला तिच्या परीकथा दिल्या आणि माझ्यासाठी एक पुस्तक घेतलं. पुस्तकावर एक मुलीचं चित्र होतं. ती टॉर्च हातात घेऊन झाडाच्या खोडात काहीतरी शोधत होती. मी उत्सुकतेनं ते चित्र पाहू लागले. पुस्तक उघडण्याआधीच काय गोष्ट असेल याची कल्पना करू लागले. गादीच्या एक बाजूला झोपल्यामुळे मला वाचायला चांगला प्रकाश मिळत होता.

आम्ही जेमतेम दहा मिनिटं वाचलं असेल, तेवढ्यात मिना म्हणाली, “कसली गोष्ट आहे ग तुझ्या पुस्तकात?”

“ही एक मुलीची गोष्ट आहे. ती कसला तरी शोध घेत आहे.”

“मी हॅन्सेल आणि ग्रेटेल वाचतेय. दोन मुलांना एक छान घर सापडतं. ते छान छान पदार्थांनी बनवलेलं असतं. त्या दोन मुलांना माहीतच नसतं की ते घर एका चेटकिणीनं बनवलंय.”

मी तर ही गोष्ट आश्रमात असताना वाचली होती. पण मी तसं काही मिनाला सांगितलं नाही. तिला कुठं या घरात मिळत होती अशी छान छान पुस्तकं.

काही वेळाने मिना झोपी गेली. तिचं पुस्तक पलंगावर पडलं होतं. मी त्यात पानासाठी खूण ठेवली आणि माझंही पुस्तक मिटलं, पुस्तकं पलंगाखाली सारली. सकाळी वेळ झाला तर परत वाचण्यासाठी. माझ्या अंगात होणाऱ्या वेदनांना बरोबर घेऊन मी झोपी गेले.

माझ्या डोळ्यांपुढे मात्र माझा स्वत:चा एक टॉर्च होता आणि मी कोणत्या तरी रहस्याचा उलगडा करत होते.

१०

बाबा अजूनही अधूनमधून घरी येत असत. पण बहुतेक ते आई घरात नसताना येण्याची संधी मिळायची वाट बघत. म्हणजे आई कोणत्या गोष्टीला नकार देण्याचा प्रश्नच नसे.

आई ज्या वेळेस बाहेर जाई त्या वेळेस ताराला मुद्दाम घरी येऊन थांबण्यास सांगे. बाबांनी आम्हाला बाहेर नेऊ नये म्हणून तारा आई घरात नसल्याचं कारण बाबांना सांगत असे.

"ती घरात नाही ना? ठीक आहे तर मग. मुलींना बाहेर नेण्याचा सगळा दोष मी माझ्यावर घेईन. चला मुलींनो लवकर." बाबा लगबग करून म्हणत.

आम्ही निघालो की ते ताराला विचारत, "तुला आमच्याबरोबर यायचंय का?"

तारा मानेनेच नकार देई. पण तिने आम्हाला कधी अडवलं नाही.

बाबा आम्हाला घेऊन बागेत जात. बाबांच्या भोवती आम्ही 'गाऱ्या गाऱ्या भिंगोऱ्या' खेळत असू. मग आम्हाला आइसक्रीम किंवा दुसरा काही खाऊ मिळे. कधी कधी बागेत खास तयार केलेल्या लतामंडपात जाऊन बाबांचा हात धरून फिरणं आम्हाला पसंत पडे. तर कधी त्यांच्याबरोबर लहानशा आगगाडीत बसून फेरफटका असे.

बाबांच्या बरोबर असताना मी वेगळीच मुलगी असे. माझ्या वयाची लहान मुलगी! घरी खेळणं तर सोडाच पण मोठ्या आवाजात बोलायला सुद्धा मज्जाव असे, कारण तेवढ्याने आईची डोकेदुखी सुरू होई.

म्हणून बागेत आनंदाने मी अगदी मजेत किंचाळत असे. मला अगदी मोकळं वाटे. घरी कोणालाच बाबांची फिकीर नसे. मला वाटे सगळ्या कुटुंबात मी एकटीच बाबांसारखी होते. माझी काळजी तरी कोण करत होतं?

बाबांचा प्रेमळ, शांत स्वभाव मला आवडे. घरी मला सगळ्यांचा फक्त संताप माहीत होता. आई जेव्हा जेव्हा त्यांच्यावर शिव्यांचा भडिमार करे, तेव्हा ते शांतपणे निघून जात. जणू काही ते त्या शब्दांनी दुखावले जात नसत.

मी सुद्धा नेहमी आल्या प्रसंगाला शूरपणे तोंड देई. घरातले सर्व जेव्हा मला शिव्या देत, चोप देत त्याकडे मी दुर्लक्ष करत असे. पण दर वेळेस आत कुठेतरी मी फार दुखावली जाई.

संध्याकाळी आम्हाला घरी सोडून बाबा निघून जात. त्या वेळी माझ्या मनात एकच इच्छा असे; मला त्यांनी बरोबर न्यावं.

पण मला माहीत होतं की माझे बाबा आजारी आहेत. त्यांच्या आजाराचं नक्की काय निदान झालं होतं मला कोणीच सांगणार नव्हतं. पण त्यांनी शांत रहावं म्हणून त्यांना महिन्यातून एक इंजेक्शन घ्यावं लागे. तेव्हा ते घरी येत. मग थोड्याच वेळात एक नर्स येई आणि त्यांना इंजेक्शन घेणं कसं आवश्यक आहे ते सांगे. बाबा काही वेळ नकार देत बसून रहात, कारण त्या इंजेक्शनमुळे त्यांचे हात थरथरत रहात. मग आई म्हणे की, इंजेक्शन घेतलं नाही तर तुम्ही सारखे संतापत रहाल, मग मात्र मी तुम्हाला घरी येऊ देणार नाही. मग ते तयार होत. मी दाराआडून हळूच सर्व बघे. बाबा त्यांची पॅन्ट थोडी खाली सरकवत आणि नर्स त्यांना कुल्ल्यावर इंजेक्शन देई. नर्सने बाबांच्या शरीरात सुई घुसवली की माझा थरकाप होई. बाबांना जबरदस्तीनं इंजेक्शन घ्यायला लावणं म्हणजे मला भयंकर प्रकार वाटत राही.

मी बाराची होईपर्यंत आम्ही वॉलसॉ मध्ये रहात होतो. घरच्या कामातून आणि मारातून माझी सुटका, मला जेव्हा हॉस्पिटलमध्ये जावं लागे तेव्हाच होई. कधी कधी माझ्या पायाची बोटं मला फारच त्रास देत. ती खालच्या बाजूला वळून कडक बनत. मला ती सरळ करताच येत नसत. मग कधी हॉस्पिटलमध्ये तपासून औषध आणावं लागे तर कधी ऑपरेशन करावं लागे.

माझ्यासाठी हॉस्पिटल म्हणजे जणू स्वर्ग होता. तिथे मला शांत तर वाटेच, पण विश्रांती सुद्धा मिळे. तिथे जेवताना मी ज्या आश्रमात मोठी झाले तिथल्या जेवणाची आठवण येई. तिथे मारायला कोणी नव्हतं.

जेव्हा मला पहिल्यांदा घरी आणलं तेव्हा आई माझ्या बोटांकडे बघून काहीतरी बोलत असे. मला त्याचा अर्थ समजायला सहा महिने जावे लागले होते. ती मला वाकड्या पायांची लंगडी मुलगी म्हणे. अघोरी उपायांनी माझी बोटं सरळ करायला बघे. हातोडी घेऊन ती माझ्या बोटांवर मारे. तिला वाटे मी बोटं सरळ करण्यासाठी काहीच करत नाही. मी जर काही प्रयत्न केले नाहीत तर हातोडीने जोरात घाव घालायची ती मला धमकी देई. मला हॉस्पिटलमध्ये जायला मिळावं म्हणून मी माझी बोटं सरळ करत नाही असं तिचं मत होतं.

हॉस्पिटलमध्ये मी उगाच कोणाशी बोलत नसे. उगीच कोणी प्रश्न विचारू नये म्हणून मी झोपून रहात असे. फक्त जेवण आलं की उठे. हसऱ्या चेहऱ्याच्या नर्सेस चिप्स, फिश फिंगर्स, पुडिंग, केक्स, कस्टर्ड असं मस्त जेवण घेऊन येत.

मला हॉस्पिटलमधील जेवणाचं फारसं कौतुक नव्हतं, पण तिथे मिळणारे गोड पदार्थ मात्र मला घरी अजिबात मिळत नसत. आश्रमात राहून गोड खातच तर मी मोठी झाली होते!

मिनाच्या पायाचं पण ऑपरेशन झालं होतं. पण आम्हाला हॉस्पिटलमध्ये कोणीही भेटायला येत नसे. आई घरी घेऊन जायला येई तेवढीच.

मला वाटे, हॉस्पिटलमध्येच रहावं. पण घरी तर जायला लागणारच होतं. आश्रमातून सुद्धा मला घरीच तर आणलं होतं.

दोन आठवड्यांच्या सुखाच्या काळानंतर एकदा मला घरी पाठवण्यात आलं. पण माझा पाय आणखी पाच आठवड्यांसाठी डॉक्टरांनी केलेल्या साच्यातच रहाणार होता. आणि तेवढे दिवस डॉक्टरांनी मला विश्रांती घेण्यास सांगितलं होतं. पण मला लंगडत लंगडत घरची कामं उरकावीच लागत होती. माझ्या गैरहजेरीत सर्वांनी कामं साठवून ठेवली होती. मी शूरपणे कामं आटपत असे.

मनातून मला वाटे, आता ओरडून आईला सांगावं, 'बघ आई बघ, पाय साच्यात असूनही मी सगळी कामं करत्येय. आहे की नाही मी भारी? म्हण एकदा तरी म्हण, मी ग्रेट आहे!'

पण मी काही बोलत नसे आणि शाबासकीचा शब्द तिच्या तोंडून बाहेर पडत नसे.

पायाचा साचा काढायच्या वेळी आई मला टॅक्सीने हॉस्पिटलमध्ये नेई. हॉस्पिटलकडून जाण्यायेण्याचा टॅक्सीचा खर्च घेत असे, पण परत येताना मात्र मला चालवत घरी आणे.

डॉक्टर माझ्या घाणेरड्या, चिरा पडलेल्या साच्याकडे बघत आणि आईला त्याबद्दल विचारत. पण आई तिकडे अजिबात लक्ष देत नसे. त्यामुळे मला गप्प बसणं भाग पडत असे.

हनीफला फरजाद झाल्यापासून माझी कामं वाढलीच होती. कारण तिला त्याच्याकडे बघावे लागे. मला मिनाशिवाय कोणाचीच मदत नव्हती. ती सुद्धा फक्त बशा धुवे आणि थोडी साफसफाई करे. स्वयंपाक, केरवारे, कपडे धुणं सगळ्या कामांना मीच.

मी सतत दमलेली असे. तरी घरकाम आणि अभ्यास करत होते. अशक्तपणामुळे मला चिडचिडेपणा येई. अलीकडे मी हनीफला नीट उत्तरं देईनाशी झाले होते. विशेषत: माझ्या हातातलं काम अर्धवट टाकायला सांगून तिचं एखादं फालतू काम मला सांगे. त्यातून हनीफ परत जाड होऊ लागली होती.

एका संध्याकाळी मिना आणि मी स्वयंपाकघर स्वच्छ करत होतो तेव्हा आम्ही ठरवूनच टाकलं की हनीफ जाड होत आहे म्हणजे तिला परत बाळ होणार आहे.

मी तर तिला होणाऱ्या दुसऱ्या बाळाची कल्पनाच करू शकत नव्हते. मला रोजचंच काम उरकायची ताकद राहिली नव्हती. दुसरं बाळ आलं तर मी सगळं काम कसं करू शकणार होते?

त्यामुळेच एकदा मला आईने हाक मारून बोलावून घेतलं तेव्हा मला वाटलं की हनीफला उलट उत्तर दिल्याबद्दल किंवा एखादं काम करायचं माझ्या हातून राहिलं म्हणून आता माराला सामोरं जावं लागणार. किंवा एखादं काम हळू हळू सावकाश उरकलं म्हणून चोप मिळणार.

ते साल एकोणिसशे ब्याऐंशी असावं. मी तेराची होणार होते. माझी उंची बऱ्यापैकी वाढली होती. माझ्या वर्गातल्या इतर मुली चांगल्या खात्या-पित्या घरच्या होत्या. त्यामुळे त्यांच्या मानाने मी लहानच दिसे.

आईने मला जवळ येण्याची खूण केली. सवयीप्रमाणे मी दूरच उभी राहिले. पण तिने मला जवळ ओढून घेतलं. माझ्याभोवती हात टाकून मला कवेत घेतलं. माझ्या कानात म्हणाली, ''सॅम, तू खूप चांगली मुलगी आहेस. तू सगळ्यांसाठी किती कामं करतेस. माझ्यासाठी कष्ट घेतेस. शाब्बास पोरी!''

माझा माझ्या कानांवर विश्वासच बसेना. इतक्या दिवसांच्या कष्टांनंतर का होईना तिचे समाधान झालं होतं तर!

''तू सांगितलेली कामं करतेस, तू आज्ञाधारक मुलगी आहेस. मी तुला पाकिस्तानात घेऊन जाणार आहे. मी कुठून इथे आले ते तुला दाखवेन. आपल्या तिकडच्या कुटुंबाशी तुझी ओळख होईल.''

दोन्ही तळव्यात माझा चेहरा घेऊन तिने माझ्या डोळ्यांत पाहिलं. ''फक्त तू आणि मी, सॅम.'' ती म्हणाली.

आईने आतापर्यंत मारण्याखेरीज कशाहीसाठी मला स्पर्श केला नव्हता. तिचे चांगले शब्द माझ्यासाठी कधीच नसत. आता तिला माझं महत्व कळलं होतं. कृतज्ञतेच्या भावनेने माझं मन भरून आलं. माझ्या गालांवरून अश्रू वाहू लागले. अश्रूंच्या पडद्याआडून मी हसले. काहीतरी बोलण्याचा प्रयत्न सुद्धा केला. काय बोलले देव जाणे.

एका अनोख्या भावनेनं माझं मन भरून गेलं. माझ्या आतून कुठूनतरी जणू प्रकाशाचा किरण बाहेर पडत होता आणि माझं तन-मन त्यानं व्यापून टाकलं होतं.

आतापर्यंत मी सगळ्याला सामोरी गेले होते ते केवळ आईला समाधान मिळावं म्हणून. तिच्या कडून माझ्या कष्टांची पावती मिळेल म्हणून. पण अशा दिवसाची वाट बघणं मी सोडून दिलं होतं.

इतक्या दिवसांच्या प्रतिक्षेनंतर का होईना, मला बक्षीस मिळालं होतं. आम्ही दोघी मिळून सुट्टीवर जाणार होतो.

मला पाकिस्तानविषयी काहीच माहिती नव्हती. घरातलं दुसरं कोणी तिथे जाऊन आलं असलं तरी माझ्यापाशी कोणी चकार शब्द काढला नव्हता. आईने पण कधीच मला त्या देशाविषयी सांगितलं नव्हतं.

मला माझी आश्रमातली समुद्रावरची सुट्टी आठवली. पाकिस्तानात सुद्धा समुद्र किनारा, दुकानं, मुलं असणारच. सुट्टी म्हणजे हे सगळं हवंच. पण कदाचित हे सगळं नसलं तरी घरकामातून सुट्टी तर होतीच. शिवाय माझी आई माझ्याबरोबर कायम असणार होती.

दुसऱ्या दिवशी शाळेतून घरी आले तर घरात कोणीतरी पाहुणी बाई बसली होती. आईने तिच ओळख आंटी म्हणून करून दिली. पण आई तिला फातिमा म्हणत होती. ती आईची सासरची नातेवाईक होती. तिचं रक्ताचं नातं नव्हतं. ती आईच्याच वयाची दिसत होती, पण चेहऱ्यावरून आईसारखी कर्कश वाटत नव्हती. प्रेमळ दिसत होती.

मला तर ती जास्तच आवडली. जेव्हा मी जेवणाच्या बशा गोळा करून स्वच्छ करत होते तेव्हा ती आईला सांगत होती की तिची मुलगी माझ्या निम्म्याने सुद्धा काम करत नाही. शिवाय तिनं आईला विचारलं होतं की घरातील सगळी कामं ही एकटी का करते; कोणी तिला मदत का करत नाही?

दुसऱ्या दिवशी तारा जेवायला आली होती. तेव्हा हनीफने आणि तिने स्वयंपाक केला. सगळ्यात कमाल म्हणजे माझ्यावर न ओरडता आईने तिची उष्टी बशी स्वत: उठून सिंकमध्ये ठेवली होती.

आई मला सुट्टीवर नेणार होती खरी, पण ही आंटी घरात आल्यावर सगळं चित्रच बदलून गेलं होतं.

एक दिवस आंटीने मिनाला आणि मला जवळच्या बागेत नेलं. बाबा सुद्धा आम्हाला या बागेत नेत असत. पण या आंटीने तर तिथं आलेल्या इतर मुलांबरोबर आम्हाला खेळू दिलं; आमच्या मनाप्रमाणे आम्हाला बागेत कुठेही हिंडू दिलं होतं.

बाग तर नुसती झाडांनी आणि फुलांनी बहरली होती. मोठमोठ्या हिरवळी होत्या. सगळ्यात छान म्हणजे बागेच्या मध्याभागी बोटिंगसाठी तलाव होता. कितीतरी प्रकारचे पक्षी पाण्यावरून उडत होते. देखणे राजहंस होते. आईच्या भीतीने बाबा आम्हाला इकडे कधी आणत नसत. किती स्वच्छ प्रकाश होता बागेत आणि ते राजहंस तर नुसते तरंगत होते पाण्यावर. मला तिथून उठावसंच वाटेना. सारा जन्म तिथेच बसावं असं वाटू लागलं.

मला एकदम आश्रम आठवला. कॅनॉक चेस आठवलं. आश्रमाभोवती असलेली मोकळी जमीन आठवली.

पेगी आंटीने सांगितलेली एक गोष्ट आठवली. एका छोट्या कुरूप दिसणाऱ्या

पक्ष्याची. जो कोणालाच आवडत नव्हता. ज्याला सगळे एकटे पाडत. मग जसजसा तो मोठा होत गेला तसतसं त्याचे रूपांतर सगळ्यात सुंदर अशा राजहंसामध्ये झालं.

माझ्या मनात विचार आला, मी पण आता पाकिस्तानात जाणार होते. कदाचित सर्वांना नकोशा असलेल्या सॅमचं रूपांतर होईल. माझ्यातले तेज बाहेर पडून मी पण सुंदर मुलगी बनून घरी परत येईन. तारा आणि हनीफ तर मला ओळखणारच नाहीत. मी परत आनंदात राहू लागेन....

"सॅम, सॅम, आंटी म्हणते की आता परत जायला हवं." मला कोणीतरी हलवत होतं.

मी स्वप्नातून जागी झाले. मिना माझी बाही ओढत होती.

"आत्ता? लगेच?" मी विचारलं.

मिनाने मान डोलावली. मी सावकाश पावलं टाकू लागले. तो स्वर्ग मला सोडवत नव्हता.

हिरवळीवरून गेटकडे जाताना आंटी आमच्या पुढे चालत होती. मी माझ्यातच दंग होते. मिनाशी पण काही बोलले नाही. तेवढ्यात मिनाने मला झोपाळे दाखवले आणि माझ्याकडे बघून ती हसली. तिला पण बागेतून हलायचं नव्हतं तर.

आंटी आमच्याकडे तीन-चार दिवस होती. मी पण आनंदात होते. जाताना तिने मला मिठीत घेतलं. मी पण तिला चिकटले. माझ्यापेक्षा ती खूपच उंच होती. तिच्या मिठीत मला प्रेमाने गुदमरल्यासारखं झालं. तिने जावं असं मला वाटतच नव्हतं. पण मी गप्प बसले. नाहीतर मूर्खासारखं काहीतरी बोलल्यामुळे मला मार बसला असता.

मला पक्कं ठाऊक होतं, एकदा का आंटी गेली की मी परत एकटीच. सोबतीला फक्त खरकटी भांडी, पोतेरं आणि झाडू.

शेवटी आंटीने मला तिच्या मिठीतून बाजूला केलं. ती थोडीशी हसली. तिने माझं डोकं थोडंसं वर उचललं आणि माझ्याकडे काहीसं विचारपूर्वक बघत ती आईला म्हणाली, "ही तुझ्यासारखी दिसते."

"हो. मला पण तसंच वाटतं." आई म्हणाली.

मला आश्चर्यच वाटलं आणि आनंदही झाला.

ताराला जणू पटल्यासारखं ती म्हणाली, "हो. आमच्या सगळ्यात तूच सुंदर आहेस." पण तिच्या बोलण्यात उपहास भरला होता.

आंटी गेल्यावर मला माझ्या पावलांच्या बोटांसाठी पुन्हा हॉस्पिटलमध्ये जावं लागलं. बाहेर आले तर माझं पाऊल पुन्हा साच्यात अडकलेलं.

एक शनिवारी मी उठायच्या आत मिना टॉयलेटला जाऊन आली. ती धावत खोलीत येऊन म्हणाली, ''सॅम, आपण घर बदलतोय. ये, हे बघ.''

मला काहीच कल्पना नव्हती. कुठे जाणार होतो आम्ही?

मी एका पायावर उड्या मारत जिना उतरले.

स्वयंपाकघरात आई आणि हनीफ पुठ्ठ्यांच्या खोक्यात सामान भरत होत्या.

''बरं झालं तू उठलीस. आता मदत कर आम्हाला.'' आई म्हणाली.

हनीफने लगेच एक रिकामं खोकं मला दिलं. ''ही भांडी ठेव यात.''

मी फळीवरून भांडी काढू लागले. मोठ्या पातेल्यांत लहान पातेली घालू लागले. मी आईला काहीच न विचारण्याचं ठरवलं. पुढच्या खोलीत हनीफबरोबर तिचं काहीतरी बोलणं चाललं होतं.

''आपण सगळेच पाकिस्तानला चाललोय?'' मिनाला हळूच विचारलं.

''काय माहीत. मला सुद्धा कोणी काही सांगितलं नाही.''

तितक्यात हनीफ आली आणि आम्ही गप्प झालो.

हनीफला काही विचारण्यात अर्थच नव्हता. आई तर म्हणाली होती की पुढचे तीन महिने तरी आम्ही पाकिस्तानात जाऊ शकणार नव्हतो.

मग ही घाईगडबड कशासाठी चालली होती? का शेवटी सगळेच पाकिस्तानात जाणार होते? मग तोपर्यंत हे सगळं सामान असंच खोक्यात पडणार? मी स्वयंपाक तरी कसा करणार होते?

अडकलेल्या पावलामुळे मला वर-खाली, चढ-उतार जमेना. वरच्या फळ्यांवरचे सामान काढता येईना. शेवटी एकदाचं स्वयंपाकघर मोकळं झालं.

तेवढ्यात हनीफने दोनतीन खोकी देऊन आमच्या खोलीतलं सामान आवरायला सांगितलं.

खरं तर आमचं दोघींचं विशेष असं काही सामान नव्हतंच. कपडे, उशा, पांघरुणं बस्स. खोक्यात पांघरुणांच्या खाली मी पुस्तकं ठेवली. आम्ही काही ती लायब्ररीत परत केलीच नव्हती. पुस्तकं परत करायाची माझी इच्छा नव्हतीच. मला माहीत होतं, मला माझी स्वत:ची अशी पुस्तकं परत कधीच मिळाली नसती.

मला अजूनही हे सर्व काय चाललंय हे समजण्याची उत्सुकता होती. तर मिना म्हणाली, एवढी काय काळजी त्यात, कळेलच आपल्याला.

मला स्वस्थ बसवेना. मी दाराबाहेर डोकं काढून सवेरचं दार उघडं आहे का ते बघितलं. अगदी तिथे सलीम असला तरी मी त्याला विचारणार होते.

एवढ्यात सवेरचं माझ्याकडे लक्ष गेलं. ''अग, आपले पलंग पण न्यायचेत

का बरोबर?'' त्याने विचारलं.

''काय माहीत. पण पलंगाबद्दल कोणी काही बोललं नाही. पण आपण जातोय कुठं?'' मी विचारलं.

''मला कोणी काही बोललं नाही. बरं सिद्, ही माझी खोकी खाली नेऊन ठेवतेस का? मी आलोच एवढ्यात.''

मी काही बोलायच्या आत तो खाली पळाला.

खालून आईच्या हाका ऐकू येऊ लागल्या. मी लंगडत जिना उतरले आणि जे काही काम सांगितलं जाईल त्यासाठी तयार झाले.

काही वेळातच पुढच्या दाराशी एक व्हॅन थांबली. मांज चालवत होता ती. हनीफ जाऊन पुढच्या सीटवर बसली. मांज घरात गेला आणि सगळीकडे पसरलेल्या सामानावर नजर टाकून आला.

''चला, सगळेजण मिळून सामान भरू या. रात्रीपर्यंत मला ग्लासगोला पोहोचलं पाहिजे.''

ग्लासगो? ते कुठं आलं? मी मिनाकडे नजर टाकली. तिने पण माझ्याकडे बघितलं. आम्हाला दोघींना ग्लासगो कुठे आहे हे माहीत नव्हतं.

सकाळपासून आमच्या पोटात काहीच गेलं नव्हतं. मला वाटलं निघायच्या आधी जेवायसाठी थोडा वेळ मिळेल. पण मांज आम्हा दोघींना एक सारख्या ऑर्डर्स सोडू लागला. जेवणाशिवाय राहावं लागणार होतं.

एकदाचं सर्व सामान व्हॅनमध्ये भरलं गेलं. आई येऊन हनीफजवळ बसली. हनीफचं बाळ आणि सलीम सुद्धा.

शेवटचं खोकं आत गेल्यावर अकस्मात जादू व्हावी त्याप्रमाणे सवेर प्रकट झाला. मांजने एक ब्लँकेट मागे टाकलं. सवेर, मिना आणि मला आत जाऊन बसायला सांगितलं. आम्ही आत शिरल्यावर मांजने व्हॅनचं मागचं दार बंद करून टाकलं. एकदम काळोख झाला, मला गुदमरल्यासारखं झालं. माझ्या बरोबर ते दोघं आहेत हे माहीत असताना सुद्धा मला अंधारात भुताटकीसारखं वाटलं. तेवढ्यात सवेर 'वू ऽऽऽ हू, वू ऽऽऽ हू' असे भीतिदायक आवाज काढू लागला.

''सवेर, तोंड बंद कर, नाहीतर लाथा घालेन या पायतल्या साच्यासकट, म्हणजे चांगलाच मार बसेल.'' मी रागावले.

''पण त्याच्यासाठी तुला मला अंधारात शोधावं लागेल.''

जसा अंधार गुडूप झाला तसाच थोडा उजेडही आत आला. मांजने मधली खिडकी उघडली होती. आम्हाला पुढे चाललेलं बोलणं ऐकू येऊ लागलं. थोडी हवा पण आत आली. मी सवेरकडे पाहिलं. तो अगदी मागे खोक्यांवर रेलून उभा होता.

''आता मला दिसतोयस बरं का तू,'' मी मुद्दाम म्हणाले. तेवढ्यात व्हॅन सुरू झाली आणि आम्ही निघालो.

उजेड आणि हवा मिळाल्यावर मला जरा बरं वाटलं. आम्ही आपापसात बोलू लागलो. कोणालाच ग्लासगो कुठे आहे ते माहीत नव्हतं.

आम्ही उखाण्यांचा खेळ सुरू केला.

''माझ्या डोळ्यांना काहीतरी दिसतंय; ते एफ पासून सुरू होतंय.'' सवेरने उखाणा घातला आणि त्यानंच उत्तरही दिलं. ''फर्निचर.''

खेळता खेळता नेहमीप्रमाणे मी जिंकले. मग सवेरने खेळच बंद केला. तो शांतपणे झोपून गेला.

''कसला कटकट्या आहे ग हा. कधी कधी बरा असतो, तर कधी कधी म्हणजे नुसती वैतागवाडीच असते.'' मी मिनाकडे पाहून चिडून म्हटलं.

''हो. मला माहीतय तो कसा आहे. चल, आपण त्याच्यासारखं झोपून जाऊ या. आज दिवसभर फारच काम झालं.'' असं म्हणून ती डुलक्या घ्यायला लागली.

मी जरा वेळ जागी राहिले. व्हॅन फारच उडत होती. आवाजही फार करत होती. बऱ्याच वेळाने एक जोराचा धक्का बसून मी जागी झाले. व्हॅन थांबली होती. इंजीनही बंद झालं.

''आपण पोहोचलो का?'' मिनाने विचारलं.

सवेरने आळोखेपिळोखे दिले. तेवढ्यात मांजने दार उघडलं.

''चला, बाहेर पडा.'' त्याने फर्माविलं.

सवेर पहिल्याप्रथम उडी मारून बाहेर गेला. मी पुढे झाले आणि बघतच राहिले. आम्ही ज्या घराजवळ थांबलो होतो तेथे आम्हाला बागेत नेणारी आंटी उभी होती. ती माझ्याकडे बघून हसली.

''फातिमा आंटी!'' मी ओरडले.

तिचा गोल गरगरीत आनंदी चेहरा माझ्या चांगलाच ओळखीचा होता.

''हॅलो सॅम, ग्लासगोत तुझं स्वागत.'' मग मांजकडे वळून म्हणाली, ''आजच सकाळी मला घराची किल्ली मिळाली.'' आणि तिने मांजच्या हातात किल्ली दिली.

मी माझ्याकडे येऊन व्हॅनमधून उतरण्यासाठी स्वत:चा हात पुढे करून ती माझ्या मदतीला आली.

मी हसत हसत तिच्या मिठीत शिरले आणि तिला बिलगले.

जमिनीवर पाय टेकताच प्रवासतल्या धक्क्यांनी माझं पाऊल सुया भोसकल्याप्रमाणे दुखू लागलं. पण तिकडे माझं लक्षच गेलं नाही.

आंटीने मिनाला पण मिठीत घेतलं. आम्हाला दोघींना घेऊन ती घराकडे निघाली. सामान उतरविण्यासाठी तिने सवेरला मागे ठेवलं.

ते घर म्हणजे तळमजल्यावरचा एक मोठा फ्लॅट होता. तीन बेडरूम्स, पुढची खोली, स्वयंपाकघर, बाथरूम आणि तळघर सुद्धा. सर्व खोल्या चांगल्या प्रशस्त होत्या. छत सुद्धा चांगलं उंच होतं.

आम्हा दोघींना घेऊन ती एका खोलीत आली.

"ही तुम्ही दोघी आणि तुमच्या आईसाठी." तिने हसून सांगितलं.

माझ्या शेजारी उभी असलेली मिना एकदम थिजल्यासारखी झाल्याचं मला जाणावलं.

चला, म्हणजे आता रात्रीचं निवांत वाचन संपलंच. उलट आईचा हुकूम पाळायला आम्ही तिच्या अगदी जवळच असणार होतो.

पण आम्ही दोघी गप्प बसलो. मी आजूबाजूला नजर टाकली.

भिंती जुन्या पिवळ्या रंगाच्या होत्या. खालचा गालिचा जुनाट होता. पण तरी ते बरंच होतं, वॉलसॉच्या घराप्रमाणे येथे ओलसर, कुबट वास होता. पण जर का खिडक्या उघड्या टाकल्या तर तो वास जाईल असं मला वाटलं.

बाकीच्यांनी काय ठरवलंय, त्यांची झोपायची व्यवस्था काय असणार होती; हे प्रश्न विचारायचं माझ्या डोक्यात आलंच नाही. काही का असेना, या घरात माझा नंबर नेहमी शेवटचाच होता.

दुसरी खोली पहिल्यापेक्षा मोठी होती. मोठमोठ्या खिडक्यांमुळे त्या खोलीत छान प्रकाश पडला होता. खोलीत सगळी घाणच होती, पण आंटी म्हणाली की या खोलीत टी.व्ही. असणार होता. म्हणजे आईच्या खोलीत टी.व्ही. ठेवणार नव्हते. चला, म्हणजे आमच्या आवडीचे कार्यक्रम बघायला मिळणार होते.

वॉलसॉच्या घरी आई जेव्हा जेव्हा टी.व्ही.च्या खोलीत येई तेव्हा काहीतरी करून आईला बाहेर काढण्यासाठी शक्कल लढवत असू.

आई, तू दमलेली दिसतेस. तुला डोक्याला मालिश करू का? असं आमच्या दोघींपैकी कोणीतरी तिला विचारे. मग दुसऱ्या खोलीत जाऊन एकजण तिचं डोकं चेपत बसे. काही वेळाने आईला झोप लागली की आम्ही निवांत टी.व्ही. बघत बसत असू. अर्थात जी डोक्याला मालिश करे तिला थोडा वेळ टी.व्ही. बघता येत नसे हा भाग वेगळा.

"इथे तळघर आहे." आंटी सांगत होती.

आम्ही दोघी त्या जुन्या जिन्याच्या दारातून वाकून खालच्या अंधाराकडे बघत बसलो. दोघींनी खाली जाणं टाळलं. रहायला गेल्यानंतर खूप दिवसांनी आम्हाला खाली जायचं धाडस झालं.

मांज आणि हनीफला दुसरी बेडरूम मिळाली. तिसरी सवेरने घेतली.

बाथरूम आणि टॉयलेटला टॉयलेटच म्हणता येईल अशी व्यवस्था घरातच

होती. ते बघून मला खरा आनंद झाला.

घराच्या मागच्या बाजूला बॉयलर रूम होती. ती सलीमने स्वत:साठी पसंत केली.

आई सलीमला म्हणू लागली की तिथे फार गरम होईल. पण सलीम घरातलं लाडावलेलं शेंडेफळ होतं. त्यामुळे शेवटी आईने त्याला परवानगी दिली.

"आणि आता हे शेवटी स्वयंपाकघर. मागे बाग पण आहे." आंटीने सांगितलं.

मी स्वयंपाकघराकडे नजर टाकली. तिथे खूप घाण साठली होती. फळ्यांवर नुसती धूळच धूळ होती. पण स्वयंपाकघर मोठं होतं. तेथे जेवणाचं टेबल, खुर्च्या, सर्व राहू शकलं असतं.

आम्ही खिडकीबाहेर बघितलं. खूप मोठी बाग दिसत होती. पण निगराणी नव्हती. गवत उंच वाढलं होतं. पण निदान मोठी बाग तर होती.

"मी तुमच्यासाठी जेवण आणलं आहे. लांबच्या प्रवासाने तुम्ही भुकेले असाल. तिनेच थाळ्या मांडल्या. अंड्याची करी आणि रोट्या वाढल्या. तिने समजूतदारपणे बरंच जेवण आणलं होतं. त्यामुळे मी चांगली जेवले. सकाळपासून माझ्या पोटात काहीच नव्हतं.

आंटीचं घर आमच्या शेजारीच होतं. तिच्या थोरल्या मुलाचं लग्न झालं होतं. मोठी मुलगी जवळ जवळ वीस वर्षांची होती. ती आईसारखीच प्रेमळ होती.

आम्ही मधून मधून तिच्या घरी गेलो की ती नेहमीच भूक लागली का विचारे आणि आम्हाला जेवण वाढे. आम्ही आईकडे बघितलं आणि आईने मान हलवली की त्याचा अर्थ 'जेवा' असा असे.

नवं मोठं घर मला आवडलं. पण कधी कधी मला कोडं पडे की आम्ही वॉलसॉहून पळून तर आलो नाही? तसंच असावं. आम्ही आमच्या वॉलसॉच्या आयुष्यापासून, शाळेपासून, तिथल्या वातावरणापासून पळूनच आलो होतो. कदाचित मांज ग्लासगोला स्वत:चा धंदा सुरू करणार होता म्हणूनही असेल.

पण मला तरी नक्की कुठे ठाऊक होतं? मला कोणीच काही सांगितलं नव्हतं. पण एकंदरीत मला ग्लासगो आवडलं.

कदाचित आम्ही इथे इतर चारचौघांसारखं जगू शकू. आमचा आवडता टी.व्ही. कार्यक्रम पाहू शकू, शहरात हिंडू शकू असं मला वाटे.

आमच्या आजूबाजूला आशियातून आलेली बरीच कुटुंब होती. अर्थात त्यामुळे आम्ही काही खोडी केली तर आईला लगेच समजणार होतं.

सवेरने तळघर पसंत केलं. तळघर म्हणजे जणू एक गुहाच होती. तो तासनतास तेथे असे. सगळ्यांपासून दूर. तो आम्हा दोघींना अंधाऱ्या कोपऱ्यात

रहाणाऱ्या भुतांच्या गोष्टी सांगे. त्या गोष्टींमुळे मला कायम आश्रमातल्या आठवणी येत. अमांडा आणि मी अशाच गोष्टी सांगत असू. मिना मोठ्ठे मोठ्ठे डोळे करून गोष्टी ऐके आणि घाबरून जाई. माझा गोष्टीतल्या एकाही शब्दावर विश्वास बसत नसे. गोष्टीचा शेवट ऐकून तर मला हसूच येई.

"सिद, तुझा माझ्यावर विश्वास नाही ना?" तो विचारत असे.

"छे, अजिबात नाही. भूत खरं असतच नाही." मी उत्तर देई.

"मला तुझ्याएवढी काही खात्री नाही. पण जर का तुझा अजिबात विश्‍वास नसेल तर तू तसं शोधून काढ. चल, आज रात्री तळघरात ये. बघू कशी येतेस ती." सवेरने माझ्या डोळ्याला डोळा भिडवीत म्हटलं.

क्षणाचाही विलंब न लावता मी उत्तर दिलं. "अर्थात. मी येणारच आहे खाली. पण आज रात्री नाही. आज मला खूप काम आहे. कपडे धुवायचेत."

"बघ. घाबरलीस ना? मिना किती घाबरली आहे बघ!" तो खूष होऊन म्हणाला. त्याला वाटलं माझा विश्वास बसला त्याच्या भुतांच्या गोष्टींवर.

"मी मुळीच घाबरलेली नाही हं. पण आज भांडी घासली नाहीत तर मग माझी कंबक्ती आहे." माझ्या बोलण्यावर त्याच्या चेहऱ्यावरचं हसू नाहीसं झालं.

"ठीक आहे. मग रात्र उशिरा सर्वांची निजानीज झाल्यावर? मी तुम्हा दोघींना खाली घेऊन जाईन. मी अजिबात भुताखेतांच्या गोष्टी सांगणार नाही. आपण गप्पा मारू."

त्याच्या या बोलण्यावर मी थोडा विचार केला. त्याच त्या कामामुळे मला बेचैनी आली होती. हा बदल माझ्यासाठी बरा होता.

"चालेल. जाऊ या आपण खाली." मी बेत पक्का केला.

पण आईला किंवा मांजला हे कळलं असतं तर त्यातली गंमत त्यांना कळलीच नसती आणि मी करता कामा नये असं काहीतरी केलं आहे, असाच अर्थ त्यांनी काढला असता.

"आपल्याला जरा सुद्धा आवाज करून चालणार नाही!" आमचं ठरलं.

त्या रात्री गादीवर पडल्यावर मला असं वाटलं की कसला येतोय सवेर एवढ्या रात्रीचा.

हळू हळू सगळं शांत झालं. मला वाटलं, आता थोडा जरी आवाज झाली तरी आईला जाग येईल.

इतक्यात आमच्या खोलीचं दार थोडंसं उघडलं गेलं. प्रकाशाची तिरीप आत आली आणि मला सवेरचं डोकं दिसलं. त्याने मला खूण केली. मी मिनाकडे पाहिलं. तिच्या श्वासावरून मला कळलं की ती जागीच आहे. पण तिनं डोक्यावरून ब्लँकेट घट्ट गुंडाळून घेतलं होतं. बहुतेक तिचा तळघरात येण्याचा विचार नव्हता.

मी हळूच उठले आणि कुजबुजले, "मिना येत नाहीये, पण तू मला वचन दे की मला घाबरवणार नाहीस."

त्याने मान हलवली. आम्ही हॉलमधून तळघराच्या दाराकडे गेलो.

सवेर पुढे होता. त्याने दिवा लावला आणि तो आवाज न करता जिना उतरू लागला. अर्ध्यावर गेल्यावर तो म्हणाला, "चल लवकर."

मी अजून वरच उभी होते. घरातील शांतता आणि तळघरातील अंधाराने माझी धिटाई थोडी कमी होत होती. सर्व जणझोपले असताना वॉलसॉच्या टॉयलेटमध्ये एकटीच जाताना जसं वाटे, तसं काहीसं वाटू लागलं. मी स्वत:लाच भूत समजू लागले!

"चल, चल," तो परत म्हणाला.

मी अगदी मनात नसताना एक पायरी उतरले मग दुसरी. कसलाही आवाज झाला नाही. मला जरा बरं वाटलं. सवेरने जिन्याचं दार बंद करायची खूण केली. म्हणजे कोणालाच कसला आवाज ऐकू गेला नसता. मी दार बंद केलं खरं, पण खाली काही गडबड झाली तर मी माझा परतण्याचा मार्गच बंद करत आहे, असा विचार मात्र माझ्या मनात चमकून गेला.

जिन्याच्या तळाशी तर अंधार वाढल्यासारखाच वाटला. दाराच्या फटीतून येणारा थोडासा उजेड जिन्याच्या तळापर्यंत पोहोचत नव्हता. आता आम्ही दोघं जिन्यापासून तळघरात जायच्या मधल्या बोळकांडीत होतो.

"दिवा लाव." मी सवेरला सांगितलं.

"आत दिवा नाहीये. पण माझ्याकडे मेणबत्ती आहे. ती मी पेटवतो. तोपर्यंत थांब."

तो अंधारात कुठे गुप्त झाला कोणास ठाऊक.

मी एकटीच काळोखात उभी होते.

काडी ओढल्याचा आवाज मला ऐकू आला.

हळू हळू प्रकाश पडल्याचं मला समजत होतं. तेवढ्यात सवेर पेटलेली मेणबत्ती घेऊन आला. मेणबत्तीची ज्योत सारखी हलत होती. तेवढ्या प्रकाशात मला खोलीत नजर टाकता आली.

भिंती विटांच्या होत्या. सगळीकडे कोळिष्टकं, जळमटं, धूळ यांचं साम्राज्य होतं. त्यातच भिंतीवर काहीतरी लिहिल्यासारखं वाटलं.

"सॅम, आत ये ना. मी जेव्हा वरती नसतो तेव्हा इथं वेळ काढतो." तो सांगत होता.

मी आता गेले. बघितलं तर त्याने खोली खूप छान ठेवली होती. कुठून तरी गादी मिळवून त्यावर छान चादर पसरली होती. बाजूला कडेने मेणबत्या ठेवल्या

होत्या. एक बाजूला खूप सारी कॉमिक्स होती. तो बाकीच्या मेणबत्या पेटवत होता. मी एक कॉमिक उचललं.

''कधी कधी मी खाली येऊन वाचत बसतो. जेव्हा मला वर चाललेले प्रकार असह्य होतात!'' सवेर माझ्या समोर असलेल्या भिंतीला टेकून उभा होता. तो माझ्याकडेच बघत होता.

मी कॉमिक ठेवलं.

''जेव्हा वर भीषण परिस्थिती असते तेव्हा.'' त्याने वाक्य पुरं केलं.

माझ्या घशात आवंढा आला.

''जेव्हा जेव्हा म्हणून तुला ते मारतात, तुझ्यावर शिव्यांचा भडिमार करत असतात.'' तो बोलत राहिला.

मी काहीच बोलू शकले नाही.

सवेर भिंतीकडे बोट दाखवत म्हणाला, ''या भिंतीत एक भोक आहे. तिथे मी बिस्किटं ठेवतो. जेव्हा तुला सगळं असह्य होईल, तेव्हा तू इथं येऊन खाऊ शकतेस बिस्किटं, सिद. कॉमिक्स पण वाचत जा.''

मी रडू लागले. माझ्या घशातला आवंढा विरघळला.

''थँक्स सवेर.'' माझ्या तोंडून कसेबसे बाहेर पडले.

थोडा वेळ तसाच गेला. मी परत कॉमिक उचललं.

''पण तू पैसे कुठून आणतोस सवेर?''

''बाबांकडून. ते मला दर आठवड्याला पॉकेटमनी देत असत. शाळा सुटल्यावर मी त्यांच्या घरी जाऊन वाचत बसे. पण आता मात्र माझाच मला राग येतो. आता इथे तर बाबा कधीच येऊ शकणार नाहीत. हे घर फार लांब आहे.''

सवेरने मला सांगितलं.

''तू बाबांकडे जात होतास?'' मी विचारलं.

''शूऽऽऽ. सॅम हळू बोल. खरंच जात होतो.''

''म्हणजे?''

''नाही. काही नाही.''

आम्ही जरा वेळ शांत बसलो. मला थंडी वाजू लागली.

''सवेर, मला वाटतं मी आता वर जाऊन झोपावं.''

त्याने मान हलवली.

''चल तर.'' तो मेणबत्या विझवू लागला. सगळ्या विझवल्यावर आम्ही जिन्याशी आलो.

मी बिछान्यात शिरले तेव्हा माझ्या पायाची बोटं गार पडली होती. पण अंधारात मला खुदकन हसू आलं.

मी आता वाढीला लागले होते. एक दिवस स्वयंपाकघरात काम करत असताना हनीफ माझ्याकडे जरा विचित्र नजरेने बघत आहे असं मला वाटलं. मग तिने आईला काहीतरी सांगितलं. आईने वळून माझ्याकडे बघितलं आणि ती खोलीबाहेर गेली.

'हे काय आता नवीन?' माझ्या मनात आलं.

आई हातात काहीतरी पांढरी वस्तू घेऊन आत आली.

''आता तुला हे घालावं लागेल. हनीफ दाखवेल तुला.'' ती वस्तू माझ्या हातात ठेवत आई म्हणाली.

मी आश्चर्याने माझ्या हातातल्या वस्तूकडे बघू लागले. माझ्या लक्षात आलं की ती ताराची जुनी ब्रा होती. हनीफने ती कशी घालायची असते ते दाखविलं. आणि मला बाथरूममध्ये पाठवलं.

महिन्यातून एकदा मी जशी सैल चड्डी वापरे, तशी ही ब्रा पण मला नीट बसेना. मला अशा गोष्टींची आता सवयच झाली होती.

तारा आणि तिचा नवरा वेटरचं काम करत. पण ते आमच्या घरात रहात नसत. सुरवातीला काही दिवस आमच्याकडे राहिल्यावर त्यांनी आमच्यापासून मैलभर लांब एक फ्लॅट घेतला होता.

काही दिवसांनी सवेर, मिना आणि मी तिचं घर बघायला गेलो. एक साईड टेबलवर ताराने चांदीच्या फ्रेममध्ये आईचा फोटो ठेवला होता.

सवेरने तो फोटो हातात घेतला आणि म्हणाला, ''तुझ्यापासून दूर जावं म्हणून मी इथे आलो, पण इथेही तुझं लक्ष आहेच माझ्याकडे.'' आणि त्याने फोटो पालथा घातला.

आम्ही सगळे खूप हसलो. बघितलं तर तारासुद्धा आमच्याबरोबर हसत होती.

आम्हाला या ग्लासगोच्या घरी थोडी मोकळीक होती. इथली स्वच्छ, मोकळी हवा मला आवडली. उन्हाळ्यात दिवस खूप रेंगाळत राही. पण जेव्हा शिशिर आला तेव्हा मला आजूबाजूची मुलं शाळेच्या कपड्यात दिसू लागली. मी जरा अस्वस्थ झाले. शाळेबद्दल कोणीच काही बोलत नव्हतं. बोलतील अशी चिन्हं दिसेनात.

एका रात्री मी बशा धूत होते आणि मिना पुसत होती, तेव्हा मी तिला शाळेबद्दल विचारलं. तिच्या जवळही कोणी काही बोललं नव्हतं.

''तू जरा आईला आराम दे आणि ती जेव्हा ओरडणार नाही असं वाटेल तेव्हा विचार.'' ताराने सुचविलं.

काम संपल्यावर मी आईच्या डोक्याला मालिश करू लागले. तिचं डोकं कायमच दुखे. त्यामुळे डोकं चेपून दिलं की तिला बरं वाटे. तिच्या डोक्याच्या कोणत्या भागाला मसाज केला की ती पेंगुळायला लागे ते मला माहीत झालं होतं. मी दहा मिनिटं मसाज केला आणि तिला जेव्हा पेंग येऊ लागली तेव्हा तिला विचारलं, ''अम्मी, या वर्षी आम्ही शाळेत नाही का जाणार? आधीच थोडा उशीर झालाय. मग अभ्यास भरून काढायला त्रास होतो.''

''का?'' तिने अर्धवट झोपेत विचारलं. ''तू आणि मी तर ऑक्टोबरमध्ये पाकिस्तानला जाणार आहोत. तुला कशाला शाळा हवी?''

मी मसाज आवरता घेतला. तिच्याकडे रागाने बघू लागले. एव्हाना ती झोपली होती. माझा संताप वाढू लागला. पण तो संताप तिच्यावर कसा काढू ते मला कळेचना. मी पाय आपटत स्वयंपाकघरात गेले आणि मिनाला आमचं बोलणं सांगितलं.

''बरं झालं. मला शाळा आवडतच नाही. मला काहीच फरक पडणार नाही.'' ती समाधानाने म्हणाली.

''पण मला पडतो. सगळ्या विषयात माझा वरचा नंबर होता.'' मी संतापाने ओरडले. ''सारा वेळ घरात थांबून मी काय करू?''

मिनाने चेहरा वाकडा केला आणि ती तेथून निघून गेली.

माझी शाळेतील प्रगती चांगली होती. कदाचित तिची नसेल. कदाचित तिला त्याची फिकीर नसेल. पण मी कोणाकडे तक्रार करू?

इथले दिवस तर अगदीच संथपणे चालले होते. संध्याकाळचा प्रकाशही खूप वेळ राही. माझा सगळा दिवस घरातच जाई. पण माझा कंटाळा वाढू लागला.

मग मी माझा दिनक्रम काहीसा आखून घेतला. दर सोमवारी आमच्या वरचा माणूस त्याची वर्तमानपत्रं खाली कचऱ्यात टाकत असे. मी लक्ष ठेवून धावत जाऊन ती उचलून आणे. म्हणजे मला आठवडाभर काहीतरी वाचायला मिळे. वॉलसॉमध्ये इतर लोकांच्या कामावरून मी वेळ ठरवे. जसें की कोपऱ्यावरच्या मोठ्या रस्त्यावर एक माणूस येऊन बससाठी थांबला की साडेआठ वाजत. इथे ग्लासगोमध्ये कोपऱ्यावर एक चर्च होतं. दर तासाला तिथे टोल पडे. त्या आवाजाचा घरच्या सर्वांना त्रास होई. मला मात्र तो आवाज आवडे. निदान त्यामुळे मला वेळ समजे.

हनीफजवळ मात्र एक घड्याळ होतं. त्यामुळे कोणत्या वेळेस मला काय कामं सांगायची हे तिला बरोबर कळायचं.

महिन्यानंतर एक दिवस आई बाहेरून आली ती माझ्यासाठी नवे कपडे घेऊनच.

"सॅम, बघ हं, आता थोडेच दिवस राहिले बरं का."

ती खाली बसून मला पाकिस्तानविषयी सांगू लागली. माझा उत्साह ओसंडून चालला होता.

आईने सांगितलं की तिच्या माहेरी तिकडे खूप जमीन आहे. तिथली हवा छान उबदार आहे. मला तिथं स्वयंपाक, भांडी, धुणं कसलंच काम करावं लागणार नाही. कारण तिथे कामाला नोकर होते. तिची प्रत्येक गोष्ट मला गुंगवून टाके. माझ्या कल्पनेत; सर्वजण जणू गाणी म्हणत आहेत, गाण्याच्या तालावर नाचत आहेत, असं टी.व्ही. वर पाहिलेल्या सिनेमाप्रमाणे डोळ्यांसमोर येऊ लागलं.

मला वाटू लागलं की मला तिथं कशाचीच कमतरता नसेल, मला खूप मित्र मैत्रिणी मिळतील. मुख्य म्हणजे आई माझ्याशी प्रेमाने वागेल. तशी आजकाल ती थोडी बदलली होती. पण सर्व काम मात्र मलाच करावं लागे.

पाकिस्तानात मला काम करावं लागणार नव्हतं आणि आई पण माझ्याजवळ असणार होती. आता तरी माझ्या वाट्याला आनंद येणार होता.

हे थोडंसं गोंधळात टाकणारं पाकिस्तान म्हणजे माझ्यासाठी जणू बक्षीसच होतं; ते सुद्धा इतक्या सगळ्या यातना सोसल्यावर.

पण एक प्रॉब्लेम होताच. मिना काही माझ्या बरोबर येणार नव्हती. मिनाला माझी प्रत्येक गोष्ट माहीत होती. माझी सगळी स्वप्नं मी तिला सांगितली होती.

"तू आली असतीस तर बरं झालं असतं." एका संध्याकाळी मी तिला म्हटलं.

"हो ग, तू करतेस तेवढं काम मला जमणार नाही." तिला चिंताच होती.

"हनीफ करेल ना तुला मदत." माझ्या या बोलण्यावर आम्ही दोघी खूप हसलो.

"अग काम करायला कोणी नाही म्हणजे ती करेलच." मी तिला धीर दिला.

शेवटी आमचा निघायचा दिवस उजाडला. आईने आमच्या बॅगा भरल्या. मांजने गाडीत ठेवल्या. मी मिनाला मिठी मारली. तिने मला घट्ट पकडून ठेवलं.

"मला तुझी खूप आठवण येईल. तू परत कधी येशील?"

"मला माहीत नाही ग." मी मिनाला म्हटलं. तेव्हाच मला जाणवलं की हे मी आईला विचारलंच नव्हतं आणि आता वेळ नव्हता.

"चल लवकर. मला कामावर जायचं आहे." मांजने घाई केली.

मी मिनाच्या दोन्ही गालांचे मुके घेतले. तिचा निरोप घेऊन गाडीत बसले आणि आम्ही मार्गाला लागलो.

बस स्टेशनवर जाताना गाडीत शांतताच होती. कोणीच बोलत नव्हतं. स्टॉप येताच मांजने बॅगा खाली काढल्या. आईच्या गालाला ओठ लावले आणि माझ्याशी एकही शब्द न बोलता तो निघून गेला.

आमच्या बॅगा बसमध्ये ठेवल्या गेल्या. आम्ही बसमध्ये बसलो आणि बस चालू झाली. तो प्रवास खूप लांबचा होता. करायला काही उद्योग नव्हता. त्यामुळे एअरपोर्ट येईपर्यंत मी झोपलेच होते.

आई परत एकदा ऑर्डर देऊ लागली. ट्रॉलीकडे बोट दाखवून ती म्हणाली, ''जा, घेऊन ये एक.''

मी बॅगा ट्रॉलीवर ठेवल्या. ''माझ्या बरोबर रहा आणि ही ट्रॉली ढकल.'' तिने परत ऑर्डर सोडली.

ती पुढे गेली. मी ट्रॉली पुढे ढकलण्याचा प्रयत्न करू लागले.

एअरपोर्टवर खूप गर्दी होती. मी आईच्या जवळ रहाण्याचा प्रयत्न करीत होते. आम्ही एका रांगेतून दुसऱ्या रांगेत जात होतो. व्यवस्थित मेकअप केलेल्या बायका माझ्याकडे बघून हसत. शेवटी एकदा आमच्या बॅगा फिरत्या पट्ट्यावर गेल्या आणि मी मोकळी झाले.

मग एका माणसाने आईचा पासपोर्ट तपासला आणि आम्ही एका मोठ्या खोलीत बसून राहिलो. आई एकही शब्द बोलत नव्हती. मी पण तिला काही विचारलं नाही. सगळीकडे नुसता झगमगाट होता. खूप साऱ्या वस्तूंनी भरलेली दुकानं होती. त्याऐवजी एक जरी पुस्तक मला वाचायला मिळालं असतं तर...

शेवटी एकदा आम्हाला विमानात चढायला सांगितलं. मला खिडकीजवळची जागा मिळाली. मी सारा वेळ बाहेरच बघत राहिले. पण जेव्हा विमान जोराने धावू लागलं आणि उडणार असं वाटलं, तेव्हा मात्र मी भीतीने खुर्चीचा हात घट्ट धरून ठेवला. एकदा धीर येण्यासाठी म्हणून हळूच आईकडे बघितलं, पण तिने आपले डोळे घट्ट मिटले होते.

विमानाच्या इंजिनाचा जोराचा आवाज झाला. विमानाने इतका वेग घेतला की मी खुर्चीत मागे ढकलले गेले. विमान जमिनीवरून उचललं गेलं आणि मला एकदम जड जड वाटू लागलं. कानात आवाज येऊ लागले. मी जोरजोराने आवंढा गिळू लागले. मला मिनानेच तसं सांगितलं होतं. जरा वेळाने विमान सरळ झालं आणि मग सर्व ठीक वाटू लागलं.

खालची गावं शहरं सगळं लहान लहान होत होतं. धावणाऱ्या मोटारी म्हणजे तर एखादी रेघच दिसू लागली. मग विमान ढगांच्या वरून उडू लागलं. तेव्हा मात्र फारच धक्के बसले. जरा वेळाने एकदम तेजस्वी सूर्यकिरणं दिसू लागली.

कुठून तर टण्ण असा आवाज आला. काही लोक इकडून तिकडे जाऊ लागले.

मी माझ्या सीटजवळचं मासिक घेऊन वाचू लागले. पण बहुतेक वेळ आईने सांगितल्याप्रमाणे झोपूनच राहिले.

मी जागी झाले ती आईच्या हलवण्याने. आपण पाकिस्तानात पोचलो, ती सांगत होती.

११

विमानाच्या पायऱ्या उतरता उतरताच गरम हवेचा झोत अंगावर आला. मला श्वासच घेत येईना. चक्कर आल्यासारखं झालं. पोटात ढवळल्यासारखं वाटलं.

एअरपोर्टच्या आत आमच्यामागे एक हमाल आला. आई त्याच्याशी घासाघीस करू लागली.

इतकी आजारी असून घराबाहेरच्या जगात आई बऱ्याच हुषारीने वागताना पाहून विचित्रच वाटत होतं.

बाहेर आल्यावर परत एकदा गरम हवेने मला वेढलं. माझ्या पोटात परत ढवळल्यासारखं वाटलं. मला फारच आजारी आजारी वाटू लागलं. शेवटी मला उलटी झाली आणि मग बरं वाटलं.

मी संकोचाने आई कुठं दिसते का ते बघू लागले. ती बरीच पुढे गेली होती. मी घाबरून भरभर चालू लागले. वाटेत माझ्यापेक्षा निम्या वयाची मुलं माझ्याजवळ पैसे मागू लागली.

"किती दिवसांत खायला मिळालं नाही. भूक लागलीय, थोडे तरी पैसे द्या." पोटं खपाटीला गेलेली, केसांच्या जटा आणि घाणेरडे चेहरे झालेली अशी ती मुलं होती. पण माझ्याकडे पैसे कुठे होते? ती मुलं जवळ आली. मला घाणेरडा वास आला. त्यांचे कपडे तर घाणीने भरलेले होते.

एका टॅक्सीजवळ माझी वाट बघत असलेली आई मला दिसली. तिने मला खूण केली. ती ओरडली, "चल की लवकर, काय करत होतीस इतका वेळ?"

ग्लासगोचं राखाडी रंगाचं आकाश आणि गडद रंगांच्या इमारतींपेक्षा इथला परिसर अगदीच वेगळा होता. फक्त बारा तासांपूर्वी मी एका पूर्ण वेगळ्या जगात होते, यावर विश्वास ठेवणंच कठीण होत होतं.

ज्या रस्त्यावरून आम्ही जात होतो तिथल्या माणसांच्या अंगावर आम्ही घरी घालत होतो तसेच कपडे होते. पण हे साम्य तिथंच संपलं. रस्त्यावर लहान लहान मुलं चहाचे कप घेऊन, 'दोन रुपये कप.' 'चहा हवा का?' असं ओरडत इकडून

तिकडे धावत होती. मोटारींच्या काचेला येऊन धडकत होती. पण त्यांच्या कपातला एक थेंबही चहा खाली सांडत नव्हता. मला हसूच आलं. बायका टोपल्यांतून काही ना काही वस्तू विकत होत्या. गिऱ्हाइकं शोधत फिरत होत्या.

काही पुरुष रस्त्यावरच्या उघड्या विस्तवावर अन्न शिजवत होते. त्या मसाल्यांचा दर्प गाडीच्या बंद काचेतून सुद्धा आत येत होता. रस्त्यावरचे ट्रक्स आणि बसेस इंद्रधनुष्याप्रमाणे वेगवेगळ्या रंगात रंगविल्या होत्या. मधे मधे सायकली नागमोडी वाट काढत जात होत्या.

थोड्या वेळाने आम्ही शहराच्या बाहेर आलो. गावातून तर इतकी गर्दी होती की गर्दी बाजूला होईपर्यंत आम्हाला थांबावं लागत होतं. सगळीकडे घाणच घाण होती. हवा तर फारच गरम.

शेवटी आमची टॅक्सी थांबली, तेव्हा संध्याकाळ झाली होती. आम्ही एका ओसाड जागी थांबलो. रस्त्यावर दिवे नव्हते आणि काळोख दाटला होता.

इतक्यात घोड्यांच्या टापांचा आवाज ऐकू आला. अंधारातून कुठून तरी एक घोडागाडी आमच्याजवळ येऊन थांबली. त्यातून एक माणूस उतरला आणि त्याने आईला कवटाळलं. त्याने टॅक्सी ड्रायव्हरला आमच्या बॅगा घोडागाडीत ठेवण्यास मदत केली.

तो म्हणाला की तो माझा घनी अंकल होता. मला वाटलं तो गांधीच म्हणतो आहे. काळोख इतका होता की मला काही तो दिसेना. मला वाटलं हा गोल काचांचा चष्मा घातलेला म्हातारा माणूस असावा. पण त्याचा आवाज काही म्हाताऱ्यासारखा नव्हता.

घोडागाडीत मी एका कडक लाकडी सीटवर आईशेजारी बसले. घोडागाडी उसळी घेऊन एकदम पुढे गेली. मी तर खालीच पडणार होते. ती सीट फारच वाईट होती. धक्के तर अतोनात बसत होते. पण अशा घोडा ओढणाऱ्या गाडीत मी पहिल्यांदाच बसले होते. त्यामुळे मला हसू येत होतं.

हवेत कसले कसले विचित्र आवाज होते, वेगळे वेगळे वास होते. लांबवर कुत्री भुंकत होती. कुठेतरी पाणी वहात असल्याचा आवाज येत होता. आई आणि अंकल काही ना काही बोलत होते. हळू हळू लांबवर दिसणारा दिवा जवळ येत चालला. शेवटी एकदा मुक्कामाचं ठिकाण आल्याचं अंकलनी सांगितलं. घोडागाडी थांबली.

मी इतकी दमले होते की केव्हा एकदा छानपैकी गादीवर झोपते असं झालं होतं. आई काही न बोलता पुढे चालत होती आणि मी तिच्यामागे आज्ञाधारक मुलीसारखी.

माझ्या आईबरोबर मी एकटीच.

आम्ही एका मोठ्या कमानीच्या आत गेलो. एखाद्या मध्ययुगीन खेड्यासारखं ते गाव असावं. शेकोटीभोवती निरनिराळ्या आकारांच्या सावल्या पडत होत्या. हवेत जळणाऱ्या लाकडांचा वास भरून राहिला होता. झोपड्यांसारख्या घरांच्या अस्पष्ट रेषा मला दिसत होत्या. त्या सावल्यांची माणसं होऊन आता जवळ येत होती.

आंटी आली, आंटी आली असं ओरडत ती माणसं आईचा मुका घेत होती. मग माझ्याकडे वळून मला जवळ घेऊन माझेही मुके घेणं सुरू झालं. इतक्या प्रेमाने स्वागत होणं चांगलंच होतं, पण बुचकळ्यात टाकणारं होतं.

कोण होती ही सगळी माणसं? घरी तर कोणीच मला या विषयी कधीच काही सांगितलं नव्हतं. पण एकूण त्यांची अपेक्षा, मी पण त्यांच्याप्रमाणे वागावं अशी दिसत होती.

मोकळ्या जागेतून आम्ही वाट काढत जात होतो. लोकही शेकोटीकडे परत जात होते. आम्ही आणखी एका कमानीतून आत गेलो. धूसर प्रकाश असलेल्या अंगणात आम्ही आलो होतो. आई डावीकडे असलेल्या दारातून आत शिरली. एकच दिवा असलेल्या त्या अंधारलेल्या खोलीत, भिंतीलगत दोन पलंग होते. कोपऱ्यात एक मोठा उभा पंखा. मी थकून एक पलंगावर बसले.

एक उंच किडकिडीत बाई आत आली. तिने तिची काराआंटी म्हणून ओळख करून दिली.

"तुला भूक लागली आहे का?" तिने विचारलं.

मी मान हलवली. "मला खूप तहान पण लागली आहे." तहान की भूक हे मला नक्की कळेनासं झालं होतं. ती दोन ग्लास पाणी घेऊन आली. मी ते गटगटा प्यायले. पाण्याचा पहिला स्पर्श जिभेला झाल्याबरोबर मी किती तहानलेली होते ते मला उमगलं.

'तू दमली असशील' असं म्हणत तिने माझे बूट काढले. मी पलंगावर पडले तशी तिने एक हलकं पांघरूण अंगावर घातलं. पलंग कडक वाटला, पण मी इतकी दमले होते की मला क्षणार्धात झोप लागली.

त्या सर्व वातावरणाची आणि तिथल्या अन्नाची सवय व्हायला मला सात-आठ दिवस लागले. आई आणि कारा मला एकटीला घरात ठेवून रोज नातेवाइकांची भेट घ्यायला बाहेर पडू लागल्या. आईने मला, ती परत येईपर्यंत घराच्या फाटकाबाहेर जाण्याची बंदी केली होती. पण ती परत येईपर्यंत रोजच संध्याकाळ होऊन जाई. कधी कधी कारा माझ्यासाठी रोट्या ठेवून जाई. जर ठेवल्या नसतील तर आम्ही रहात होतो तेथून जवळच रहाणाऱ्या माझ्या दूरच्या बहिणी – अमिना, नीना आणि

सानिया – माझ्या बरोबर खेळायला येत, तेव्हा माझ्यासाठी जेवण घेऊन येत.

संध्याकाळी आई परत आली की मी नीना, अमिनाबरोबर शेतावर फिरायला जाई. वाटेत थांबून आम्ही ऊस तोडून दाताने सोलून आतला गोड रस चोखायचो. नाहीतर झाडावर चढून छोटी छोटी गोड फळं खाणं मला फार आवडे. त्या फळांना बोरं म्हणत. मला बोरं खूप आवडली. तिथेच आम्ही तासन्तास गप्पा मारत असू.

झाडावर बसून पक्षी घरी परतताना बघणं मला फार आवडे. त्यांची घरटी आमच्यापासून हाताच्या अंतरावर होती. लांब रपेट मारणं, झाडावरची ताजी फळं खाणं सगळंच मला आवडलं. इथे सर्वच एकमेकांना कामात मदत करत. घरापेक्षा इथे मला खूपच कमी काम होतं. मुख्य म्हणजे, घरात जेवायला काहीच नसे तेव्हा शेजारी माझ्याबरोबर जेवण वाटून घेत.

सगळ्यात महत्वाचे म्हणजे इथे माझ्यावर कोणीही हात टाकत नव्हतं.

साधारण एक महिन्यानंतर मात्र हे चित्र बदललं. मला जरी कोणीच काही सांगत नव्हतं, तरी मला होणारे बदल जाणवू लागले. आईने बाहेर जाणं बंद केलं. उलट बाहेरचे पाहुणेच घरी भेटायला येऊ लागले. पाहुण्यांपैकी एक कुटुंब रोजच येऊ लागलं. येताना माझ्यासाठी टोपलीभर फळं, नवे कपडे घेऊन येऊ लागले. कारासुद्धा त्यांना विशेष अगत्याने वागवे. त्यांच्यासाठी कधी चहा तर कधी जेवण बनवे. मला वाटलं, हे कोणीतरी खास पाहुणे असावेत.

शेवटी एके दिवशी आईने त्यांच्याशी माझी ओळख करून दिली.

"हे अकबर अंकल आणि त्यांचे दोन मुलगे अफजल आणि हातिफ. ही त्यांची मुलगी फोझिया."

अकबर अंकल अंगाने अगदी किरकोळ होते. उंची माझ्याएवढीच. पण मी तेराची आणि ते साठीचे. अफझल आणि हातिफ पंचविशीच्या पुढचे वाटत होते. अफझलचं नाक भावापेक्षा जास्त बाकदार होतं. केसही कानापर्यंत लांब होते. त्यांची बहीण फोजिया, भावांपेक्षा वयाने बरीच मोठी असावी, पण चेहरेपट्टी भावांसारखीच होती. ती मला येऊन भेटली आणि माझ्याकडे बघून हसली.

"ये. आमच्याजवळ येऊन बैस." माझा हात धरून ती म्हणाली.

ते सर्व मला अगदी निरखून बघत होते. मला जरा सगळं विचित्र वाटलं आणि मी बुजून गेले. मला काय बोलावं सुचेना. शेवटी मी झाडाखाली मांडलेल्या, तिच्या शेजारच्या खुर्चीत बसले. मला अनुभवावरून माहीत झालं होतं की हे लोक आईबरोबर तासन्तास गप्पा मारणार. कंटाळा आल्याचं न दाखविता मी तिथे बसून राहिले.

तेवढ्यात नीना पुढचं फाटक ढकलून आत आली आणि मी खेळायला येणार

का विचारलं. मी आईकडे पाहिलं. आईने मान हलवल्याबरोबर झटकन उठून बाहेर निघून गेले.

दुपार संपता संपता आईने मला दोघा भावांपैकी कुठला मुलगा आवडला ते विचारलं.

माझ्या कपाळाला आठ्याच पडल्या. मुलगा कसला, ते तर चांगले बाप्ये दिसत होते. मी त्यांच्याकडे धडपणे पाहिलंसुद्धा नव्हतं. शिवाय मी कशाला विचार करू त्यांच्या दिसण्याबद्दल?

मी खांदे उडवून म्हटलं, ''मला नाही माहीत. का?''

''नाही, काही विशेष नाही. सहज विचारलं.'' असं उत्तर देऊन ती लगेच तिथून निघून गेली.

संध्याकाळी नेहमीप्रमाणे नीना आणि इतर मुलांबरोबर मी फिरायला गेले. नीनाची आणि माझी छान मैत्री जमली होती. आम्ही नदीकाठी जाऊन बसलो. आम्ही पाकिस्तानातील एकूण जीवनाविषयी खूप गप्पा मारल्या. ब्रिटनपेक्षा इथलं सर्व काही वेगळंच होतं.

''मला इथं आवडतं. निदान स्वयंपाक, भांडी घासणं तर करावं लागत नाही.''

''अग पण इथं याशिवाय दुसरं करण्याजोगं काय आहे?'' नीनाने विचारलं.

मला हसू आलं. ''हे मात्र बरोबर आहे. घरी मला सतत मार खावा लागत असे. इथं आल्यापासून ते बंद आहे.''

मी नदीकाठी पहुडले. वाहत्या पाण्याचा आवाज थंडावा आणत होता. मी वर आकाशाकडे पाहिलं.

''आईने आज मला विचित्रच प्रश्न विचारला,'' मी तिला आईचं बोलणं सांगितलं.

नीना हसली. म्हणाली, ''लवकरच तुझं लग्न होणारसं वाटतंय. हां, पण ती माणसं चांगली आहेत हं.''

नीनाचं बोलणं ऐकून मी एकदम गार पडले. नीनाला ते कळलं नाही.

अकबर अंकलची बायको काही वर्षांपूर्वी वारली होती. त्यांनी फोजिया आणि इतर नातेवाइकांच्या मदतीने मुलांना वाढवलं होतं. फोजियाचं लग्न झालं होतं आणि तिला दोन मुलं होती.

नीना हे सगळं वर्णन इतक्या सहजतेने सांगत होती की, माझ्या वयाच्या मुलींची लग्नं होणं म्हणजे जणू नेहमीचीच गोष्ट होती.

'पण माझं कसं लग्न होऊ शकेल? मी फक्त तेरा वर्षांची आहे' घरी जाताना माझ्या मनात विचार येत होते.

पण हे सर्व खरंच होतं.

आईने सांगितलं की अफजलला मी आवडले होते. त्याला माझ्याशी लग्न करायचं होतं. मला वाटलं आई माझी चेष्टाच करत आहे. पण ती तर पुढे सांगत होती की परत पाकिस्तानात येणं कधी जमेल सांगता येत नाही, म्हणून याच वेळेस हे लग्न होईल.

ह्या शब्दांनी माझं रक्त गोठलं. या मुलाशी लग्न?

दुसऱ्या दिवशी मी एकटीच माझ्या आवडत्या झाडाशी गेले. अर्ध्या उंचीपर्यंत झाडावर चढले आणि खोडाला पाठ टेकून एका फांदीवर बसले. किती तरी तास मी काहीशा गुंगीतच तेथे बसून राहिले. माझ्या डोक्यात विचारांचं काहूर माजलं होतं. मला एकदम इथून पळून जावंसं वाटलं. पण मी नक्की कुठे होते याचाच पत्ता मला नव्हता. या खेड्यातून मी दुसऱ्या कुठे गेलेच नव्हते. झाडं आणि शेतांच्या पलीकडे काय आहे तेच मला माहीत नव्हतं. पळून तरी कुठे जाणार? मला वाटलं, मी स्कॉटलंडमध्ये असते तर!

मला प्रचंड आक्रोश करावासा वाटू लागला.

का? असं का? असं मी काय पाप केलंय की सगळं माझ्याच वाट्याला यावं?

मी बसल्या फांदीवरून खाली नजर टाकली. माझ्यापुढे जणू खोल दरीचा उतरता रस्ता होता.

अचानक नीनाने मारलेल्या हाका मला ऐकू आल्या.

"सॅमऽ सॅमऽ." ती वर माझ्याकडे बघून ओरडत होती.

"अग, कुठे होतीस तू इतका वेळ? सकाळभर आम्ही तुला शोधतोय. आता आज तुझी खैर नाही बघ."

"मी फक्त विचार करत बसले होते."

"बरं बरं. तू घरी चल बघू. सगळ्यांना तुझी काळजी वाटते आहे."

नीनाच्या मागोमाग मी घरी आले.

घरी पोहचताच आईने माझ्याकडे रागाने पाहिले आणि शिव्यांचा भडिमार करत मला रट्टे देऊ लागली.

पाकिस्तानात आल्यापासून मला पहिल्यांदाच मार बसत होता.

मारापासून सुटका झाल्यामुळे मला इथे आसरा मिळल्यासारखं वाटत होतं. पण या माराने मला आत कुठेतरी जखम झाली.

"या अंगणाच्या बाहेर परत पाऊल टाकलंस ना, तर तुला ठार मारून टाकीन. समजलं?" आई किंचाळत होती.

"हो." मी असहायपणे मान हलवली.

"पुढच्या आठवड्यात तुझं लग्न आहे." तिनं शेवटचा बॉम्ब टाकला.

अंगणातल्या वाकलेल्या झाडाखाली बसून मी रडू लागले. माराने खरचटलेलं अंग दुखत होतं खरं, पण रडू त्याचं नव्हतंच.

"रडणं थांबव आणि गादीवर जाऊन झोप." कारा दारातून म्हणाली. "नाहीतर आई चिडेल आणि परत तुला मार बसेल."

त्या रात्री झोप कशी ती डोळ्यांत उतरेचना. अलीकडे माझं आयुष्य बऱ्यापैकी बरं चाललंय असं मला वाटू लागलं होतं.

किती मूर्ख होते मी.

खरं म्हणजे मला माहीत असायला हवं होतं, की कोणीतरी दुरून माझ्याकडे बघत होतं. खदखदा हसून म्हणत होतं, "बघू या. कशी सुटतेस या संकटातून?"

झोप लागता लागता मला स्वप्न पडलं. ते लग्नाचं दृश्य होतं. समारंभात एक मुलगी सगळ्यांच्या मधोमध बसली होती. तारा दिसत होती तशीच ती नखशिखांत सुंदर दिसत होती. ती मुलगी खूप खूष दिसत होती. मी त्या मुलीकडे बघून हसले. ती पण एखाद्या कटात सामील असल्यासारखी हळूच हसली. मी परत तिच्याकडे बघून हसले. नाचणाऱ्या मुलींचा ताफा तिच्यापुढून गेला. मी जागी झाले.

पुढच्या काही दिवसांत लग्नाचा विषय कोणीच काढला नाही. मी पण चकार शब्द काढला नाही. मला वाटू लागलं की सगळे लग्नाची गोष्ट विसरूनच गेलेत. पुन्हा एकदा सगळं नेहमीप्रमाणे चालू झालं होतं. माझ लग्न म्हणजे आईने केलेला एखादा वाईट विनोद तर नव्हता?

बऱ्याच दिवसांनंतर, एकदा आमचा सकाळचा नाश्ता होत होता, तेव्हा अकबर त्याच्या कुटुंबाबरोबर फाटकातून आत आला. त्याच्याबरोबर आणखी काही मंडळी होती. त्या सर्वांच्या अंगावर भपकेबाज कपडे होते. जणू काही कुठल्या तरी समारंभासाठी आईला घेऊन जायला आले होते. कारण घरात तर कुठल्याच समारंभाची तयारी नव्हती. आई एकदम छान कपडे करून बाहेर आली.

आईने काराला, मला आत नेऊन तयार करण्यास सांगितलं.

मला कशासाठी तयार व्हायचं होतं?

"मला कशाला नवीन कपडे?" मी विचारलं.

"तुझ्या लग्नासाठी, मूर्ख मुली!" ती हसून म्हणाली.

जणू काय हा एखादा खेळच चालला होता.

लग्न? आज? ताराच्या लग्नाच्या वेळेस महिनोन्महिने तयारी चालली होती. ढिगाने कपडे आणले होते. सर्व घर सजविलं होतं. नातेवाईक, मैत्रिणी येऊन नाचत-गात होत्या. लग्नाच्या आदल्या रात्री सर्वांच्या हातावर मेंदी काढली होती.

इथं तर घर सजवायला, कपडे शिवायला, गाणी गायला, कोणीच आलं नव्हतं.

कारा म्हणत होती की तिच्याकडे एक लाल पंजाबी सूट होता. तोच मला घालायचा होता. मला ताराचे सुंदर नवे कपडे, त्यावरचं सोनेरी नक्षीकाम आठवलं. तिचा कपड्यांना मिळताजुळता मेकअप आठवला. तिच्या गळ्यातली सोन्याची माळ आठवली. बांगड्या आठवल्या.

तसं सगळं असलं तर ठीक आहे, माझ्या मनात आलं.

पण काराने पलंगाखालून एक मोठी बॅग काढली. त्यातून एक साधा लाल सूट काढला. त्याला इस्त्री केली. तो सूट जुनाट वाटत होता. ताराने घातलेल्या झगझगीत सूटपुढे हे म्हणजे लक्तरंच होती.

कारा म्हणाली की तो सूट तिच्या मुलीचा होता.

"हा सुद्धा महागडा आहे बरं का. काही वर्षांपूर्वीच तिने खरेदी केला होता. जास्त वापरला नव्हता. कारण तिला मग दिवस राहिले आणि तिला होईनासा झाला." ती सांगत होती.

काराने तो सूट माझ्याकडे दिला आणि लवकर तयार होण्यास सांगितलं. मौलवी लगेचच येणार होते.

मी अनिच्छेनेच ते कपडे अंगावर चढवले. मला तो ढगळ होत होता. बाह्या तर मनगटाच्या पुढे येत होत्या. तरी कारा म्हणाली की मी चांगली दिसत होते.

तेवढ्यात नीना आत आली.

"मला तुझे केस विंचरू दे." ती म्हणाली आणि तिने कंगवा हातात घेतला.

मी बधिरपणे पलंगावर बसले. माझ्या तोंडून एकही शब्द फुटेना.

तिने माझे केस विंचरून छान मागे बांधले. मग माझ्यासमोर येऊन मला निरखू लागली.

"छान दिसत्येस तू." ती हसून म्हणाली.

"आंटी, आपल्याकडे काही दागिने आहेत का?" तिने विचारलं.

"नाहीत. ती आहे तशीच चांगली दिसत्येय." आंटी म्हणाली.

मी मनात म्हटलं, हे सगळं म्हणजे लग्नाचा सराव आहे. खरं लग्न दागिने, कपडे या सगळ्याशिवाय कसं होईल?

पण तरी सुद्धा मला कसल्यातरी अनामिक भीतीने घेरलं.

काराने लाल स्कार्फ माझ्यापुढे केल्यावर तर माझा घसा कोरडा पडला. मी तो थरथरत्या हाताने डोक्याभोवती गुंडाळला. पण काराने तो माझ्या चेहऱ्यावर ओढला आणि ती बाहेर गेली.

नीनाने माझ्या पाठीवर थोपटलं. "सॅम, रडू नको ग. आईचं घर सोडताना

असंच वाटतं. पण सगळं ठीक होऊन जातं.''

या कारणामुळे मी रडतच नव्हते. पण नीनाला काय सांगणार?

कारा आली आणि मला धरून मौलवीकडे नेऊ लागली.

बाहेर मौलवी होता.

''मुली, कशी आहेस?'' त्याने तोंडातल्या तोंडात बोलत विचारलं. ''मी म्हणीन तसं माझ्यामागे म्हणत जा.'' तो अरेबिकमधे काहीतरी बोलू लागला. तो इतक्या हळू आवाजात बोलत होता की, मला त्याचं बोलणं ऐकू येणं कठीण झालं.

जे काही शब्द मला उमगले ते मी बोलले. बाकीचं उगीचच तोंडात पुटपुटत राहिले.

थोड्या वेळाने कारा आणि मौलवी निघून गेले.

नीनाने मला कवटाळलं. ''तू आता निघशील लवकरच. पण काही दिवसांनी तू इथे नक्की येशील. सगळ्यांना भेटायला.''

आई खोलीत येऊन म्हणाली, ''तुझी निघायची वेळ झाली. तू तुझ्या नवऱ्याच्या नातेवाइकांबरोबर तुझ्या नव्या घरी जाणार आहेस.''

माझा नवरा? माझे गुडघे कापू लागले. मला धड उभं राहाता येईना. खाली पडेन असं वाटल्यानं मी परत पलंगावर बसले. आईकडे बघून रडू लागले.

तिने माझा हात धरून दाराकडे ढकललं.

अकबर अंकलकडे बोट दाखवून ती म्हणाली, ''हे आता तुझे वडील आणि तो नवरा.'' दोन पैकी एक मुलाकडे तिने बोट केलं. तो हसत उभा होता.

'नाही नाही. हे खरं नाही. हे मला पडलेलं वाईट स्वप्न आहे.' माझ्या मनात सारखं येऊ लागलं.

''जा. आता निघ,'' असं म्हणून आईनं मला त्यांच्याकडे ढकललं. ती माणसं माझ्या धड ओळखीची सुद्धा नव्हती.

''मला नाही जायचं,'' मी सांगण्याचा प्रयत्न केला. पण शब्दच फुटेना. मी दाराजवळ अंग चोरून उभी राहिले.

आई माझ्या अगदी जवळ येऊन उभी राहिली. माझ्याकडे बघत म्हणाली, ''नाटकं केलीस तर खबरदार समीम, ऊठ आणि जा तुझ्या नवऱ्याबरोबर.''

मला वाटलं, माझे अश्रू बघून तरी तिला माझी दया येईल. पण तिने दुसरीकडेच नजर वळवली.

माझ्याकडे दाराबाहेर पडण्याखेरीज उपायच राहिला नाही. मी थरथर कापत होते. मी ओळखतही नाही अशी माणसं मला घेऊन जात होती.

मी गाडीकडे जाता जाता मागे वळून पाहिलं. तिथं चिटपाखरूसुद्धा नव्हतं. माझा निरोप घ्यायला कोणीच थांबलं नव्हतं.

आम्ही खेड्यातून बाहेर आलो. नदी ओलांडून गाडी मुख्य रस्त्याला लागली. अफजल माझ्या शेजारी बसला होता. तो काहीतरी बोलत होता. पण मी जणू थिजून गेले होते. माझ्या तोंडून शब्दच बाहेर पडेना. समोरच्या सगळ्या गोष्टी धूसर झाल्या होत्या.

साधारण वीस मिनिटांनी आम्ही दुसऱ्या एक खेड्यात शिरलो.

"हे तुझं नवं घर." माझा नवरा मला सांगत होता.

त्या लोकांनी मला एका मोठ्या लाकडी फाटकातून आत अंगणात नेलं. ते घर आईच्या घरासारखंच होतं. उघड्यावर स्वयंपाकघराची चूल आणि कोपऱ्यात पाण्याचा पंप.

अकबरने मला घरातून आत बेडरूममध्ये नेलं. मला पलंगावर बसायला सांगून तो बाहेर गेला.

खोलीत अफजलबरोबर मी एकटीच होते.

खोलीला कडी घालण्याचा आवाज आला.

मला दार उघडून पळून जावंसं वाटलं. जितक्या जोरात पळता येईल तेवढं. वाट फुटेल तिकडे पळायचं होतं मला. नक्कीच काहीतरी विपरीत घडणार होतं. माझ्या मानेवरचे केस भीतीने ताठ झाल्याचं जाणवलं. माझं हृदय जोराजोराने धडधडू लागलं.

मी खाली पाहिलं. जमिनीवरून एक मुंगी चालत चालत माझ्याकडे येत होती. माझी नजर तिच्याकडेच लागली. हळू हळू ती पलंगाखाली गेली.

मी ती मुंगीच असते तर? मी सुद्धा पलंगाखाली नाहीशी झाले असते.

अफजल माझ्याजवळ येऊन बसला. त्याने माझ्या तोंडावरून हात फिरवला. मला काहीच करता येईना. मी एकदम अंग आक्रसून घेतलं. तो काहीतरी बोलला आणि माझा मुका घेण्यासाठी पुढे वाकला.

बापरे! माझा असा मुका आतापर्यंत कोणीच घेतला नव्हता.

मला बरं नसलं तर पेगीआंटी तिचे ओठ अलगद माझ्या कपाळावर टेके.

कुटुंबातल्या कोणीही कधी माझा असा मुका घेतलाच नव्हता.

या माणसाच्या चेहऱ्यावर केस होते. त्याच्या अंगाला वास येत होता. त्याची दाढी माझ्या गालावर घासत होती. मला त्रास होत होता.

तेवढ्यात एकाएकी त्याने अघोरीपणाच केला. त्याने त्याची जीभच माझ्या तोंडात घातली आणि सगळीकडे फिरवली. मला त्याला ढकलून द्यावंसं वाटलं.

मी मागे सरकू लागले. त्याच्यापासून लांब. मला ओकारी येणार असं वाटलं. श्वासच घेता येईना.

काय करीत तरी काय होता तो?

मला कळत होतं की मी जे काय करायला हवं ते केलं नाही, तर घरच्या सारखाच इथंही मार मिळणार.

पण काय करायचं ते मला माहीत नव्हतं.

हे सगळं अगदी घाण होतं. भयंकर त्रासदायक होतं.

त्याने परत मुका घेण्याचा प्रयत्न केला. या वेळेस मी नकार दिला. परत मला तसलं काही नको होतं. मी त्याच्याकडे पाहिलं. त्याचा चेहरा विलक्षण चमकत होता. मी माझी नजर दूर केली.

परत त्या मुंगीकडे बघू लागले. आता मुंगी काहीतरी शोधत होती. मला परत मुंगी होऊन कुठेतरी लपावंसं वाटलं.

मला खरं म्हणजे किंचाळावंसं वाटत होतं. 'या, कोणीतरी या. मला घरी न्या.'

पण इथं कोण होतं? सगळ्यांपासून दूर एका खोलीत त्याच्या बरोबर बंद होते मी. इथं कोण येणार होतं मला सोडवायला?

अफजलनं माझ्या हनुवटीला हात लावून माझं डोकं वर केलं. त्याचं डोकं वाकवलं. मी मागे होणार होते. पण आता त्याला कल्पना आली होती, त्याने अंदाज घेतला होता. त्याने मला एकदम मागे ढकलूनच दिलं.

आता मी पलंगावर आडवी पडले होते. त्याने परत त्याचं डोकं जवळ आणलं. पण मी एकदम कुशीवर वळले.

माझ्या डोक्यात 'नको नको. कोणतरी हे थांबवा.' असे शब्द घुमत होते. पण सगळीकडे अगदी शांत होतं. हवा सुद्धा स्तब्ध होती. फक्त त्याच्या श्वासाचा आवाज येत होता. तो थोडा बाजूला झाला. पण मला सोडण्यासाठी नाही. मी भीतीने एकदम घशातला आवंढा गिळला.

तो माझ्यावर आडवा होऊन माझे कपडे ओढू लागला. मला काही करताच येत नव्हतं. जणू या सगळ्या प्रकाराने माझी गात्रं लुळी पडली होती.

तो माझे कपडे काढू लागला. मला जोराने ओरडून त्याला थांबवावंसं वाटलं. पण शब्द फुटेना. माझे कपडे निघाल्यावर त्याच्या तोंडावर समाधान पसरलं. त्याने स्वत:चा कमीज वर करून सलवार खाली घेतली. तो माझ्या अंगावर पडला. पुढे काय होणार आहे, मला काहीच कळेना. हे तर चक्क माझ्या शरीरावर आक्रमण होतं. आतापर्यंत हे शरीर तर फक्त माझं आणि माझंच होतं. मग हे काय चाललं होतं माझ्या शरीराशी?

मी जवळ जवळ बेशुद्धीतच होते.

पण शेवटी शरीराला पराकोटीचा त्रास झाला आणि मी किंचाळले. तो माझ्या सर्वांगावर होता. मला त्रास देणंच त्याला आवडत होतं. तो आता विचित्र आवाज

करू लागला. तो थांबतच नव्हता.

मी माझा चेहरा तळहातात लपविला आणि कल्पना करू लागले की माझ्या शरीराबरोबर जो काही खेळ चाललाय ते शरीर माझं नाहीच. मी डोळे इतके घट्ट मिटले की अश्रू बाहेर पडायला धडपडू लागले.

‘अरे हे तू मला का करतोयस?’ मी आतल्या आत रडत होते. ‘प्लीज, मला असा त्रास देऊ नकोस. प्लीज हे थांबव.’

अखेर एकदम त्याची हालचाल थांबली. तो माझ्या अंगावरून बाजूला झाला. कपडे सारखे करत उभा राहिला. मी शरीराचं मुटकुळं करून पडून राहिले. माझ्या शरीराचा मध्यभाग ठणकत होता.

अफजल खोलीच्या दुसऱ्या बाजूला असलेल्या दारातून आत गेला. त्याने दार बंद केल्यावर पलंगाजवळ पडलेला कमीज मी उचलला आणि डोक्यामधून अंगात घातला. सलवार शोधू लागले. ती पलंगाच्या खुराला अडकून लोंबत होती.

मी पलंगावरून उतरले. जमीन अगदी गार होती. माझ्या शरीरावर काटा आला. मला थंडी वाजू लागली. मी पलंगाजवळ उभी राहिले. पण माझे पाय इतके थरथरत होते की मला धड उभंच रहाता येईना. काय करावं तेच मला कळेना. झाल्या प्रकाराने मला नेमकं काय जाणवायला हवं तेच कळेनासं झालं, इतकी मी बधिर झाले होते.

अफजल दाराबाहेर आला. मी नजर खाली वळवली. आता एक ऐवजी तीन मुंग्या दाराकडे जात होत्या. तो जवळ आल्याचं त्याच्या पायावरून मला कळलं.

“तू बरी आहेस ना?” त्याने विचारलं.

मी फक्त मान हलविली. काय उत्तर द्यायचं? नाही म्हणाले तर परत तोच प्रकार व्हायचा.

“त्या दारातून आत बाथरूम आहे.”

मी वर बघितलं. तो आता जिथून आला तिथे बोट दाखवत होता.

दाराची कडी काढून तो बाहेर गेला. बाहेरील दिव्याच्या प्रकाशाने खोली उजळली. बाहेर खूप काळोख झाल्याची जाणीव मला झाली.

मी बाथरूमपर्यंत कशी पोहोचले माहीत नाही.

मी शॉवर सोडला. त्या फवाऱ्याने माझ्या जाणिवा जाग्या झाल्या. माझ्या दोन्ही मांड्यांत खूप दुखत होतं. मांड्यांवर रक्त पडलं होतं. मी ते धुतलं. पण दुखणं काही कमी होईना. अंगावर पडणाऱ्या पाण्याखाली बसून मी रडू लागले.

थोड्या वेळाने कोणीतरी दार वाजवलं.

“तू ठीक आहेस ना?” तो एका बाईचा आवाज होता.

मी काहीच बोलले नाही.

"अग, तू ठीक आहेस ना?" या वेळच्या आवाजात काळजी होती.

मी तशीच बसून राहिले. या स्थितीत तिने मला बघणं मला कधीच आवडलं नसतं.

"मी आलेच बाहेर." मी उत्तर दिलं.

मी पटकन कपडे घातले. बेडरूममध्ये आले. खोल श्वास घेऊन म्हणाले, "मला घरी जायचंय."

तिच्या चेहऱ्यावर प्रश्नचिन्ह उमटलं. "हेच आता तुझं घर," ती म्हणाली.

"पण मला इथं रहायचं नाही. मला आईला भेटायचंय."

अफजल आत आला.

"ती म्हणते, तिला घरी जायचंय." ती बाई म्हणाली.

"तुझी आई तुला न्यायला येईल, तेव्हाच तुला जाता येईल." तो म्हणाला.

"प्लीज," मी श्वास घेतला, म्हणजे माझ्या आवाजात जोर आला असता. "मला घरी घेऊन जा. मला फक्त घरी जायचंय." मी रडू लागले.

"तिला घरी ने." ती बाई म्हणाली.

माझ्या खांद्यावर हात ठेवून तो म्हणाला, "आत्ता नाही. मी उद्या सकाळी तिला घरी घेऊन जाईन. आत्ता नेलं तर तिची आई काय झालं म्हणून बुचकळ्यात पडेल."

म्हणजे मला रात्रभर त्याच पलंगावर, त्याच्याच बरोबर रहावं लागणार होतं. आणि परत....

"तुला भूक लागली आहे का?" त्या बाईने विचारलं. माझ्या उत्तरासाठी न थांबता ती बाहेर गेली. कुठे गेली कोण जाणे.

तिने मला इथे असं एकटीला टाकून जाणं चुकीचं होतं. मी उठून तिच्या मागे निघाले. पण अफजलने हाताने दार अडवलं.

"माझं तुझ्यावर प्रेम आहे." तो म्हणाला.

खोलीच्या लगतच, बाहेरून भांड्यांचे होणारे आवाज मी ऐकले. मी पलंगावर बसून राहिले. इतक्या जवळ कोणी आहे म्हणजे तो मला काही करणार नाही, अशी मला आशा वाटली.

तरी सुद्धा मी अस्वस्थच होते. माझं शरीर अजून ताठरलेलं होतं. नात्यातल्या ज्या माणसांचं माझ्यावर प्रेम असायला हवं होतं, त्या सर्वांनीच मला खूप त्रास दिला होता. माझ्या शरीरावर अत्याचारच केले होते. माझा भाऊ मांज. त्याने माझ्या डोक्यावर इतकं मारलं होतं की डोक्यावर कायमचीच टेंगुळं आली होती. माझ्या आईने तिचं प्रेम वर्षानुवर्षं मला मार देऊनच व्यक्त केलं होतं.

आणि आता हे! माझ्या शरीराचा एकही भाग मारापासून वाचला नव्हता. मग

आता कोणाला माझ्या शरीराला आतूनही त्रास द्यावासा वाटणं किती सहाजिक होतं. आता मला उमगलं. माझ्या शरीराचा कुठलाच भाग आता मी फक्त माझा म्हणू शकणार नव्हते. आतून-बाहेरून कुठूनच त्या 'प्रेमाच्या' स्पर्शापासून मी माझं शरीर वाचवू शकले नव्हते. सगळीकडेच पराभूत.

त्या बाईने जेवणाचं ताट आत आणलं तेव्हा मी तिच्याकडे निरखून बघितलं. ती अफजलची बहिण फोजिया होती. तिच्या अंगावर खूप छान गुलाबी रंगाचा सलवार कमीज होता. तिचे केस तिने मानेवर सैलसर बांधले होते. ते तिच्या खांद्यापर्यंत येत होते.

ती माझ्याकडे बघून हसली.

दोघांनाच बसता येईल अशा लहान सेटीपुढच्या टेबलावर तिने जेवणाचं ताट ठेवलं. मला अन्न खावंसं वाटेना. मला फक्त घरी जायचं होतं.

"थोडं खाऊन घे." ती म्हणाली.

त्याने माझ्यावर ओरडू नये म्हणून मी त्याच्या मागोमाग सेटीकडे गेले. ताटातल्या अन्नाकडे बाघितलं. त्याचा छान वास आला. ताटात वाडग्यातून भात, चिकन, मटण होतं. रोटी, सॅलड आणि दह्यातली चटणी सुद्धा होती.

"तुला काय हवंय?" एक थाळीत रोटी ठेवून त्याने विचारलं. तो आता माझ्याशी बऱ्याच मवाळ स्वरात बोलत होता. पण त्याने नुकतंच जे माझ्या शरीराबरोबर केलं होतं; त्यामुळे मी त्याच्यावर विश्वास ठेवायला तयार नव्हते.

"घरात नेहमीच खूप अन्न असतं. मी सगळा माल घाऊक खरेदी करतो आणि फिरत्या विक्रेत्यांना विकतो. तुला ठाऊक आहे का? मी तुझी चांगली काळजी घेईन."

मी मटणाकडे बोट दाखविलं. त्याने मला चमचा दिला. मी थोडं वाढून घेतलं. रोटी मोडून अर्धी करून घेतली. सेटीवर बसून खाऊ लागले. माझ्या शेजारी बसून तो पण जेवू लागला. मला त्याच्यापासून दूर सरकावंसं वाटू लागलं. प्रत्यक्षात मात्र मी अन्न चिवडू लागले.

"तुला आणखी काही हवंय?" फोजियाने विचारलं.

"नको, सगळं काही आहे." अफजल म्हणाला, "तू पण ये जेवायला. तू जरा जास्तीच स्वयंपाक केला आहेस."

"माझं जेवण झालंय." असं म्हणून ती तिथंच बसून राहिली. माझ्यावर उपकारच होते तिचे.

जेवताना मी बेडरूमच्या दारातून बघितलं. समोरच स्वयंपाकघर दिसत होतं. बरंचसं आमच्या इंग्लंडच्या घरासारखंच. भिंतीमधील कपाटं, सिंक. पण स्वयंपाक मात्र बाहेर उघड्या चुलीवर होत होता. पाण्याच्या पंपाजवळ धुणं, स्वयंपाकघराच्या

मागे गच्चीवर जाण्यासाठी पायऱ्या होत्या.

आमची जेवणं झाल्यावर फोजियाने सगळी आवराआवर केली. भांडी किचनमध्ये नेण्याऐवजी बाहेर पंपाजवळ ठेवली. ती सिंक का वापरत नव्हती देव जाणे.

पाण्याचा पंप बाहेर अंगणात होता. ते बघून मला जरा मोकळ्या हवेत जावंसं वाटलं.

''मला हात धुवायचेत.'' मी धीर करून म्हटलं.

''मग बाथरूम मधलं सिंक वापर.'' अफजल म्हणाला.

मला काही कळेना झालं. आधी मला सिंकच वापरायची सवय होती. इथे आल्यापासनं मी पंपाची सवय करून घेतली होती. सिंक वापरायची सवयच राहिली नव्हती.

एक सुस्कारा सोडून मी बाथरूमकडे गेले आणि दार बंद केलं. पहिल्यांदा शॉवर सोडून इकडे तिकडे बघण्याचं भानच नव्हतं मला. आता मी बघितलं. चारही भिंतींना वरपासून खालपर्यंत टाईल्स होत्या. कोपऱ्यात टॉयलेटसारखं काही होतं, पण ते जमिनीत बसवलं होतं. म्हणजे इथं वाकून बसावं लागणार. पण निदान इथे फ्लश होता. मी हात धुतले आणि सिंकशेजारी लटकवलेल्या टॉवेलला पुसले.

मी बाहेर आले तेव्हा बेडरूममध्ये कोणीच नव्हतं. म्हणून मी बाहेर गेले. बाहेर अफजल फोजियाबरोबर बोलत बसला होता.

''तुला बाहेर बसायचंय का जरा वेळ?'' त्याने विचारलं.

मी मान डोलवली.

त्याने अंगणाच्या दुसऱ्या बाजूला जाऊन एक खुर्ची आणली. मी बसले. त्याने परत जाऊन दुसरी खुर्ची आणली आणि तो माझ्याजवळ बसला.

बाहेर खूपच काळोख झाला होता. फोजिया भांडी घासत होती. तिकडे मी बघत राहिले. डोळ्यांच्या कोपऱ्यातून मला समजत होतं की अफजलची नजर माझ्याकडेच होती. मला एकदम कसंतरीच झालं. एवढ्यात बाहेर कसले तरी आवाज झाले आणि फाटक उघडलं.

''अम्मी, अब्बूनी विचारलंय तू घरी कधी येणार म्हणून.'' एक लहान मुलगी बोलली. तिनं मला बघितलं आणि ती एकदम गप्प झाली. माझ्याकडे बघू लागली. मी पण तिच्याकडे बघू लागले. ती सहा वर्षांची असावी. तिने पण लाल रंगाचा सलवार कमीज घातला होता. माझ्या अंगावर तर माझ्या लग्नाचे कपडे होते. पण माझ्यापेक्षा तिचा ड्रेस चांगला होता.

''हो हो. मी आलेच.'' तिने पटकन सगळी भांडी आत नेऊन ठेवली.

ती मुलगी अजूनही माझ्याकडेच बघत होती.

''तुझ्या मामीला सलाम कर.'' अफजलने सांगितलं.

तिचा हात पुढे झाला. ती हळूच म्हणाली, "सलाम."

मी तिच्याकडे बघून हसले. तिचा हात हातात घेऊन म्हणाले, "तुझं नाव काय?"

"शबनम." ती म्हणाली.

फोजिया बाहेर आली. "चल ग, शबनम, जाऊ या." असं म्हणून तिनं अफजलकडे बघून विचारलं, "तुला आणखी काही हवंय का?"

"नको."

मुलीचा हात धरून ती निघून गेली. मला त्याच्याबरोबर एकटं सोडून.

आता मला रात्रभर इथंच रहावं लागणार होतं. मला भीती वाटू लागली. मी देवाजवळ सगळ्या प्रकारांना तोंड देण्याची ताकद मागू लागले. उद्या आईकडं जायचंय या विचाराने मल जरा धीर आला.

सकाळी मला कावळ्यांच्या ओरडण्याने जाग आली. इथे सगळीकडेच सकाळी कावळे काव काव करत.

बाप रे! कसलं भयानक स्वप्न होतं ते कालचं. माझ्या मनात विचार आला.

तेवढ्यात बाथरूममधनं शॉवरचा आवाज आला.

म्हणजे ते स्वप्न नव्हतं. काल घडलेलं सगळं खरं होतं. माझा श्वास बंद पडायची वेळ आली. मी उठून बसले.

मी अंघोळ आटोपली आणि फोजियाने आणलेला नाश्ता केला. अफजलनं मला विचारून घेतलं की खरंच मला आईकडे जायचंय का.

मी मान डोलवली.

"ठीक आहे. मी जाऊन गाडी आणतो." तो गेला.

मी सुटकेचा श्वास सोडला.

थोड्या वेळाने तो आला आणि मी गाडीत बसले. त्याने गावातून गाडी बाहेर काढली, मोठ्या रस्त्याला लागली. आईच्या घरापर्यंतचा रस्ता कधी एकदा संपतोय् असं मला झालं.

नदीकाठ आल्यावर माझं मन पुढे धावलं.

गाडी थांबल्याबरोबर मी उडी मारूनच उतरले. घराकडे जाताना नीना भेटली. मला मिठी मारण्याऐवजी माझा खांदा पकडून म्हणाली, "तू इथं काय करत्येस?"

जणू काही माझ्या हातून काही चूकच झाली होती. आईला तरी मला बघून आनंद होईल असं मला वाटलं. ती बाहेर येताच तिच्याकडे बघून मी हसले.

"तू परत का आलीस? मी येईपर्यंत वाट का नाही बघितलीस?" तिने विचारलं.

माझं हसू विरघळलं. तिने मी कशी आहे याची चौकशीसुद्धा केली नाही.

"मी काराबरोबर गावात जाणार आहे. थोड्या वेळाने परत येईन." ती जाताजाता म्हणाली. जणू काही काल माझ्यावर काय प्रसंग आला होता याची तिला कल्पनाच नव्हती किंवा तिला त्याची फिकीर नव्हती.

मी तिथंच माझ्या पायांकडे बघत राहिले. माझे पाय जणू जमिनीला खिळले होते. मी हलूच शकत नव्हते.

"मी तुला सांगितलं होतं." झाडाखाली खुर्चीवर बसलेला अफजल म्हणाला, "आई तुला न्यायला येईपर्यंत तू थांबायला हवं होतंस." काहीशा संतुष्टपणेच तो म्हणाला.

त्याच्या त्या संतुष्ट होण्यानेच माझा निर्णय झाला. मी छाती भरून श्वास घेतला. घरात आले आणि दार लावलं. दाराला पाठ टेकून उभी राहिले. माझं काय झालं असेल याची कोणालाच पर्वा नव्हती. माझी साधी खुशाली देखील कोणी विचारली नव्हती.

माझ्या डोक्यात विचारांची गर्दी उसळली. आश्रमातून घरी आणल्यावर मला जे जे सांगितलं गेलं ते ते मी करत गेले. बोलताना काळजी घेतली. उद्धटपणा केला नाही. पण मला सतत मारच खावा लागला. त्यांनी मला वाटेल तशी नावे ठेवली. माझ्या तोतरेपणाची चेष्टा केली. अघोरी उपाय केले. सारखं मला छळत राहिले आणि आता हा प्रकार.

मी इथली नव्हते, कुठलीच नव्हते. कोणी माझ्यावर प्रेम केलं नव्हतं. कोणाला माझी काळजी नव्हती.

जे सांगत होते की त्यांना माझी काळजी होती, त्यांना काळजी नव्हतीच. कारण त्यांनीच माझं काय करून ठेवलं होतं. मला एका अगदी अनोळखी माणसाकडे सुपूर्त करून टाकलं होतं. जणू मी एखाद्याच्या मालकीची केवळ एक वस्तू होते. अशा अनोळखी माणसाला, ज्याला माझा आणखी छळ करण्याची परवानगी होती.

आता मात्र माझा सगळ्यांवरचा विश्वास उडाला. यापेक्षा वाईट वाईट म्हणजे तरी काय असेल?

माझा छळ आता फार झाला होता. मी माराला सामोरी गेले. शिवीगाळीला सामोरी गेले. सगळं घरकाम निमूट केलं. सतत दमणुकीची मला सवयच होऊन गेली. पण गेल्या चोवीस तासांत मला जे भोगावं लागलं, ते सगळ्याच्या पलीकडचं होतं. आईनं मला सुट्टीवर आणलं, मला वाटलं आईचं माझ्यावर प्रेम आहे. आता मी समजून चुकले की ते खोटं होतं. तिने मला फसवलं होतं. मला अशा कोणाला देऊन टाकलं होतं, जो तिच्यापेक्षाही माझा छळ करील आणि तिथून

परत आले तरी तिला माझी पर्वा नव्हती. आता मला आणखी कोणाला देऊन टाकलं जाणार आहे की काय, जिथे माझा यापेक्षाही जास्त छळ होईल?

या विचाराने मी हादरले. थरथरत जमिनीवर कोसळले. आता यापेक्षा वाईट काय असणार होतं? ही माझ्या छळाची परमावधी होती का? कोण मला सांगेल? असं माझ्यात काय होतं, की कोणालाच कधी माझ्यावर प्रेम करावसं वाटलं नाही? नक्कीच, मीच एक भयंकर मुलगी होते. माझ्यात दोष तरी काय होता; मला कळलं असतं तर मी बदलले असते. या जगात कोणीतरी माझी काळजी करावी असं वाटणं चूक होतं का?

या सगळ्या विचारांनी मला बधिरल्यासारखं झालं. जमिनीवरून मी वर बघितलं तर तपकिरी रंगाची एक लहान बाटली दिसली.

मी या जगात नसण्याने कोणाला काय दुःख होणार होतं? कोणाला माझी आठवण सुद्धा आली नसती.

आता माझ्या गात्रांत लढायची शक्ती उरली नव्हती. मरण येणं हीच सर्वांत चांगली गोष्ट होती. मला माझ्याबद्दल कसलीच आशा उरली नव्हती. सर्व रस्ते बंद झाले होते. मी पुढे होउन बाटली उचलली. त्यात कसल्यातरी पांढऱ्या गोळ्या होत्या. मी त्या गोळ्या हातावर ओतल्या. पंधरा गोळ्या गिळेपर्यंत माझा हात अगदी स्थिर होता. मी जरा वेळ थांबले. काहीच परिणाम नव्हता. मग अजून बऱ्याच गोळ्या मी गिळल्या. निदान चक्कर येईल म्हणून वाट बघितली.

इतका का उशीर लागत होता. काहीच कसं जाणवत नव्हतं. तेवढ्यात दार उघडून अफजल आता आला. मी पटकन बाटली जागच्या जागी ठेवली. आतल्या अंधाराला त्याचे डोळे सरावले नसावेत अशी आशा केली.

तो माझ्याजवळ आला. त्याने हात पुढे केला. ''चल, आपण घरी जाऊ.''

मी पूर्ण हरले. मरणही मला जवळ करेना. मी रडू लागले. त्याच्या मदतीविना उभी राहिले. पण आम्ही दाराजवळ गेलो तर माझे पायच स्थिर राहिनासे झाले. मला जोराची चक्कर आली. धडपडत मी जवळच्या पलंगावर कोसळले. डोळे मिटता मिटता मी माझ्या मरणासाठी प्रार्थना केली.

१२

मी जागी झाले. पलंगाच्या कडेला मी जन्मात कधी न पाहिलेला माणूस बसला होता. त्याच्या गळ्यात स्टेथोस्कोप होता. म्हणजे तो डॉक्टर होता. माझ्याकडे हसून बघत तो म्हणाला, "तू मला घाबरवलंस की."

"मला जगायचं नाहीये. तुम्ही लोक मला मरू का देत नाही सुखानं?" मी पुटपुटले.

"मूर्खासारखं काहीतरी बोलू नकोस. काही मरायचं नाहीये तुला." डॉक्टरच्या मागे मला अफजलचा चेहरा दिसला.

खोलीत स्वच्छ सूर्यप्रकाश होता. पण मला मात्र थंडी भरली होती. मला कुठेतरी पळून जावंसं वाटत होतं. मी डोकं वर उचलायचा प्रयत्न केला. पण मला जमेचना. जणू माझ्या डोक्यात कोणीतरी जड विटा भरल्या होत्या. माझं तोंड इतकं कोरडं पडलं होतं, की जणू कोणीतरी माझ्या घशात लाकडाचा भुसा ओतला होता.

मी कपड्यांची सळसळ ऐकली. डोकं थोडं वळवलं. कारा, आई आणि शाळेच्या गणवेषातील बरीच मुलं जमा झालेली दिसली.

"मला खूप तहान लागलीय. मला पाणी देतोस का?" मी अफजलला विचारलं. नीनाने आतून पाण्याचा ग्लास आणला. मी डोकं वर उचलण्याचा आटोकाट प्रयत्न केला. अफजल पलंगाजवळ ओणवा झाला. एका हाताने माझे डोकं उचलून दुसऱ्या हाताने त्याने नीनाकडून ग्लास घेतला.

मी थोडं पाणी प्यायले. मला थोडी तरतरी आली. मग मी सगळा ग्लासच संपवला. "अजून पाणी पाहिजे का?" अफजलने विचारलं. मी मानेनेच 'नको' असं सांगितलं.

"मला बरं वाटलं बाई, तू जागी झालीस." नीना माझ्या खांद्यावर थोपटत म्हणाली. "शाळेतून आले की परत येईन."

"शाळा? शुक्रवारी तर शाळेला सुट्टी असते." मी चकित होऊन म्हटलं.

ती काहीशा आश्चर्याने हसली. "आज सोमवार आहे म्हटलं. वेडे, तू दोन

दिवसांपेक्षा जास्त वेळ झोपेत होतीस.'' ती निघाली. पाठोपाठ मुलं गेली.

''मी आहे तुझी काळजी घ्यायला. तुला काही हवं असलं तर लगेच आणून देईन.'' अफजलने पाण्याचा ग्लास खाली ठेवला. ''आणि तुला थोडं बरं वाटलं की घरी घेऊन जाईन.''

घरी जायच्या विचाराने मी घाबरले. मृत्यू माझ्या जवळ आला नाही. त्याने मला हरवलं. पण मी थोडीच हार मानणार होते. मला बरं व्हायचंच नव्हतं. एकदा का थोडी शक्ती आली की मी परत गोळ्या घेणार होते. त्याच्याबरोबर घरी जाण्याचा प्रश्नच नव्हता.

''डॉक्टर म्हणाले, तुला बहुतेक दिवस गेलेत. म्हणून तुला चक्कर आली. पण तू दोन दिवस झोपून का होतीस ते मात्र डॉक्टरांना समजेना. पण ते म्हणाले, इतक्या लहान वयात दिवस राहिले की शरीराला तो धक्का सहन होत नाही. म्हणून असं होतं कधी कधी. पण आता दिवस राहिलेत तर तू स्कॉटलंडला जाऊ शकतेस.'' अफजलचं बोलणं सुरुच होतं.

काय? स्कॉटलंडला परत जायचं? या विचाराने माझ्यात बदल झाला. मला बरं वाटू लागलं. पण त्याने काय शब्द वापरला होता? हमीला? म्हणजे काय? दिवस राहिले म्हणजे काय? मला यातलं काहीच माहीत नव्हतं. पण मी दोन दिवस झोपून का राहिले ते नक्कीच माहीत होतं. पण या सर्वातून मी माझी नक्कीच सुटका करून घेणार होते.

आईचं प्रेम मला मिळेल ही आशा मी सोडली होती. माझा आत्महत्येचा प्रयत्न पण फसला होता. स्वत:चे असे हाल करून घेण्याने माझा काहीच फायदा होणार नव्हता. आता मी पूर्वीची सॅम राहिले नव्हते. चूक नसताना वाटेल ती शिक्षा मी सहन करणार नव्हते.

केवळ आईचं प्रेम मिळावं म्हणून हाल, यातना भोगणं मी सोडायचं ठरविलं. हा माझा निर्णय माझ्यासाठी फार मोठा मानसिक धक्का होता. पण काय करणार?

जे झालं ते झालं. आता मी कोणाचीच काळजी करणार नव्हते.

दुसऱ्या दिवशी मला चक्कर येतच होती. पण डोक्याला उशीचा आधार घेऊन मी बसू शकले. दुपारच्या जेवणाच्या वेळी काराने मला थोडा वेळ उन्हात बसायचं आहे का विचारलं. मी मान डोलावली. तिने मला उठून उभं रहायला मदत केली. उभी राहिले, पण सगळी खोलीच माझ्याभोवती फिरली. बाहेरचा प्रकाश डोळ्यांना सहन होईना. डोळे अंगणातल्या झाडावर स्थिर करण्याचा प्रयत्न केला, पण माझ्या डोळ्यासमोरचं झाड डावी-उजवीकडे हलत राहिलं. तोल जाऊ नये म्हणून मी

काराचा हात पकडला.

"मी खुर्ची घेऊन येते. तोपर्यंत भिंतीला टेकून उभी रहा." कारा म्हणाली

मी डोकं भिंतीला घट्ट चिकटवलं आणि भिंतीच्या आधाराने उभी राहिले. पण तरी डोकं काही स्थिर राहिना. मला वाटू लागलं की मी पडणार. पण तेवढ्यात कारा आली. तिने माझ्या हात धरून मला खुर्चीवर बसवलं. डोक्याखाली उशी दिली.

दुपारची उन्हं झाडातून खाली घसरत होती. माझ्या डोक्यात घण पडल्यासारखं वाटत होतं. मी डोळे मिटून घेतले. आता तरी भोवतीच्या गोष्टी हलायच्या थांबतील असं मला वाटलं.

"तुला खायला काय हवंय?" कारा विचारत होती.

मी डोळे उघडले. असा प्रश्न यापूर्वी मला कोणीच विचारला नव्हता. मला जे मिळे ते मी खात असे. भरपूर सॉस घातलेली चिप्सने भरलेली प्लेट माझ्या डोळ्यांसमोर आली. चिप्स खाऊन तर जणू युगं लोटली होती.

"मला चिप्स आवडतील." माझ्या तोंडून शब्द गेले.

"चिप्स? ते काय असतं?" काराने विचारलं.

मी काराला चिप्स कशा बनवतात ते सांगितलं.

"बरं. मी बघते मला जमतं का." कारा आत गेली.

थोड्याच वेळात घरातून चिप्सचा खमंग वास येऊ लागला. माझ्या तोंडाला पाणी सुटलं. चिप्स खाण्यासाठी मी अगदी अधीर झाले होते.

"मला वाटतं तुला हेच हवंय." काराने माझ्यापुढे चिप्सची बशी धरली. तो पदार्थ चिप्ससारखाच दिसत होता आणि वासही तसाच होता. सॉसशिवाय चिप्सची चव थोडी वेगळी लागली.

मी चिप्स संपवल्या आणि परत मागितल्या. पण कारा म्हणाली की डॉक्टरने एका वेळी थोडंच खायला सांगितलं आहे. तिने मला पाण्याचा ग्लास दिला आणि विश्रांती घेण्यास सांगितलं.

तो सर्व दिवस मी झोपूनच काढला. मला जाग आली ती अफजलच्या आवाजाने.

"बाहेर थंड होत चाललंय. मी तुला आत नेतो." तो म्हणत होता.

मला अजून थोडी चक्कर येत होती. थंडी वाजू लागली होती. पण कोणाची मदत न घेता मी आत गेले.

अफजल उद्या येईन म्हणून सांगून गेला आणि सकाळी परत आला सुद्धा.

"आज मी तुला घरी घेऊन जाणार आहे."

या त्याच्या बोलण्याने मला भीती वाटली नाही. आईने मला सांगितलं होतं

की काही दिवसांतच स्कॉटलंडला परत जायचं होतं.

जोपर्यंत स्कॉटलंडला जायची आशा होती, तोपर्यंत मी काहीही सहन करायला तयार होते.

त्या संध्याकाळी मी त्याच्याबरोबर घरी गेले. ते घर मला काही वेगळंच वाटलं. घर खूप स्वच्छ केलं होतं. घरात शिरताच मला चिप्सचा वास आला. मी बसल्या बरोबर एक नऊ-दहा वर्षांच्या मुलीने माझ्या हातात चिप्सची प्लेट दिली. ती खोली सुद्धा पहिल्यासारखी काळोखी वाटत नव्हती. जमिनीवर लाल गालिचा अंथरला होता. अगरबत्तीचा सुवास येत होता.

खोलीत खुर्च्यांवर, पलंगावर काहीजण बसले होते. सगळे माझ्याकडेच बघत होते. काही लोकांना मी ओळखले. हतीफ आणि त्याची बहीण पण होती. पण बऱ्याचशा बायकाच होत्या. सगळ्यांनी माझ्याकडे बघून माना डोलावल्या. मी सभोवार नजर टाकली. मला बहुतेक सर्वजण अनोळखीच होते.

अकबरने आत येऊन माझ्या हातात पाण्याचा ग्लास दिला. ''तुला काही हवं असेल तर अफजलला सांग.''

माझ्यासाठी कोणीतरी चिप्स बनवत होतं. कोणी पाणी देत होतं. माझ्यासाठी घराची स्वच्छता करत होतं. मला काय हवं, काय नको ते बघत होतं.

पुढचे काही आठवडे असेच गेले. मी पण काही बोलत नव्हते. काही दिवसांचा तर प्रश्न होता. मग स्कॉटलंड!

पण रात्री बेडरूममध्ये अफजल माझ्या शरीराबरोबर जे काही करे, त्याची मला भीती बसली होती.

पुढच्या काही दिवसांत माझा दिनक्रम ठरल्यासारखा झाला. सकाळी अंघोळ करून मी फोजियाची वाट बघे. तिने आणलेला नाश्ता खात असे. अफजल दिवसा त्याचे माझ्यावर खूप प्रेम आहे असं सांगे. रात्री मात्र माझ्या शरीराचा छळ मांडे.

हळू हळू मला रात्री आवडेनाशा झाल्या. सूर्यप्रकाश खूप वेळ रहावा म्हणून मी उन्हं कलल्यापासूनच प्रार्थना करे. काजवे चमकू नयेत असं मला वाटे. पण ते रात्र झाल्याची सूचना देतच. मला खूप भीती वाटू लागे. कारण या वेळेस माझ्याजवळ अफजल सोडून कोणीच नसे.

माझ्या शरीराच्या नाजूक जागी तो खेळत राही आणि मला दुखवे. त्याचा तो स्पर्श मला अगदी नकोसा होई. काही वेळाने तो रांगत रांगत माझ्या शरीरावर स्वत:चे अंग टाके आणि मग मला छळत राही. मला वाटे, माझंच काही चुकतंय म्हणून ही भयंकर शिक्षा तो मला देतोय. कारणाशिवायही शिक्षा भोगायची मला सवय होतीच. त्याचं उरकलं की तो कुशीला वळून झोपून जाई. मी मात्र दुसऱ्या

बाजूला वळून रडत असे.

फक्त स्कॉटलंडला जायच्या विचाराने मला धीर येई. मग सगळ्या गोष्टी मी मान्य करून टाके.

मी घरी आल्याच्या चौथ्या दिवशी आई मला भेटायला आली. तिकडे स्कॉटलंडमध्ये हनीफला मुलगी झाली होती. माझ्या लग्नाविषयी आईने मांजला सांगितलं होतं. अशा काही गोष्टी ती बोलली. ती जेमतेम दहा मिनिटं थांबली. मग तिने मला माझं सामान आवरायला सांगितलं. ती मला घरी नेणार होती. बॅगेत कुठले कपडे भर ते सुद्धा तिनं मला सांगितलं.

आईच्या घरी आल्यावर मी टॉयलेटला गेले. माझी पाळी सुरू झाल्याचं माझ्या लक्षात आले. मी आईकडे सॅनिटरी टॉवेल मागितले.

त्याबरोबर आई शिव्याशाप देऊ लागली. मला नवलच वाटलं. ''म्हणजे तुला दिवस राहिलेच नाहीत अजून. तुला जोपर्यंत दिवस रहात नाहीत ना, तोपर्यंत तू ग्लासगोला जाऊ शकत नाहीस. कळलं? त्यासाठी तुला काही दिवस इथं ठेवावं लागलं तरी चालेल.''

माझे डोळे भरून आले. ''म्हणजे काय?'' मी चाचरत विचारलं. पण आई रागारागाने बाहेर निघून गेली.

मी भयंकर घाबरले. मला तर घरी जायचंच होतं. मी रडत रडत शेतात पळाले. माझ्या आवडत्या झाडावर चढून बसले. ''मी कितीदा तुझी प्रार्थना केली. माझ्या मदतीला बोलावलं. जेव्हा जेव्हा जिणं अशक्य झालं तेव्हा तेव्हा तुझी मदत मागितली. मी परत एकदा तुझ्याकडे भीक मागते. मला मदत कर.'' मी रडत रडत आकाशाकडे बघत राहिले.

नीना माझ्या मागोमाग येऊन झाडाखाली उभी होती. म्हणली, ''काय झालं तुला? तू का अशी रडते आहेस? सॅम, प्लीज माझ्याशी बोल.''

''जा तू इथून निघून. मला एकटीला राहू दे.'' मी ओरडले.

''मी वर येत आहे.'' असं म्हणून नीना झाडावर चढली. माझ्या जवळच्या फांदीवर बसली.

''आता सांग बरं, तू का रडत्येस?'' तिने विचारलं.

''कारण मला दिवस गेले नाहीत. म्हणजे आता मी परत स्कॉटलंडला जाऊ शकत नाही.'' मी रडत रडत सांगितलं.

''पण तुला तर इथं आवडतं.''

''लग्नाच्या आधी. आता मला घरी जायचंय. मला इथं अजिबात आवडत नाही.''

''जाऊ दे ना सॅम. मला खात्री आहे तुला लवकरच दिवस जातील. इथं असं

बसून रडायची काही गरज नाही. रडण्यानं काही होणार आहे का?'' नीनाने माझी समजूत काढली.

आम्ही खाली उतरलो. गप्पपणे घराकडे चालू लागलो.

आईबरोबर एक आठवडा राहून मी अफजलकडे परत गेले. माझ्या मनात परत आत्महत्येचे विचार येऊ लागले. पण जोपर्यंत स्कॉटलंडला जायची थोडी तरी संधी होती, तोपर्यंत मी गप्प बसायचं ठरविलं.

पुढचे काही महिने मला जसं सांगितलं जाई तसं मी करे. डोक्याचा अजिबात उपयोग न करता एखाद्या मशिनप्रमाणे काम करणाऱ्या झोंबीसारखं मला वाटू लागलं.

रात्रीचा माझा होणार छळ सोडला तर अफजल मला आईपेक्षा खूप चांगलं वागवे. मला तो घरकाम करू देत नसे. मला खायला भरपूर मिळेल याकडे त्याचं लक्ष असे. रोज मला काही हवंय का ते विचारे. त्याने माझ्यासाठी इंद्रधनुष्याच्या सर्व रंगांचे छान छान कपडे आणले होते. पण तरी मला तिथे कैद्यासारखं वाटत राही.

मी ते गाव सोडू शकत नव्हते. सर्व वेळ मी शेजारी फोजियाच्या घरी असे. अफजल, अकबर, हतीफ, फोजियाचा नवरा सगळे एकदमच कामाला बाहेर पडत. मग फोजिया माझ्यासाठी, मुलांसाठी नाश्ता बनवे.

तिचं घर अफजलच्या घरासारखंच, पण थोडं लहान होतं. घरामागे छोटं स्वयंपाकघर आणि बाथरूम होती. वर जाण्यासाठी जिना होता. वरच्या दोन खोल्यांचा फारसा वापर नसे.

''तू स्वयंपाकघराचा वापर का करत नाहीस?'' एकदा मी तिला विचारलं. चांगलं स्वयंपाकघर असताना विस्तवावर कशाला जेवण बनवायचं ते मला कळत नसे.

''उन्हाळ्यात स्वयंपाकघर फार तापतं. मी फक्त थंडीत किंवा पाऊस असेल तरच तिथं स्वयंपाक करते.'' तिनं शांतपणे समजावून सांगितलं.

माझ्या मनात खूप दिवस एक शंका होती. मी विचारायचं ठरवलं. ''पाऊस कधी पडेल? मी इथं येऊन इतके महिने झाले, पण एकदाही पाऊस पडला नाही.''

''आणखी काही आठवडे पडणार नाही असं वाटतंय मला.'' ती म्हणाली.

''काही आठवडे? तू कसं हे सांगू शकतेस?'' मी विचारलं.

''दर वर्षीप्रमाणे या वर्षीसुद्धा हवा बदलल्याशिवाय पाऊस पडणार नाही.'' तिने अंदाज सांगितला.

दिवसभर अधून मधून आमच्या अशाच गप्पा चालत. नाश्ता झाल्यावर मुलं शेजारी नातेवाइकांकडे खेळायला जात. ती जेवायच्या वेळेस परत येत. फोजिया

गावातल्या बायकांसाठी कपडे शिवून काही पैसे मिळवित असे. रोज तिच्याकडे कोणी ना कोणी येई. मग चहाबरोबर गप्पा रंगत. जाताना फोजियाकडे एक मोठं कापड सलवार-कमीज शिवायला देऊन जात. काही तासांतच फोजिया सलवार-कमीज शिवे. ती काम करताना मी तिच्याकडे बघत राही. मग स्वयंपाकाची वेळ होई. सकाळी कामावर गेलेले लोक परत येईपर्यंत स्वयंपाक तयार असे.

एक दिवसाआड फाटके कपडे घातलेली एक मुलगी येई. बाथरूमपासून सगळं घर स्वच्छ करून जाई. तिचा चेहरा भावनारहित असे. पण ती सारखी एकटक माझ्याकडे बघे.

"तू इथं झाडायला येतेस का बघायला?" एक दिवस फोजियाने तिची चेष्टा केली. ती एकदम वळली आणि जोरजोराने केर काढू लागली.

मला तिची दया येई. कौतुकाच्या शब्दावाचून नुसतं काम करत रहाणं म्हणजे काय असतं ते मला चांगलंच माहीत होतं. मग मी बाथरूममध्ये जाऊन येई. येऊन म्हणे, "तू बाथरूम छान साफ केली आहेस. अगदी चकचकीत." मी तिच्याकडे बघून हसे. तिचा चेहरा उजळे. ती मला वाकून नमस्कार करे. यापूर्वी तिचं कोणी कौतुक केलं नसणार. तेव्हापासून ती रोज माझ्याकडे बघून हसे आणि मी तिचं कौतुक करत असे.

"तुला माहीत आहे का? मी तिला कामाचे पैसे देते." एक दिवस फोजिया म्हणाली.

"हो. पण मी तिच्याशी बोलते त्याची किंमत पैशात होणारी नाही." मी उत्तर दिले.

एक महिन्यानंतर हे लोक मला आईला भेटायला घेऊन गेले. मला बघितल्याबरोबर आईने विचारलं, "या महिन्यात तुझी पाळी आली का?"

मी मानेने होकार दिला. या उत्तराची तिला अपेक्षा नव्हती. त्यामुळे मी स्कॉटलंडला जाऊ शकत नव्हते. परत माझी रवानगी अफजलकडे झाली.

काही दिवसांनी मला कोणीतरी सांगितलं की तीन आठवड्यांनी आई परत जाणार होती. मी अगदीच खचून गेले. जर का आई मला इथं सोडून निघून गेली तर आत्महत्येखेरीज माझ्याकडे दुसरा उपाय नव्हता. आईच्या मनात माझ्याविषयी प्रेम नव्हतंच पण माझ्यासाठी स्कॉटलंडला जोडणारा तो एकच दुवा होता. मला इथंच ठेवून ती परत गेली असती तर मला कधीच स्कॉटलंडला जाणं शक्य नव्हतं.

दोन आठवड्यांनी मी परत आईला भेटायला गेले. तिने परत तोच प्रश्न विचारला. मी नकारार्थी मान हलवली. ती हा एकच प्रश्न परत परत का विचारते ते मला कळेना. मला इतकं कळलं होतं की पाळीचा आणि दिवस जाण्याचा

काहीतरी संबंध होता आणि तसाच तो माझ्या स्कॉटलंडला जाण्याशी होता.

"तुला खात्री आहे ना?" तिने विचारलं.

"हो." मी उत्तर दिले.

काराने मला जवळ घेतलं. "आता उगीच दगदग करू नकोस. तू परत आजारी पडता कामा नये." ती म्हणाली.

मी काही दिवस आईकडे राहून परत अफजलकडे गेले. अफजल माझे फारच कौतुक करू लागला. माझ्यासाठी रोज ताजी भाजी, फळं येऊ लागली. माझ्यासाठी काय करू असं तो रोज विचारू लागला.

केवळ मला दिवस राहिले म्हणून!

दिवस रहाण्याला इतकं काय महत्त्व हे मला कळत नव्हतं. 'हमीला' हा शब्द माझ्या डोक्यात पक्का बसला होता. पण त्याचा अर्थ माहीत नव्हता. फक्त या एका गोष्टीने मला स्कॉटलंडला जायला मिळत होतं यातच मला आनंद होता. आईचं बोलणं बऱ्यापैकी सुधारलं होतं. रात्रीचा प्रकार अफजलने थांबविला होता.

चला, एकंदरीत मी सगळ्यांचंच समाधान केलं होतं.

आईने तिकिटं काढली. मी काही दिवस अफजलकडेच राहिले. फोजिया तर मी एखादी राणी आहे असं माझ्याशी वागे. ती तशी माझ्याशी प्रेमानेच वागे, पण आता तर ती माझा नाश्ता बिछान्यातच आणून देऊ लागली. मला विश्रांती घ्यायला सांगे. खरं म्हणजे मी काही आजारी नव्हते. मग हे सर्व लोक माझी एवढी काळजी का घेत होते? मला कळेचना.

निघण्याच्या आदल्या रात्री मी आईकडे आले. त्या दिवशी संध्याकाळी अफजल माझ्याजवळ येऊन म्हणाला, "मला विसरू नकोस. तू मला तिकडे बोलावून घेण्यासाठी अर्ज केलास की मी लगेच येईन तुला भेटायला."

मला त्याचं बोलणं समजलं नाही. मी उगीचच मान हलवली.

"स्वत:ची काळजी घे. आणि तुला काही हवं असल्यास मला कळव." तो सांगू लागला.

मी परत मान हलवली. खरं म्हणजे माझं त्याच्या बोलण्याकडे लक्षच नव्हतं. मी मनाने कधीच स्कॉटलंडला पोहोचले होते. मी खूप आनंदात होते, पण तसं कोणाला दाखवलं नाही. मनातून पाळी सुरू व्हायची भीती वाटत होती. तसं झालं तर मला इथंच ठेवलं असतं आईनं.

नंतर आईने आणि मी बॅगा भरल्या. मी माझे छान, सुंदर कपडे व्यवस्थित भरले. आता ते माझे होते. माझ्या मालकीचे. माझे कपडे मिनाला कधी दाखवते असं मला झालं होतं.

त्या रात्री सगळं घरच लोकांनी भरून गेलं होतं. गावातले सर्वच लोक आईचा

निरोप घ्यायला जमले होते. आम्हाला झोपायला रात्रीचे दोन वाजून गेले. त्या रात्री अफजल आणि त्याचे वडील शेजारच्या खोलीत झोपले. मी आणि नीना माझ्या गादीवर एकमेकींना अगदी चिकटून झोपलो. खूप गप्पा मारल्या.

"मला तुझी खूप आठवण येईल. तू इथं होतीस तेव्हा खूप मजा यायची. तू परत येशील ना आम्हाला भेटायला?" नीना विचारू लागली.

मला माझं म्हणून काही मत असतं तर मी इथं कधीच परत येणार नव्हते. पण मी गप्प बसले. कदाचित तिला वाईट वाटलं असतं. मी तिच्याकडे बघून मान हलवली आणि झोपी गेले.

दुसऱ्या दिवशी आम्ही लवकर उठलो. उन्हं पडली होती. छानसा वाराही सुटला होता. मी माझं आटपून अंगणातल्या झाडाखाली बसून राहिले. थोडा नाश्ता केला. नीना पण माझ्याबरोबर होती.

"तुम्ही किती वाजता निघणार?" तिने विचारलं.

"मला माहीत नाही."

"सॅम कधी निघणार?" तिने काराला ओरडून विचारलं.

अंगणात कोपऱ्यात असलेल्या खुराड्यातून कारा अंडी गोळा करीत होती.

"जेवण झाल्यावर." तिने उत्तर दिलं.

नीनाने माझ्याकडे हसून बघितलं. "आपल्याला थोडा वेळ आहे, फिरायला जायला. नाश्ता संपवून जाऊ या का?"

"हो. चालेल." मी तिला उत्तर दिलं.

खाऊन झाल्यावर आम्ही निघालो. गावातून चालत चालत शेताकडं गेलो.

"चल. एकदा तुझ्या आवडत्या झाडावर चढू. मग जाऊ नदीकडे." नीनाने सुचविलं.

"बरं." मी परत होकार भरला.

आम्ही झाडावर चढून बसलो. दूरवर पसरलेल्या शेतांकडे बघू लागलो. मे महिन्यातला तो एक उन्हाळ्याचा दिवस होता. मला आतापर्यंत इथल्या हवेची, जेवणाची चांगली सवय झाली होती. इथले लोकही चांगले होते.

लग्नाची घटना सोडली तर इथली शांतता, उन्हात बसणं सगळंच मला आवडत होतं. पण या माझ्या लग्नामुळे सगळंच बिघडून गेल्यासारखं झालं. एक लग्न होतं, नाही तर मी इथंच रहाणं पसंत केलं असतं. पण आता मात्र स्कॉटलंडला कधी पोहोचेन असं होऊन गेलं.

शिवाय ग्लासगोची मला अधून मधून आठवण येतच असे. वर्षापूर्वी मला कोणी सांगितलं असतं, की मी पाकिस्तानात बसून ग्लासगोची आठवण काढेन, तर मी त्याला वेडा ठरवलं असतं.

पण एकदा ग्लासगोला जायचं म्हटल्यावर मला माझ्या तिकडच्या दिनक्रमाची आठवण येऊ लागली. ते घरकाम, हनीफच्या बाळाला सांभाळणं आणि मिना बरोबरचा वेळ, सगळ्याचीच मला असोशी लागली. तिथं मला जखमा होण्याएवढा मार मिळे हे खरं, पण शरीरावरच्या जखमा बऱ्या होत. इथं तर माझं शरीरच माझं राहिलं नाही. अफजलने माझ्या शरीराच्या खाजगीपणावरच हल्ला केला होता. मग आता माझं असं, माझ्या मालकीचं काय शिल्लक उरलं होतं? ग्लासगोचा मार शरीराबाहेरचा होता. पण अफजलने तर माझ्या शरीरात शिरूनच माझा छळ मांडला होता. हा अत्याचार कधीच विसरण्यासारखा नव्हता. आईची माझ्या विषयीची बेफिकिरी, माझं फसवून लग्न करून टाकणं या सगळ्यामुळे मी पार हादरून गेले होते. आता तिच्या हुकमाप्रमाणे वागणं मला कसं शक्य होतं?

टांग्यात घनीकाका आणि अफजल सामान भरत असताना आम्ही दोघी घराकडे परतलो. टांग्यातून जवळच्या शहरात पोहोचलो की आम्हाला एअरपोर्टपर्यंत टॅक्सी मिळाली असती. टांग्यात माझ्या दोन्ही बाजूला आई आणि कारा बसल्या. पुढे घनी आणि अफजल.

नीना, अमिना आणि इतर काही मुलं गावाच्या कमानीपर्यंत आमच्या टांग्याच्या मागे चालत आली. त्या सर्वांनी हात हलवून माझा निरोप घेतला. घरी जायची इतकी ओढ होती की ही मुलं मला आठवणार नव्हती. मला अपराध्यासारखं वाटलं.

धुळीच्या रस्त्यातून आणि उन्हातून आम्ही एकदाचे शहरात पोहोचलो.

या वेळेस प्रथमच मी अफजलकडे निरखून बघितलं. आत्तापर्यंत भीतीपोटी मी त्याच्याकडे एखादी नजर टाकत असे. माझ्या शरीराचा छळ मांडणाऱ्याकडे मला बघायची इच्छा नव्हती. मला कोणी त्याच्या किरकोळ शरीराचं वर्णन करण्यास सांगितलं असतं तर त्याचं शरीर मला माहीत झालं होतं. पण त्याचा चेहरा माझ्यासाठी अनोळखीच होता.

त्याच्या चेहऱ्यावर दाढीमिशा नव्हत्या. चेहरा निमुळता होता. त्याला साजेसेच डोळे. मी त्याच्याकडे निरखून बघत आहे हे त्याला कळलं आणि तो तोंडभर हसला.

मला एकाएकी जाणवलं, की मी त्याची बायको म्हणून बरेच महिने त्याच्याजवळ राहिले, पण मला हा माणूस अगदी परकाच वाटला, अनोळखी. लोक म्हणत की तो तुझा नवरा आहे. पण नवरा म्हणून मी त्याच्याकडं कधी बघितलंच नव्हतं. तो फक्त एक पुरुष होता.

मी गुडबाय म्हटलं आणि वळले.

एअरपोर्टपर्यंतचा प्रवास हा माझ्यासाठी जणू अनोळखीच होता. मला काहीच आठवत नव्हतं.

वाटेतल्या गावातली माणसं सगळी सारखीच गलिच्छ. कोपऱ्या कोपऱ्यावर काही ना काही विकणारी. त्या माणसांचा आणि मसाल्यांचा एकत्र वास. बैठी घरं आणि धूळ. सगळं जणू एकमेकांत मिसळून गेलेले. मला वाटलं, हे दृश्य मी कधीच विसरणार नाही.

तासाभरात आम्ही लाहोरला पोहोचलो. एअरपोर्टकडे जाणारे रस्ते स्वच्छ, प्रशस्त होते. जागोजाग बागा होत्या. दुतर्फा झाडं होती. विद्यापीठाची इमारत भव्य होती. हे नक्की पाकिस्तानच होतं ना? गेले आठ महिने मी अगदीच वेगळ्या जगात काढले होते.

ड्रायव्हरने आम्हाला एअरपोर्टजवळ सोडलं. हवेतला उष्मा थोडा कमी झाला होता. पण मी घामेजलेली होते.

आम्ही आत गेलो. काराने आम्हा दोघींना मिठीत घेतलं आणि ती दूर झाली. आम्ही डिपार्चर लाउंजकडे निघालो. मी मागे वळून काराकडे बघून हात हलविला. शेवटचाच.

आतमध्ये एसीची छान हवा होती. मी इतकी थकले की मला झोप येऊ लागली.

आई मला हलवत होती. विमानात चढायची वेळ झाली होती.

लंडन येईपर्यंत मी गाढ झोपेतच होते. शेवटी एकदाची माझी मी झोपण्यास मुक्त झाले होते. शेजारी त्रास द्यायला अफजल नव्हता.

लंडन येता येता मी जागी झाले. दुसऱ्या विमानाने ग्लासगो येईपर्यंत मात्र मी जागी होते. पाकिस्तानात घेतलेल्या नाष्ट्यानंतर आम्हाला चहा आणि स्नॅक्स मिळाले.

ग्लासगो सिटी सेंटरच्या दृश्याने मी चकित झाले. स्वच्छ ताजा वास मला एकदम आवडला. इथलं सगळंच किती छान होतं. मला वाटलं सगळ्या जगाला ओरडून सांगावं, 'बघा, मी घरी परतले आहे!'

आम्ही घराचा दरवाजा वाजवेपर्यंत सगळं घर झोपेतच होतं. जरा वेळाने मिनाने दार उघडलं. अर्धवट झोपेत जांभई देता देता तिनं मला बघितलं. ती आनंदाने किंचाळली. मला मिठी मारून म्हणाली, "अखेर तू परत आलीस? खरंच?"

मी हसले आणि तिला बिलगले.

मिनाने बॅगा घरात आणायला मदत केली. आई सरळ तिच्या पलंगाकडे गेली. म्हणाली, "माझं डोकं प्रचंड दुखतंय. मी झोपणार आहे. कोणी झोपमोड केली तर बघा!"

मिनाच्या मागोमाग मी स्वयंपाकघरात गेले. आम्ही दोघींनी टोस्ट करून खाल्ले. तिनं सांगितलं की आई आणि मी नसताना ते सर्व इंग्लिश जेवण जेवत. चिप्स आणि बाकी सर्व काही.

मला इतका मत्सर वाटला. आई लांब असताना किती मोकळीक होती इथं, सर्वांना मनाप्रमाणे वागायला!

मिनाने माझ्यावर प्रश्नांची सरबत्ती सुरू केली.

"कसं होतं तिथं? खूप गरम होतं का? तुझा नवरा कसा आहे?"

"भयंकर आणि खूप गरम सुद्धा. खरंच भयंकर." मी उत्तर दिलं.

"मांज मला तिकडच्या बातम्या देत असे. तुला माहीतेय, हनीफला मुलगी झाली ते."

"हो, मला आईने सांगितलं,"

मी इकडंतिकडं नजर टाकली. स्वयंपाक घर स्वच्छ होतं. बशा स्वच्छ होऊन जागच्या जागी गेल्या होत्या. पण सगळीकडं शांत होतं.

मी मिनाला वेळ विचारली.

"आठ वाजले असतील. अजून कोणीच उठलं नाही."

"तुला माहीत आहे, आम्हाला पाकिस्तानात सकाळी सहालाच उठावं लागे. आम्ही सर्व मिळून कामं आटपून टाकत असू. अगदी रविवारी सुद्धा. लग्न होईपर्यंत सगळं ठीक होतं ग." मी सुस्कारा सोडला.

"ते जाऊ दे. आता मी घरी आहे. आता पाकिस्तानात परत म्हणून जाणार नाही. हनीफची मुलं नाही उठली अजून?"

"ओऽऽ! म्हणजे तुला काहीच माहीत नाही. आई तिकडं गेल्यावर थोड्याच दिवसांनी मांज, हनीफ आणि मुलांना घेऊन गोवन हिल्सच्या भागात रहायला गेला. आणि माहीतेय का? सवेरचं सुद्धा लग्न झालं तुम्ही गेल्यावर!"

हे आईनं सांगितल्याचं अंधुकसं आठवलं. पण नंतर माझ्या लग्नाच्या भानगडीत मी ते सगळं विसरले.

"कशी आहे सवेरची बायको? मला सगळं सांग बघू."

"तिचं नाव तनवीर आहे. तुम्ही गेल्यावर काही दिवसांतच ती पाकिस्तानातून इथं आली. लांबची बहीण लागते ती आपली. पाजीनं जमवलं लग्न. पण ताराच्या लग्नासारखं हे लग्न दिमाखदार नव्हतं. तनवीर बहुतेक वेळा तिच्या खोलीतच असते. सवेरला काही हवं असेल तर बाहेर येते. सवेरचे कपडे पण तीच धुते. मला वाटतं ती ठीक आहे. सवेरची चांगली काळजी घेते. सवेर पण तिच्याकडे लक्ष देतो."

"अग, हे बघितलंस का?" मिना दम खाऊन म्हणाली, "सवेरनं तिच्यासाठी

वॉशिंग मशिन आणि मायक्रोवेव्ह आणलाय.''

''सवेर काम करतो का?'' मी विचारलं. या सर्व गोष्टी त्याला परवडतात कशा ते मला कळेना.

''हो! तो एका हॉटेलात वेटरचं काम करतो. लवकरच हे घर मुलाबाळांनी भरेल. सवेर म्हणत होता की तनवीरला दिवस गेलेत.''

''मला पण.'' मी पटकन म्हटलं.

मिनाने माझ्याकडे आश्चर्याने बघितलं.

''नाही ग, तुला नसतील गेले. अग जेमतेम चौदाची आहेस तू! सोळाची झाल्या शिवाय मूल होणं बरं नाही.'' मिना बोलत होती.

मूल होणार? म्हणजे हमीलाचा अर्थ हा आहे तर. मला मूल होणार आहे? माझ्या पोटात भीतीनं गोळा आला.

लग्न झाल्यापासून आतापर्यंत मला अनेक कोडी पडली होती. किती विचार केला तरी उत्तरं सापडत नसत. पण आता सर्व तुकडे जागच्या जागी बसून गेले. क्षणार्धात कोडी सुटली होती.

मला जोरानं रडू आलं.

मिनाने मला मिठीत घेतलं. ''घाबरू नकोस सॅम.''

''या सर्वांनी मला दिवस गेल्याचं सांगितलं. दिवस जाणं म्हणजे बाळ होणं हे मला माहीतच नव्हतं.''

मिनाने मला घट्ट धरलं. ''सगळं ठीक होईल. घाबरू नकोस.'' माझ्या डोळ्यांतलं पाणी पुसून मिना म्हणाली. ''असं बघ, तुला खरोखर तुझं स्वतःचं असं कोणतरी मिळेल. फक्त तुझं. प्रेम करायला, त्याच्या बरोबर खेळायला. हो ना?''

तिने समजूत काढली तरी मी आतून भेदरले. हे सगळं गोंधळात टाकणारं होतं.

ही गोष्ट मे एकोणिसशे त्र्याऐंशी मधली.

१३

दिवस, आठवडे सरले. परत एकदा माझ्या कामाची घडी बसली. पण सवेरने आणलेल्या नवीन गोष्टींमुळे माझं काम सोपं झालं होतं.

दिवस राहिले तरी मला काही त्रास नव्हता. तनवीरला मात्र सकाळ, दुपार, संध्याकाळ कसला ना कसला त्रास होई.

तनवीरची सर्व जण काळजी घेत. हे खाऊ नकोस, ते खाऊ नकोस. खूप पाणी पी, अरे तिला कोणातरी रस द्या बघू, पाय वर घेऊन बस म्हणजे बरं वाटेल. एक ना दोन.

मला कसलाच त्रास होत नव्हता. पण मलाही वाटे, की कोणी चार शब्द बोलून काळजी घ्यावी. मलाही तनवीरसारखं बाळच होणार होतं ना? मग मला नको थोडी विश्रांती? का एकसारखं कामच?

हनीफ आणि तिची मुलं नसल्यामुळे काम बेताचं होतं. पण मी पाकिस्तानात असताना हनीफने माझं सगळं सामान उसकलं होतं. त्यातलं बरंचसं फेकून दिलं होतं. ताराच्या लग्नात आईने घेतलेला गुलाबी रंगाचा सलवार कमीजही फेकून दिला होता. आता मी तो घालू शकणार नव्हते, पण आईने मला दिलेली ती एकमेव नवी वस्तू होती. म्हणून त्याचं महत्व होतं. मला एकदम निराश वाटलं. पण आईला त्याचं काहीच सोयरसुतक नव्हतं.

माझं जबरदस्तीने लग्न लावून दिलं म्हणजे माझा हट्टीपणा कमी होईल असं तर आईला वाटत नव्हतं? पण पाकिस्तानातल्या अनुभवांनंतर सगळं बदलून गेलं होतं. माझं लग्न एकाएकी करून दिलेल्या दिवसापासून, लग्नाच्या दुसऱ्या दिवशी मी ज्या स्थितीत परत आले होते तिकडे पूर्ण दुर्लक्ष करून, आईने मला परत त्याच्याकडे ज्या तऱ्हेनं घालवून दिलं होतं, त्यानंतर माझी पूर्ण खात्री पटली होती की आई माझी कधीच काळजी करणार नव्हती. माझी काळजी मलाच घेणं भाग होतं. त्यामुळे ग्लासगोला परत आल्यापासून आईचं वागणं पूर्वीसारखंच होतं. पण मी मात्र बदलले होते. तिला कल्पना नव्हती की तिचे सगळे बेत फसले होते. तिला

अजूनही वाटत होतं की ती मला गुलामासारखं वागवू शकत होती.

ती सतत पाकिस्तानात फोन लावे. अफजलच्या कुटुंबाला सारखं कसलं ना कसलं काम सांगे. तिच्या मनाप्रमाणे काम झालं नाही तरी ती माझं अफजलशी झालेलं लग्न मोडून टाकण्याच्या धमक्या देई. ती सर्वांवरच ताबा ठेवी. अर्थात, माझं कायद्यानुसार लग्नाचं वय झाल्याशिवाय अफजल इथे येऊच शकत नव्हता. त्यामुळे ती अफजलला काही ना काही सबबी सांगून स्वत:ची सुटका करून घेई.

दरम्यान अफजलचं मला एक पत्र आलं. त्याला ताबडतोब स्कॉटलंडला यायचं होतं. त्याने लिहिलं होतं की त्याचं माझ्यावर खूप प्रेम आहे. पण पत्रात माझ्या दिवस जाण्याबद्दल, माझ्या विषयीच्या काळजीचा एकही शब्द नव्हता.

कधी कधी मी अफजलविषयी विचार करे. त्याने माझ्यावर जे अत्याचार केले होते ते सुद्धा मी माफ करून टाके आणि तो इथं येऊन माझी आणि बाळाची काळजी घेईल अशी आशा करे. पण तो आला नाही.

आई म्हणे, त्याने पत्राबरोबर काहीतरी पाठवायला हवं होतं. म्हणजे नक्की काय याचा अर्थ मला कळत नसे. त्यानंतर आईने ते पत्र फाडून टाकलं. कदाचित अजून मी लग्नाच्या वयाची झाले नव्हते म्हणून फाडलं असेल किंवा माझ्यावरचा तिचा ताबा सुटू नये म्हणूनही असेल; कारण मी तर तिच्या हातचं खेळणंच होते. जिथे वापरायचं असेल तिथे वापरायचं नाहीतर फेकून द्यायचं. सॅमच्या हिताचं काय असेल हा विचार तिने कधीच केला नाही. तिच्या स्वत:साठी जे काय बरोबर असेल तेच माझ्यासाठी, असाच तिचा कायम पवित्रा होता.

ग्लासगो आईला चांगलंच मानवलं. ती बरेचदा फातिमाआंटीबरोबर बाहेर जाई. वॉलसॉपेक्षा इथं तिला बऱ्याच मैत्रिणी मिळाल्या होत्या. ती प्रार्थनेसाठी बाहेर जाऊ लागली होती. तिथेही तिला बऱ्याच मैत्रिणी होत्या. ती त्यांच्याकडे जाई आणि त्याही घरी येत.

खरं तर या सगळ्याची तिला आवड नव्हती. पाकिस्तानातही तिला मैत्रिणी नव्हत्या. एखाद्या मोठ्या प्रार्थनेसाठी ती मिनाला आणि मला घेऊन जाई, पण ते क्वचितच. या पलीकडे या सर्वांशी आमचा संबंध नव्हता. आई इथे आल्यापासून फारच धार्मिक झाली होती. पण घरात ती काही करत नसे. कदाचित फातिमाआंटी जायची म्हणून ती जात होती. पण एकूण वॉलसॉपेक्षा इथं ती बरीच आनंदात असे. त्यामुळी आम्हाला बरं वाटे.

ताराचं घर या घरापासून दहा मिनिटांच्या अंतरावर होतं. पण ती सतत आईच्या घरातच पडीक असे. आई, हनीफ आणि तारा सतत पाकिस्तानविषयी बोलत असत. तारा सतत नवऱ्याच्या दारू पिण्याबद्दल तक्रार करे. त्याचं दारू पिऊन धुंद होऊन घरी येणं कसं बंद होईल असं ती आईला विचारे.

आई तिला सांगे, ''त्याला लाथ घालून घराच्या बाहेर काढ, म्हणजे त्याला चांगला धडा मिळेल. माझ्या वडिलांच्या घरी माझ्या मेहुण्याला बरेचदा लाथा घालून बाहेर काढलं जाई.''

पाकिस्तानातून येऊन आता तीन महिने झाले होते. एक दिवस आईने मला डॉक्टरकडे जायचं आहे म्हणून सांगितलं. नेहमीप्रमाणे मी कारण विचारलंच नाही. पण आता माझा तिच्यावर काडीचा विश्वास नव्हता. मला माहीत होतं की मला दिवस गेलेत की नाही हे आईला डॉक्टरकडे तपासून नक्की करायचं होतं आणि नसते तर? ती काय मला पाकिस्तानात पाठवून देणार होती का काय?

डॉक्टरकडे गेल्यावर आई म्हणाली, ''हे बघ, डॉक्टरनी बाळाविषयी काही विचारलं तरी सगळं माझ्यावर सोपव. मी डॉक्टरला काय ते सांगेन.''

ग्लासगोला आल्यापासून डॉ. वॉल्टर्स आमचे फॅमिली डॉक्टर होते. तसे ते वयाने बरेच मोठे होते आणि प्रेमळ होते. तपासून झाल्यावर त्यांनी माझ्याकडे बघितलं. ते म्हणाले, ''तू आता काय करणार आहेस? बाळाची काळजी तू कशी घेशील? तूच अजून एक लहान मूल आहेस.''

आईने ताबडतोब तिचा एक हात माझ्या पायावर दाबून धरला. 'काही बोलू नकोस' असा तो हुकूमच होता. ''मी तिला पाकिस्तानात घेऊन गेले होते, तिथे ती एका मुलाबरोबर बाहेर गेली होती. त्याच्याच बरोबर ती एक रात्र झोपली. त्यामुळे तिला दिवस गेलेत.'' पण आईच्या खोटेपणाबद्दल माझ्या तोंडून एकही शब्द बाहेर पडू शकला नाही.

मला या तिच्या शब्दांनी इतका धक्का बसला की माझा श्वासच अडकला. मी रागारागाने ओठ चावला. इतक्या खालच्या स्तरावर तिनं मला नेऊन ठेवलं की माझं अंत:करण नुसतं तडफडू लागलं.

दिवस राहिल्यावर पहिल्यांदाच मला आजारी असल्यासारखं वाटलं. माझ्यातल्या बाहेर न पडणाऱ्या संतापामुळे हे झालं असणार. आईचं किळसवाणं वागणं मला असह्य होत होतं. मी रागाने तिच्याकडे बघितलं. तिनं माझ्या नजरेला नजर दिली नाही.

''मी तिला मदत करायला कायम तिच्याजवळ असेन.'' आई घाईघाईने म्हणाली. कदाचित मी डॉक्टरना लग्नाविषयी सांगेन अशी तिला भीती वाटली असावी.

डॉक्टरांनी नुसतेच खांदे उडविले आणि मला लोहाच्या गोळ्या लिहून दिल्या. रोज एक घ्यायला सांगितली. दुसऱ्या डॉक्टरांबरोबर ते तपासणीची तारीख नक्की करणार होते.

घरी परत येताना आईने डॉक्टरांनी लिहून दिलेला कागद हिसकावून घेतला

आणि फाडून टाकला.

"तू त्या गोळ्या अजिबात घ्यायच्या नाहीत. उगीचच या गोळ्यांनी बाळाचं वजन वाढतं आणि मग बाळ जन्माला येताना आईला त्रास होतो."

तिच्या बरोबर घराकडे परतताना माझे डोळे अश्रूंनी चुरचुरत होते.

काही दिवसांनी सूतिकागृहाच्या डॉक्टरांकडे जाण्याची वेळ आली. यावेळेस माझ्याबरोबर तारा होती. मी काही बोलू नये म्हणून खात्री करून घेण्यासाठी तिला पाठवलं होतं.

दवाखान्यात बसलो असताना ताराने मला बजावलं, "डॉक्टरांनी दिवस कसे राहिले विचारलं तर सांग, की तू एक मुलाबरोबर झोपली होतीस. आता तो कुठे आहे माहीत नाही."

तपासायच्या खोलीत गेल्यावर तर नर्स सुद्धा माझ्याकडे विचित्र नजरेने पाहू लागली. कदाचित आमच्या डॉक्टरने तिच्याकडे पाठविलेल्या चिठ्ठीत काहीतरी लिहिलं असावं. मला सर्वांना ओरडून सांगावंसं वाटू लागलं की यात माझी काही चूक नाही.

नर्सने मला तपासलं आणि जेलीसारखं काहीतरी माझ्या पोटावर लावलं. एक छोटं मशिन माझ्या दिवसेंदिवस वाढणाऱ्या पोटावर फिरवू लागली. तिचं लक्ष आता समोरच्या टी.व्ही.सारख्या पडद्यावर होतं. मग ती माझ्याशी बोलू लागली.

"हे बघ हे तुझं बाळ. बाळाचं डोकं आणि हात इथं आहेत." तिने पडद्यावर बोट टेकलं होतं तिथे मी बघू लागले. माझ्या बाळाला मी प्रथमच बघत होते. डोकं नीटसं दिसेना, पण छोटंसं हृदय धडधडत होतं ते मी बघितलं. ते बघून मी श्वास घ्यायचाच विसरून गेले! खरंच! माझ्या शरीरात माझं स्वतःचं बाळ वाढत होतं. खरंच मला बाळ होणार होतं!

नर्सनं माझ्या बोटातून थोडं रक्त काढून घेतलं. मग मिडवाईफ आली आणि मला सांगू लागली की मी सोळा आठवड्यांची गर्भवती होते. आणखी चोवीस आठवड्यांनी मला बाळ होणार होतं. तिचा आवाज प्रेमळ होता. तिच्या त्या आवाजाने मला बराच धीर आला.

"तुला बाळाची हालचाल समजली का?" तिने विचारलं.

"नाही. म्हणजे बाळ हालचाल करतं का?"

"ओऽऽ! खरंच की," तिने माझा खांदा थोपटून म्हटलं, "तुला माहीतच नसेल ते. पण आता तुला कळेल बाळाची हालचाल."

घरी जाताना मी ताराला म्हटलं, "मिडवाईफ म्हणत होती की मला बाळाची हालचाल समजेल."

"मला माहीत नाही. गप्प बस." तिने फटकारलं.

तिचा स्वर इतका तीक्ष्ण होता की मी पुढे काहीच बोलले नाही. मला झालेला आनंद विरघळून गेला.

पण जादू व्हावी तसं त्या रात्री मला बाळाने केलेली हालचाल समजली. मी आश्चर्यात बुडून गेले. माझे दोन्ही हात मी पोटावर ठेवले. बाळ परत हलेल या आशेने. खरंच माझं बाळ माझ्या पोटात हालचाल करत होतं! या वेळचे माझे अश्रू आनंदाचे होते. मी कोणालाही या विषयी सांगितलं नाही. कोणाला काही जाणून घेण्यात रस नव्हता. आई चिडेल म्हणून नेहमीप्रमाणे मिना गप्प बसली. आईने काहीच विचारलं नाही.

मी पाकिस्तानात असल्यापासून आईला उलट उत्तरं देणं सुरू केलं होतं. तेव्हा ती माझ्याकडं लक्ष देत नसे. इथं पण मी उलट उत्तरं देऊ लागले. पहिल्या पहिल्यांदा ती मला शिव्या देई. नंतर मात्र तिने थपडा मारणं सुरू केलं. माझ्या पोटावर तिचा हात पडू नये याची ती काळजी घेई. अर्थात या वेळेचा मार बराच सौम्य होता.

तिने दिलेला मार हाच केवळ तिच्या-माझ्यामधील संवाद होता. म्हणून मी परत एकदा मूर्खासारखं वागू लागले. तिच्या माराचं मला काहीच वाटेनासं झालं.

मांज आता घरात नव्हता. त्यामुळे त्याच्या मारातून मी वाचले होते. खरं सांगायचं तर मी अनेक बाबतीत अजून लहान मूलच होते. शाळा बुडवून घरात बसणं, मांज घरात नाही म्हणून आनंद होणं, या सगळ्यामुळे हरवलेलं बालपण परत आल्यासारखं वाटे आणि दुसरीकडं मला स्वत:लाच बाळ होणार होतं!

पाकिस्तानात मला फार मोठं झाल्यासारखं वाटे. इथं आल्यावर मी परत मिनाबरोबर गादीवर उड्या मारू लागलो.

आईपासून तर मी खूपच दूर गेले होते. तिचा माझ्यावरील ताबा कमी झाला होता. ती काय करते, काय बोलते याकडं मी पूर्ण दुर्लक्ष करीत असे.

पुढील काही दिवसांत मी चांगलीच जाड झाले. घरचं नेहमीचं काम मला त्रासदायक वाटू लागलं. जास्त वेळ उभं राहिल्यानं माझी दमणूक होई. माझ्या पायावर सूज दिसू लागली. पण तरी स्वयंपाक, भांडी घासणं मलाच करावं लागे. मिना मला होईल तेवढी मदत करे. पण तनवीरसारखं दिवसभर झोपून रहाणं माझ्या नशिबात नव्हतं. तसा मला त्रासही कमीच होत होता आणि लवकरच बाळ येणार म्हणून मी आनंदात होते.

आईच्या मैत्रिणी आल्या की आई मला अंगभर शाल पांघरून घ्यायला सांगे. मला स्वयंपाकघरातच बसून रहावं लागे. मला घराबाहेर कुठेही पडण्याची पूर्ण बंदी होती. आई म्हणे की लोक तुझ्याकडे बघत बसतील.

इथं आल्यापासून तिचं पक्कं मत बनलं की मला दिवस जाणं म्हणजे माझीच नामुष्की होती, मलाच लाज वाटायला हवी. पाकिस्तानात मात्र माझी पाळी कधी चुकते याची ती वाट बघत होती!

अर्थात, मला माझी लाज वाटत नसे. संधी मिळाली की मी बाहेर उन्हात जाई. ताजी हवा छातीत भरून घेई. कचऱ्याचा डबा टाकायला गेले की सावकाश परत येई.

माझे नऊ महिने पुरे होत आले होते. आईने पोटात कळ आली तर तिला ताबडतोब सांगण्यास बजावलं. विशेषतः ठरावीक अंतराने कळ आली तर लक्ष ठेवण्यास सांगितलं.

''बाळ बाहेर येण्याची ती खूण आहे.'' ती म्हणाली.

त्या रात्री बिछान्यावर पडल्या पडल्या मी विचार करीत होते. बाळाची पोटातली हालचाल मला समजत होती. आईने सांगेपर्यंत बाळ पोटातून बाहेर कसं येणार या विषयी मी विचारच केला नव्हता. मला वाटायचं छान स्वच्छ शालीत गुंडाळलेलं बाळ आपल्याला मिळणार. कारण टी.व्ही.वर बघितलेली बाळं अशीच असत.

शाळेत असताना एक मुलगी तिच्या मैत्रिणीला सांगताना मी ऐकलं होतं की आदल्याच दिवशी तिला एक लहान भाऊ झाला होता. आईचं पोट कापून तिच्या भावाला बाहेर काढलं होतं आणि नंतर आईचं पोट शिवून टाकलं होतं. आम्ही सगळ्या ईऽऽऽ करून ओरडलो होतो.

माझ्या मनातून हॉस्पिटलच्या ऑपरेशन रूममध्ये कापलेल्या पोटाचं चित्र काही केल्या जाईना. ते सगळं भयंकरच होतं. मग एकदम मला हनीफ आठवली. तिला बाळ झालं तेव्हा असं काही झालं नव्हतं. म्हणजे आमच्या कुटुंबात असं काही होत नसावं असं वाटलं. याच विश्वासावर मी पुढचे काही दिवस काढले. पुढं काय होणार हे विचारावं तरी कोणाला, ते मला कळेना.

काही दिवसांनंतर मला माझ्या पोटाच्या खालचा भाग जोरात ओढला गेल्यासारखं वाटलं. थोड्या वेळातच मला समजलं की आईने सांगितल्याप्रमाणे मला कळा येत आहेत. मी काही वेळ स्वस्थ राहिले तरी कळ जाईना.

आता मात्र मला वाटलं आईला उठवावं. एवढ्या पहाटे उठवल्यावर आई ओरडणार तर नाही? मनात शंका आली.

तरी मी 'मम् मम्' अशी हाक मारलीच. मांज आणि हनीफ गेल्यापासून ती वेगळ्या खोलीत झोपू लागली होती. माझ्या हाकेसरशी ती खोलीत आल्याचं बघून मला आश्चर्यच वाटलं.

''दोन कळांत किती अंतर आहे? आणि कळ किती वेळ टिकून रहात्ये ते सांग.'' आई म्हणाली.

"कदाचित अर्धा तास. मला कळत नाहीये."

"ठीक आहे. परत आली की सांग." ती जायला वळली.

"आत्ता. आताच येतेय." मी आवाज शांत ठेवायचा प्रयत्न करत सांगितलं.

"ठीक आहे. परत आली की सांग."

कळ जेमतेम पंधरा सेकंद टिकली. खूप दुखत नव्हतं. दुखण्यापेक्षा सुद्धा कसंतरीच होत होतं.

मिना आमच्या आवाजाने जागी झाली.

"किती वाजले?" तिने विचारलं.

"झोप परत. सात-साडेसात झालेत." आई तिच्या खोलीतून ओरडली.

मिना परत पांघरुणात शिरली. पण डोळे न मिटता माझ्याकडं बघत राहिली. मी पण तिच्याकडं टक लावून बघत राहिले. भीती थोडीशी कमी झाल्यसारखी वाटली.

पण परत कळ आलीच.

"परत तसंच होतंय." मी आईला बोलावलं.

"बरं. वीस मिनिटांनी कळ येत्ये तर. मी ॲम्ब्युलन्सला फोन करते."

दहा मिनिटांनी ॲम्ब्युलन्स आली. दोघा माणसांनी मला रस्त्यापर्यंत यायला सांगितलं. म्हणजे त्यांच्या मदतीने मी ॲम्ब्युलन्समध्ये चढले असते.

ॲम्ब्युलन्स येण्याआधी कळ आली. माझ्या सगळ्या अंगभर पसरली. आता मात्र मला भीती वाटू लागली. आतापर्यंत पोटातली बाळाची हालचाल मला आवडत होती. पण हे कळा येणं वेगळंच होतं. मिनाने माझा हात धरला होता. मला कोणीतरी धीर देणारं हवं होतं. पुढं काय होणार आहे हे मला सांगणारं कोण होतं?

आई बाहेरच होती. आता मिना दारापर्यंत आली. ॲम्ब्युलन्समध्ये मी शिरण्याआधी मी तिच्याकडं बघून हसले आणि हात हलविला.

ॲम्ब्युलन्स निघाली. माझ्या बरोबर घरचं कोणीच आलं नाही. जणू काही माझ्या या स्थितीमुळे मी त्यांचा मोठाच गुन्हा केला होता. जणू काही मला त्यांच्यापासून दूर नेऊन सोडायला हवं होतं. हनीफच्या वेळेस मांज तिच्याबरोबर गेला होता. माझा हात धरून मला धीर देणारं कोणीच नव्हतं.

हॉस्पिटलमध्ये गेल्यावर नर्सेस माझ्याभोवती आल्या आणि गडबडीने काहीतरी तयारी करू लागल्या. मग मला एकटीला सोडून निघून गेल्या.

थोड्या वेळाने डॉक्टर आले.

"तुला अजून बराच वेळ आहे. मी तुला एपिड्युरल देतो." डॉक्टर म्हणाले.

मला वाटलं बेबीला बाहेर काढण्यासाठी हा काहीतरी डॉक्टरी शब्द असावा. पोट कापण्याच्या कल्पनेने मी घाबरीघुबरी झाले. डॉक्टर बरोबर आलेल्या नर्सकडं

मी घाबरून बघितलं.

नर्सने माझ्या डोक्यावर हात ठेवत म्हटलं, ''घाबरू नकोस. पाठीत फक्त एक इंजेक्शन देतील. म्हणजे तुझं दुखणं कमी होईल.''

मी संकटातून सुटल्याप्रमाणे खोल श्वास घेतला. हळूच म्हटलं, ''ओह्! ओके.''

नर्सने सांगितल्याप्रमाणे डॉक्टरांनी माझ्या पाठीत एक इंजेक्शन दिलं. काही वेळातच कळा बंद झाल्या.

खरं सगळंच अपरिचित आणि गोंधळात टाकणारं होतं. फक्त कळांमुळे होणारं असह्य दुःख कमी होणार होतं एवढंच मला समजलं.

''ओके,'' नर्स म्हणाली, ''आता तुला बरं वाटेल. थोडा वेळ तुला आम्ही एकटंच ठेवतोय. पण तुला कसली मदत लागली तर लगेच ही बेल दाब. लगेच कोणीतरी इथं येईल.'' तिनं भिंतीवरचं बेलचं बटण दाखविलं.

''तुझ्याबरोबर कोण आलंय घरातलं? आता ती माणसं आत आली तरी चालतील.''

''फक्त मीच आहे.'' मी हसत सांगितलं. ''पण मला काही वाचायला मिळेल का?'' मी चौकशी केली.

तिनं बाहेर जाऊन काही मासिकं आणून दिली. मी वाचत पडले. मधनं मधनं नर्स तपासून जात होती. काही वेळाने मला गुंगी आली.

संध्याकाळी साडेपाचच्या सुमारास मी दचकून जागी झाले. बहुतेक एपिड्युरलचा प्रभाव संपला होता.

पण आत्ताच्या कळा वेगळ्याच होत्या. जणू शरीर कापणारी वेदना माझ्या दोन्ही मांड्यांमधून निघून माझ्या पोटाच्या टोकापर्यंत सरसरली आणि तशीच वळून खाली आली. शरीरातली सगळी हवा बाहेर काढत माझ्या तोंडातून आश्चर्याची किंकाळी बाहेर पडली. मला शरीरातून काहीतरी ढकलून बाहेर काढण्याची तीव्र इच्छा झाली. माझ्या बरगड्या आणि पाठ एकदम ताठरली. मला वाटलं माझं शरीर आता फुटणार.

भिंतीवरचं बेलचं बटण दाबण्यासाठी माझा हात वर होईपर्यंत बरेचसे लोक आत आले. बहुतेक माझी किंकाळी त्यांनी ऐकली होती. त्यांनी ताबडतोब चाकांची कॉट ढकलत 'लेबर रूम' अशी पाटी असलेल्या ठिकाणी आणली.

त्या जीवघेण्या कळा सोसताना सुद्धा, माझी काळजी घेण्यासाठी माझ्याभोवती इतकी माणसं बघून मला बरं वाटलं. तोच एक भयंकर कळ एखाद्या लाटेप्रमाणे माझ्या शरीरात फिरली.

मला वाटत होतं की दुःख कमी होण्यासाठी त्यांनी मला काहीतरी द्यावं. पण

हे सांगण्याऐवजी मी नुसतीच धापा टाकत राहिले. तोंडातून किंचाळी बाहेर पडू नये म्हणून प्रयत्न करत राहिले.

खरं तर मला गाईसारखं हंबरावं असं वाटत होतं. मग मी स्वत:ला का बरं आवरत होते? कदाचित वर्षानुवर्षं माझ्या घरच्यांनी माझं तोंड शिवून टाकल्याचा हा परिणाम होता?

नर्सने परत एकदा मला तपासलं आणि सगळ्यांना सांगितलं, की बाळ यायची वेळ जवळ आली आहे.

''मला टॉयलेटला जायचंय.'' मी कसंबसं बोलले.

''नाही बाळा, बाळ बाहेर येत आहे म्हणून तुला तसं वाटतंय.'' माझ्या डोक्याशी उभी असलेली नर्स म्हणाली. ती माझ्याजवळ उभी राहून माझ्या कपाळावरचा घाम पुसत होती. ''घाबरू नकोस. सगळं ठीक आहे.''

''पण तरी मला टॉय.....'' आणि मी जोराने किंचाळले.

आतापर्यंतच्या सर्व कळांपेक्षा काही तरी भयंकर असं होतं, माझं पोट चिरत होतं. माझे सुद्धा दोन तुकडे होतील असं जीवघेणं दु:ख होतं ते.

नर्सने माझ्या खांद्याखाली हात घालून मला अर्धवट बसतं केलं. माझ्या मागे आधारासाठी दोन उशा ठेवल्या.

''बसती हो. म्हणजे बाळाला बाहेर ढकलणं तुला सोपं होईल.''

ती काय बोलत होती मला कळेना. माझं डोकं पूर्ण बधिर झालं होतं. सगळीकडे प्रचंड आवाज चाललेत असं वाटत होतं आणि वेदनेमुळे डोळ्यांपुढे अंधेरी आली होती. माझ्या भोवती काय चाललंय याची मला फिकीर नव्हती. फक्त वेदना संपायला हव्या होत्या.

दोन नर्सेसनी माझे पाय फाकवून धरले. मला माझ्या पाठीचे मधोमध दोन तुकडे होणार असं वाटू लागलं. आणखी एक नर्स आत आली आणि पलंगाच्या पायथ्याशी उभी राहिली.

''असाच धीर धर. छान. तू तुझं काम चांगलं करत आहेस!'' ती म्हणाली.

मी काय चांगलं काम करत होते? मला आश्चर्यच वाटलं. डोक्याशी उभ्या असलेल्या नर्सने माझ्या कपाळावर चिकटलेले केस हळुवार बाजूला केले. इतक्या मायेचा स्पर्श मला अनोखा होता. माझ्या शरीरातील वेदना हलक्या होऊन गेल्यासारखं वाटलं.

आणि एकदम माझ्या दोन मांड्यांच्या मधला ताण आश्चर्य वाटावं, काळजी वाटावी इतक्या अचानकपणे कमी होऊन गेला. मला वाटलं, सगळं जगच इकडचं तिकडं झालंय.''

''ही कळ धरून ठेव आणि जितका जोर करता येईल तितका कर बरं.'' मला

कोणीतरी सांगितलं.

"नाही नाही. आता शक्य नाही. कोणीतरी मदत करा रे मला." मी अजिजी केली.

शेजारच्या नर्सने माझा हात हातात घेतला. मी तो जाराने दाबून धरला.

"हे बघ, लवकरच हे सर्व संपेल. थोडंसं अजून ढकलावं लागेल तुला. तू करू शकशील." तिने धीर दिला.

आता माझ्या कमरेखालचा भाग वर उचलून फाटल्यासारखा झाला. मी परत किंचाळले. पण मला वाटलं की माझ्या मांड्यांमध्ये काहीतरी येऊन अडकलंय.

"ते काढा. ते काढून टाका." मी ओरडले.

"एकदाच शेवटचा जोर दे बघू. जितका देता येईल तितका दे." कोणीतरी सांगत होतं.

"आ ऽऽऽ र गहंऽऽ" मी जोर देत किंचाळले.

एकदम हलकंच वाटलं. वेदना नाहिशा झाल्या.

खोलीत क्षणभर शांतता पसरली.

मग एकदम बाळाच्या रडण्याचा आवाज आला.

एक नर्सने बाळाला माझ्या पोटावर ठेवलं.

दुसरी म्हणाली, "मुलगा आहे."

मला रडता रडता हसूच आलं. माझे दोन्ही हात मी बाळावर ठेवले. "बाळा बाळा...." मी कुजबुजले. सगळ्या वेदना, दुःख मी क्षणभर विसरले आणि शरीर, हृदय एकदम प्रेमानं ओसंडून गेलं.

दोन हात माझ्या पोटाखाली घालून माझ्या बाळाला कोणीतरी उचलू लागलं.

"आता मी बाळाला घेते. त्याचं वजन करायचंय. त्याला खुणेचा पट्टा बांधायचाय."

बाळाचं वजन? खुणेचा पट्टा? म्हणजे काय? काय माहीत, बाळाला एकदा नेलं की परत आणतात की नाही?

मला तर जणू सगळ्याची दहशत बसल्यासारखं झालं होतं. कदाचित मला घरी पाठवतील आणि बाळाला इथंच ठेवून घेतील.

नर्स माझं अंग स्वच्छ करून टाके घालत होती आणि मी सारखी रडत होते.

"सॉरी. मला तुला त्रास द्यायचा नाही." नर्सने माझ्या रडण्याचा वेगळाच अर्थ घेतला होता. "पण हे काम महत्वाचं आहे. तुला जंतुदोष होता कामा नये. हो की नाही?"

माझा घसा रडून रडून दुखू लागला होता तरी मी विचारलं, "तुम्ही माझ्या बाळाला कुठं नेलं? मला त्याला एकदा बघायचंय."

"आता लगेच नाही..." ती एवढं बोलेपर्यंत दुसरी नर्स आत आली.

"तुला अजून किती वेळ लागेल?" तिने विचारलं.

"माझं काम संपतच आलंय." टाके घालणाऱ्या नर्सने उत्तर दिलं.

"सगळं आटपलं की तू तिला वॉर्डमध्ये घेऊन जाशील का?"

"हो, काम झालं की लगेच." नर्सने मला व्हील चेअरमध्ये बसायला मदत केली आणि वॉर्डमध्ये घेऊन गेली.

पण बाळ कुठं होतं? मला ओरडून सांगावँसं वाटत होतं की माझं बाळ मला हवंय. पण आवंढे गिळून घसा बंदच झाला होता. मी खूप दमले होते.

वॉर्डमध्ये आल्यावर नर्सने ब्लँकेट सारखं केलं.

"तुझी तू झोपशील का मदत हवी आहे?" तिने विचारलं.

मी मानेनं नकार दिला. व्हीलचेअरवरून मोठ्या कष्टाने उठले. शेजारच्या कॉटवरच्या बाईने आपल्या बाळाला छातीशी धरलं होतं. तिच्याजवळ तिचं बाळ होतं. मग माझ्याजवळ का नाही? मला कळेना. कदाचित मी वयाने फार लहान होते. मी पडून राहिले. त्या लहानग्या जिवाला थोडा वेळ केलेला स्पर्श आठवत राहिले. मला रडू आवरेना. नर्स मला ब्लँकेट घालत होती.

तेवढ्यात एक नर्स काहीतरी ढकलत माझ्या कॉटजवळ आली. कॉटच्या पायथ्याशी उभं राहून मला विचारलं, "बाळ इथंच राहू दे का तुझ्याजवळ हवंय?"

माझं बाळ? काचा असलेल्या चाकाच्या पाळण्यात?

मी रडता रडता नर्सकडे बघून हसले. इतक्या प्रसन्नतेने सगळ्या आयुष्यात मी प्रथमच हसले असेन. मला माझंच कौतुक वाटलं. इतक्या आनंदात तर मी कधीच नव्हते.

"माझ्याजवळ ठेवता का प्लीज?"

माझ्याकडे बघून ती हसली. बाळाचा पाळणा माझ्याजवळ ठेवला. "काही हवं असेल तर बेल वाजव बरं का!" ती निघून गेली.

मी माझ्या बाळाकडं पाहिलं. छोटासा चेहरा आणि त्याहीपेक्षा छातीवर ठेवलेले पिटुकले हात. मी त्याच्या हाताला स्पर्श केला. मला वाटलं, सर्व जगातला मृदू स्पर्श होता तो. खरंच माझं स्वत:चं बाळ होतं ते. खरंखुरं बाळ! मी जागं रहाण्याचा प्रयत्न करत त्याच्याकडं बघत होते. पण लवकरच मी गाढ झोपूत गेले.

झोपता झोपता माझ्या मनात येत होतं, 'माझ्या स्वत:च्या रक्तामांसाचं बाळ. माझं एकटीचं, माझा मुलगा!'

मला मधेच जाग आली.

मला फसवून पाकिस्तानात नेलं होतं. माझं लग्न म्हणजे खोटेपणानं केलेला

बनाव होता. मला दिवस रहावे म्हणून माझ्यावर बळजबरी केली होती. पण प्रत्यक्ष बाळ बघितल्यावर मात्र माझा ऊर भरून आला. बाळाकडे नजर टाकताच मला कळलं की माझं माझ्या बाळावर भयंकर प्रेम आहे! कधी कोणी स्वत:च्या बाळावर असं प्रेम केलंच नसेल. मी परत त्याच्याकडं एकटक बघत राहिले.

माझं सगळं अंग अवघडून खूप दुखत होतं. पण बाळाकडे एकटक बघताना जणू माझ्या अंगातून एखादा प्रकाश किरणच बाहेर पडत होता. मी काहीतरी करून दाखवलंय अशी माझी भावना झाली. काहीतरी खास! मी एक छोटासा जीव उत्पन्न केला होता आणि आता तो माझ्यापासून अलग होऊन माझ्याच जवळ होता.

कित्येक वर्षांनंतर मला शांत वाटलं. मी परत गाढ झोपी गेले.

नर्सने येऊन मला अलगद जागं केलं. माझ्या डोळ्यांवर अजूनही झोप होती. मी अर्धवट झोपेतच नर्सकडे बघितलं. तिने माझ्या छोट्याला पाळण्यातून काढून माझ्या हातात दिलं. त्याच्या सुंदर छबीकडे बघून मी हसले.

"नाव काय ठरवलयस तू?" नर्सने विचारलं.

"अजमेर! त्याला सर्व अजमेर म्हणून ओळखतील!"

आईनं सांगितलं होतं, तिच्या मुलींपैकी जिला पहिला मुलगा होईल त्याचं नाव अजमेर ठेवायचं. तसं तिनं तिच्या आईला वचन दिलं होतं. तिची आई भारतातल्या अजमेर नावाच्या पवित्र ठिकाणी जाऊन आली होती. पण आईला नेहमीच वाटायचं की तारालाच पहिला मुलगा होईल. हनीफला तिच्या मुलाला हे नाव ठेवायचं होतं. पण आईनं ठाम नकार दिला होता. हे नाव तिच्या मुलीच्या मुलाचंच असणार होतं.

"छान नाव आहे. मला वाटतं अजमेरला भूक लागली असावी." नर्स म्हणाली. "आपण त्याला दूध पाजायचा प्रयत्न करू या का?"

मी हनीफला तिच्या मुलाला दूध पाजताना बघितलं होतं. मला पण माझ्या बाळाला तसंच दूध पाजायचं होतं. मला वाटत होतं की ते एक मोठंच काम असेल. नर्सनं माझा गाऊन उघडला आणि अजमेरचं तोंड माझ्या स्तनाजवळ आणलं. अजमेरनं माझं स्तनाग्र तोंडात घेतलं आणि तो चोखू लागला.

"वा!" नर्स आश्चर्याने उद्‌गारली. "आजपर्यंत असं मी पाहिलं नव्हतं. दर वेळेला बाळाने दूध प्यावं म्हणून मला खटाटोप करायला लागलाय!"

मी तिच्याकडं हसून बघितलं आणि मग अजमेरकडं. माझ्या बाळाला चक्क मी दूध पाजत होते! खात्री करून घेण्यासाठी मी त्याच्या जावळावरून हात फिरवला.

मी झोपेतून नुकतीच तर उठले होते, पण त्याला दूध पाजता पाजता मी परत पेंगू लागले.

बहुतेक नर्सला कल्पना असावी. कारण ती मधून मधून डोकावून आमच्याकडं

लक्ष देत होती.

थोड्या वेळाने अजमेर झोपी गेला. मला त्याला माझ्यापासून दूर पाळण्यात ठेवायचं नव्हतंच. मी त्याच्याकडं समाधानाने बघत होते. त्यांच रुपडं बघून खूष होत होते. पण मला चांगलीच डुलकी येऊ लागली.

तेवढ्यात नर्स आली.

''त्याला त्याच्या पाळण्यात ठेवाल का?'' मी विचारलं. नर्सने त्याला अलगद पाळण्यात ठेवलं. त्याच्या जावळावरून हात फिरवला. पण त्याला एकीकडून दुसरीकडं हलवल्याचं काही कळलंच नाही. तो बेटा गाढ झोपेतच होता.

''तुला टोस्ट आणि चहा आणू का?'' नर्सने विचारलं. त्या क्षणापर्यंत मी खायचं विसरूनच गेले होते.

''प्लीज.'' मी सांगितलं.

''तुला चहात साखर लागते का?''

''नाही.''

''ठीक आहे. मी आलेच लगेच.'' नर्स वळली.

मी चहा-टोस्टची वाट बघत बसले. एकदम मला जाणीव झाली की आतापर्यंत मला कोणी चहा हवाय का असं विचारलंच नव्हतं. मला एकदम मोठं झाल्यासारखं वाटलं. अर्थात, मी मोठी झाली होतेच की! मला बाळ झालं होतं!

थोड्या वेळाने नर्स आली. तिच्या हातात ट्रे होता. ''चल. चहा तयार आहे.'' ती म्हणाली.

तिनं ट्रे टेबलावर ठेवला आणि चाकाचं टेबल माझ्याजवळ आणलं.

मी प्रथम टोस्ट खाल्ला आणि चहाचा घोट घेतला. आहा! किती छान वाटलं चहाच्या पहिल्या घोटाने. किती चवदार होता टोस्ट. कित्येक महिन्यांनंतर मला अन्नाची खरी चव कळत होती. मी चहा-टोस्ट समाधानाने संपविला.

खोटेपणा करून लग्न लावून देणं, पाळी चुकणं, दिवस जाणं या सगळ्याचा मला इतका मनस्ताप झाला होता, की माझ्या जिभेला चवच कळेनाशी झाली होती. मनात राग नुसता खदखदत होता.

दुसऱ्या दिवशी सकाळी मला सहा वाजताच जाग आली. अजमेर पाळण्यात स्वस्थ पडून होता. पण त्याचे गर्द तपकिरी डोळे उघडे होते.

''हॅलो! आज कसं आहे तुझं?'' मी त्याला विचारलं आणि त्याच्या मऊ मऊ अंगाला स्पर्श केला. अजूनही हे बाळ खरंच माझं आहे यावर विश्वास ठेवणं थोडं जड जात होतं मला!

नर्स आत आली. ''जरा वेळात नाश्ता येईल. पण त्याआधी तुला अंघोळ

करायची आहे का?''

''हो. नक्कीच. अंघोळीनं बरं वाटेल मला.'' मी सावकाशीने कॉटवरून उतरू लागले.

''तुझ्या वस्तू कपाटात आहेत का?'' तिने पलंगाजवळच्या छोट्या कपाटाकडं जात विचारलं.

''कसल्या वस्तू?''

''तुझ्या स्वतःच्या उपयोगाच्या वस्तू ग!'' ती माझ्याकडं चमत्कारिकपणे बघत होती.

''नाही. माझ्याबरोबर मी काहीच आणलं नाही.'' मी म्हणाले.

''एखादी नाईटी किंवा स्लीपर्स तरी?''

''माझे बूट तेवढे आहेत इथं.'' मी हळूच बोलले. पण माझा चेहरा शरमेने लाल झाल्याचं मला कळलं.

''ठीऽऽक आहे. मी बघते तुझ्यासाठी काही मिळतं का!'' ती सुस्कारा टाकून म्हणाली.

मला एकदम लाज वाटली. हॉस्पिटलमध्ये येताना मी माझ्या वस्तू आणायला विसरले होते, माझ्या डोक्यातच आलं नव्हतं. मी लहान असताना माझ्या पावलाच्या बोटांसाठी मला हॉस्पिटलमध्ये राहावे लागत असे. पण तेव्हा लहान मुलांसाठी पायजमा, टॉवेल, टुथब्रश सर्व काही असे.

मला गरम पाण्याने अंग शेकत अंघोळ करण्याची इतकी तीव्र इच्छा झाली की मी नर्सला माझ्यासाठी काही कपडे मिळू देत अशी आशा करू लागले.

काही वेळात ती बऱ्याच गोष्टी घेऊन आली.

टॉवेल, साबण, पायजम्याची जोडी, स्लीपर्स आणि बरंच काही.

''पहिल्यांदा या स्लीपर्स चढव पायात. तुला सर्दी व्हायला नकोय. हां आणि हे पण घे असं म्हणून तिने सॅनिटरी नॅपकीन्सचा पुडा उघडला, त्यातला एक काढून माझ्या हातात दिला.

''हा घे. याची तुला गरज पडेल. बाकीचे मी कपाटात ठेवते.''

शिवाय जाड कागदापासून बनविलेल्या काही चड्ड्या तिने मला दिल्या.

''शॉवर त्या कोपऱ्यात आहे. मी आताच तेथून आले. बाथरूम मोकळी आहे.''

शॉवरकडे जाताना माझ्या पायात हिरव्या रंगाच्या स्लीपर्स होत्या. एका हातात टॉवेल, पायजमा आणि दुसऱ्या हाताने मी गाऊन सावरून धरला.

गरम पाण्याच्या शेकाने मला खूप बरं वाटलं, पण काहीसं चक्कर आल्यासारखं झालं. माझे पाय थरथरत होते. मी कॉटवर येऊन पलंगावर पडेपर्यंत अजमेर रडू

लागला.

"त्याला भूक लागली असेल." शेजारच्या कॉटवरची बाई म्हणाली. ती जागी होऊन बाळाला दूध पाजत होती.

"मुलगा की मुलगी?" तिने विचारलं.

"मुलगा." मी उत्तर देता देता अजमेरला पाळण्यातून उचललं आणि गादीवर बसून दूध पाजू लागले.

"तुझा मुलगा की मुलगी?" मी विचारलं.

"मुलगी." मुलीकडे बघून ती प्रेमानी हसली. "मला फार वेळ लागला. दोन दिवसांपूर्वी मी इथे आले. तू जेव्हा इथं आलीस तेव्हा माझी सुटका झाली."

"खरंच?" मी आश्चर्याने विचारलं. मला तर पुरा एक दिवसही लागला नव्हता. मला वाटलं मी खरंच भाग्यवान होते. "इतका वेळ?" मी म्हटलं.

"हो. पण तो सगळा त्रास ह्या बाळीपुढं काहीच नाही." ती समाधानाने म्हणाली.

"हो, खरं आहे तुझं." मी तिच्याकडं हसून बघितलं.

आम्ही दोघीजणी एका खास गोष्टीच्या साक्षीदार होतो.

"मी ज्युली."

"मी सॅम."

"वयाने तू फार लहान वाटतेस." ती म्हणाली.

मी फक्त हसले. तिच्या सूचक प्रश्नाचं उत्तर मला द्यायचं नव्हतं. मला इतक्या लहान वयात मूल होण्याविषयी काहीच बोलायचं नव्हतं.

नर्स आत आली. "बाळ झोपलं का?" तिने विचारलं.

"नाही. तो चक्क जागा होऊन माझ्याकडं बघतोय." मी अजमेरकडं बघून हसले.

"चल तर मग. मी तुला त्याचे कपडे कसे बदलायचे ते शिकवू?"

माझा होकार बघून ती म्हणाली, "घेऊन ये त्याला कपडे बदलायच्या खोलीत."

तेथे भिंतीच्या कडेने सहा टेबलं होती. सिंकजवळच्या कोपऱ्यात बाळाला आंघोळ घालण्यासाठी टब ठेवला होता.

"त्याला एका टेबलावर पाठीवर झोपव आणि त्याचे कपडे काढ."

मी अजमेरला टेबलावर ठेवले आणि सहजतेने त्याचे कपडे बदलले.

"तू नक्कीच हे काम खूप वेळा केलं आहेस. हो ना?" तिने विचारलं.

मी तिच्याकडे बघून हसले. "हो. खूप वेळा!"

"मला वाटलंच. कारण नव्या आयांना सर्व गोष्टी आगदी क्रमाने शिकवायला

लागतात. तुला कशी सवय झाली?'' तिने विचारलं.

''मला दोन भाचे आणि एक भाची आहे. बरेचदा मी त्यांना सांभाळते.'' मी उत्तर दिलं.

''छान! मग तुला बाळाला अंघोळ कशी घालायची ते पण माहीत असेलच.''

मी फक्त हसले.

तिने अगदी नाटकीपणाने सुस्कारा सोडला.

''इथे येणारी प्रत्येक आई तुझ्या सारखी असती तर!'' ती म्हणाली.

आम्ही थोडा वेळ इतर बाळांविषयी आणि अजमेरविषयी बोलत बसलो. तेवढ्यात अजमेरला मी पटकन अंघोळ घातली. पाण्याचा स्पर्श झाल्याबरोबर तो कुरकुरला. पण मी त्याच्याशी हळू स्वरात बोलत राहिले. मला जरी छोट्या बाळांना अंघोळ घालणं माहीत होतं, तरी हनीफच्या मुलांना अंघोळ घालण्यात आणि माझ्या स्वत:च्या बाळाला अंघोळ घालण्यात खूप फरक होता.

आंघोळ आटोपल्यावर नर्सने अजमेरला घालायला कपडे दिले. मी अजमेरला कपडे घातले. त्याचे हात मोकळे ठेवून त्याला ब्लँकेटमध्ये गुंडाळलं आणि मी वॉर्डात आले.

सगळीकडे भूक बळावणारा असा टोस्टचा खमंग वास भरून राहिला होता. मी अजमेरला पाळण्यात ठेवत होते एवढ्यात मागून प्रेमळ आवाजात मला कोणीतरी विचारलं, ''तुला काय खायला आवडेल बाळा?''

''मला टोस्ट आणि चहा मिळेल का?'' मी विचारलं. ती बाई माझ्याकडे बघून हसली. ''थोडं सिरीअल पण घे. तुला खूप भूक लागली असेल.''

''हो. मला खूप भूक लागली आहे. मला कॉर्नफ्लेक्स द्याल का?'' मी विचारलं.

उंच टेबल ओढून मी माझ्याजवळ घेतलं. तिने नाश्त्याचा ट्रे त्यावर ठेवला. मला जुनी आठवण झाली. आश्रम सोडल्यास मला कोणीही कधी नाश्ता दिला नव्हता. साधी गोष्ट, पण मला तिचंच अप्रूप होतं.

नाश्ता आणणाऱ्या बाईने ट्रेजवळ एक पेन आणि कागद ठेवला. ''तुला जेवायला काय हवंय त्यावर खूण कर. मी आलेच इतक्यात.''

मी मेन्यू बघितला. जॅकेट पोटॅटोज, सॅलड, ॲपल क्रेबल आणि कस्टर्ड. मी खुणा केल्या. माझ्या तोंडाला आताच पाणी सुटू लागलं होतं. जणू असे पदार्थ खाऊन युगं लोटली होती.

''मला हॉस्पिटलचं जेवण आवडत नाही.'' ज्युलीनं माझ्या विचारांना थोपवलं.

''ओऽ अरेरे,'' असं काहीसं पुटपुटत मी गप्प बसले. मला खात्री होती इथलं

जेवण मला नक्की आवडेल. मोठी होत असताना सतत स्वत:च्या हाताने बनविलेल्या जेवणापुढे हा बदल मला आवडणारा असणार होता.

खाणं झाल्यावर मी टेबल बाजूला सारलं. झोपण्यासाठी कॉट सरळ करून घेतली. अजमेर गाढ झोपला होता. मला पण दमल्यासारखं झालं. मी पांघरुणात शिरून स्वस्थ पडून राहिले.

मला परत परत आश्रमातले दिवस आठवत होते. मी फार लहान असल्यापासून सगळेच माझी चांगली काळजी घेत. पण माझ्यासाठी सर्वांत प्रेमळ आणि सर्वांत सुंदर एकच व्यक्ती होती. पेगीआंटी. तिनंच मला सहा महिन्यांची असल्यापासून मोठं केलं होतं. आश्रमातलं माझं आयुष्य पेगीआंटीनं व्यापलं होतं. मुलांना कसं वाढवावं याची तिला नक्कीच जाण होती.

पेगी आंटीच्या आठवणीनं माझा पक्का निश्चय झाला. मी अजमेरला पेगीआंटीनं जसं मला सांभाळलं, तसंच मोठं करणार. माझ्या अजमेरला प्रेम आणि सुरक्षितता कायम मिळणार होती. दुसऱ्या सोप्या शब्दात सांगायचं तर मी माझ्या आईसारखी कधीच होणार नव्हते. मला एकदम ताकद आल्यासारखं झालं. ही ताकद शारीरिक नव्हती. माझ्या मनाला आवश्याक असणारी ही ताकद मला अजमेरनं मिळवून दिली होती. त्या छोट्याशा जिवाला प्रेमाची गरज होती. मी गाढ झोपेत असलेल्या अजमेरकडे बघून हसले. मला गाढ झोप लागली.

नंतरचे दोन दिवस खरोखरच आनंदाचे होते. मी उठून आंघोळ केली. मग अजमेरला दूध पाजलं. मग नाश्ता की परत झोप.

मधूनच ज्युलीच्या आणि माझ्या गप्पा चालत. मी मासिक वाचे नाहीतर माझ्या सुंदर बाळाकडं नुसतीच बघत बसे.

तिसऱ्या दिवशी दुपारच्या जेवणानंतर मी अजमेरचे कपडे बदलून त्याला पाळण्यात ठेवत होते. तेवढ्यात ताराचा आवाज आला.

"काय करत्येस ग तू?"

मी गरकन वळले. तारा कॉटच्या पायथ्याशी उभी होती. ज्युलीने तिच्या बाळाला अंघोळ घालायला नेलं होतं. तिथं फक्त मी आणि ताराच होतो.

"मी आत्ताच कपडे बदलले. तो जागाच आहे. तुला बघायचाय?" उशिरा का होईना घरचं कोणी आलं होतं. माझ्या मनात आलं.

मला वाटलं ती लगेच बाळाला बघेल. मी अजमेरला उचलू लागले. पण ती म्हणाली, "कोणी तुला बाळाबद्दल काही प्रश्न विचारले का?"

मी सरळ झाले. माझं हसू विरून गेलं. बाळाला बघायला ती उत्सुक नव्हतीच.

"म्हणजे?" मी विचारलं.

"तुला माहीत आहे, मला काय म्हणायचय. बाळाच्या बापाविषयी तुला कोणी

काही विचारत होतं का?''

''नाही. ते काय म्हणून विचारतील?'' मी आठ्या घालत विचारलं.

त्याबरोबर ती माघारी वळून चालती झाली.

मी तिच्याकडे बघतच राहिले. तिने आमच्या दोघांची साधी चौकशी सुद्धा केली नव्हती. बाळाचं वजन किती आहे, मला कशाची गरज आहे का, तिला पर्वाच नव्हती कसली. बाळाला उचलणं तर दूरच.

तेवढ्यात ती परत आली. ''नर्सने सांगितलं आहे की आणखी दोन दिवसांनी तुला घरी पाठवतील. मी जेवणाच्या वेळेपर्यंत येऊन तुला घेऊन जाईन.'' तिचा आवाज कठोर होता. एवढं बोलून ती निघून गेली.

घरी परत जायच्या दिवशी मी नर्सला अजमेरचे कपडे आणि ब्लँकेट घरी घेऊन जाता येईल का ते विचारलं. मला खात्री होती, घरी अजमेरसाठी काहीच तयारी नसणार.

नर्सला माझी दया आली. ती म्हणाली, ''खरं तर इथलं काहीच आम्ही घरी देत नाही. पण तुझ्या बाबतीत अपवाद म्हणून आम्ही देऊ.''

मी हॉस्पिटलमध्ये आले त्या दिवशीचे कपडे चढवले. आता मला ते फारच ढगळ होत होते. माझ्या जॅकेटच्या खिशात मला काही नाणी मिळाली. मी सगळं आवरलं. अजमेरसाठी तिथल्या कपाटातून मी बऱ्याचशा नॅपीज घेतल्या आणि ताराची वाट बघत बसले.

वेळ अगदी हळू चाललाय असं वाटत होतं. एक वाजला. जेवायची वेळ टळून गेली. दोन वाजला तरी ताराचा पत्ता नव्हता. चार वाजता मला वाट बघायचा इतका कंटाळा आला, की मी बसनं घरी जायचं ठरविलं. तेवढी नाणी माझ्या खिशात होती.

मी अजमेरला घेऊन नर्सेस स्टेशनवर गेले. मी निघतेय म्हणून सांगितलं.

''तुला न्यायला आलंय का कोणी?'' नर्सने आश्चर्याने सभोवती बघत विचारलं.

''नाही.'' मी आवाजावर ताबा मिळवायचा प्रयत्न केला. ''मी बसनं जाईन.''

दोघी नर्सेस घाबरून गेल्या. कसला तरी झटका बसल्याप्रमाणं माझ्याकडं बघू लागल्या.

एकीनं घसा साफ केला, ''तुला मी अडवू तर शकत नाही सॅम, पण थोडी थांब. मी तुझ्याबरोबर गेटपर्यंत तरी येते.''

''बरं, मग कुठं थांबू?''

''अग कॉटवरच जाऊन थांब. मी येते थोड्या वेळाने तिथे.''

मी आत जाऊन पलंगावर बसले. आता सव्वाचार झाले होते. मी फारच

उतावीळ झाले. काहीच सुचेना. परत नर्सकडं जायचं ठरवलं. तेवढ्यात तारा आली.

"तयार आहेस का तू?" तिने विचारलं.

"पण तुला इतका उशीर का झाला? मला तर युगं लोटल्यासारखं झालं वाट बघून बघून." मी जरा रागानेच विचारलं.

"मी तुला म्हटलं होतं ना की मी येईन आणि तुला घेऊन जाईन?"

मी ताराकडं बघून मान हलवली.

"चल, निघू या." मी म्हटलं.

आम्ही नर्सेस स्टेशनजवळून जाताना नर्स म्हणाली, "वा! बरं झालं तुला न्यायला कोणीतरी आलं. तू एकटी बसनं जाणार म्हणजे आम्ही दोघी थोड्या काळजीतच होतो."

ताराने मागे वळून बघितलं. "काय? तू बसनं घरी येणार होतीस? काय वेड लागलं की काय?"

"मला वाटलं मला न्यायला कोणीच येणार नाही."

"ही वेडी आहे." तारा नर्सकडं बघून म्हणाली.

"मी अजिबात वेडीबिडी नाही हं!" मी उलट उत्तर दिलं.

तिनं थबकून माझ्याकडं जळजळीत नजर टाकली. मी पण तिच्या नजरेला नजर दिली. एवढं धैर्य पूर्वी कधीच माझ्यात नव्हतं. पण माझ्या बाळासाठी बदलणं मला भाग होतं.

ड्रायव्हिंग करताना तारा एकही शब्द बोलली नाही.

आम्ही घरात शिरलो. पुढच्या खोलीत आई वाट बघत होती. आल्या आल्या ताराने आईला सांगितलं, "ही फारच शहाणी झाली आहे."

घरी पोहोचेपर्यंत मी इतकी दमले होते की काहीच न बोलता मी बसून घेतलं. आई जवळ आली आणि तिने माझ्या हातून अजमेरला घेतलं.

"जाऊन पड जरा. बाळाची काळजी करू नकोस." ती म्हणाली.

तिचं बोलणं मला कुठंतरी खटकलं. मी माझ्या बाळाबद्दल त्यांच्यावर कसा विश्वास टाकणार होते? तिच्या हातात अजमेर होता. त्याच्याऐवजी मीच तिच्या हातात आहे असं चित्र माझ्या डोळ्यांसमोर आलं; आणि ती काय म्हणाली होती, 'मी बघते अजमेरकडं?' म्हणजे माझ्याकडं बघितलं तसंच? त्या विचारानेच मी भेदरून गेले.

मी तिच्याकडून अजमेरला घेतलं.

"ठीक आहे मी. इतकी काही दमलेली नाही."

तेवढ्यात तिथं मिना आली. तिचे हात आणि चेहरा पिठाने माखला होता. ती

बाळाकडं बघू लागली. मला एकदम हसू लोटलं. ती माझ्याकडं प्रश्नार्थक नजरेनं बघू लागली.

"हसतेस काय अशी? तुला वाटत असेल की अशीच बाळाला घेईन तर तसं समजू नकोस बरं का! मी रोट्या करत्येय, पण बाळाला बघितल्याशिवाय रहावेना."

"अग हो, मला कळतंय." मी हसत हसत म्हटलं. "पण तुझं तोंड आणि हात सगळं पिठानं माखलं आहे."

मिनाला स्वयंपाक फारसा जमत नसे. कितीही प्रयत्न केला तरी तिचा स्वयंपाक कच्चा नाहीतर करपलेला असे.

"अजमेर, हे कोण आहे?" मी अजमेरला विचारलं. "ही बघ तुझी यडपट मावशी, आता अगदी जोकर सारखी दिसतेय!"

"अग, हा किती गोड आहे." मिना थोडी जवळ येऊन म्हणाली. "अग त्याची पिटुकली बोटं बघ. रोट्या थांबतील जरा. मी आधी हात धुवून येते. म्हणजे मी त्याला घेऊ शकेन." ती धावत आत गेली.

मी मनातल्या मनात तिचे आभार मानले. कुटुंबातली ती एकटीच, जिने माझ्या बाळाची मनापासून स्वागत केलं होतं. ही गोष्ट माझ्यासाठी फार मोठी होती.

त्याच वेळेस अजमेर रडू लागला. त्याला भूक लागली होती. मी माझ्या खोलीत जाऊन त्याला पाजू लागले. थोड्या वेळाने मिना आली. मोठ्या अचंब्याने ती अजमेरचं दूध पिणं बघू लागली.

"तुला दुखत नाही का?" तिने विचारलं.

"थोडसं. पण तुझा स्वयंपाक तयार आहे का? मी भुकेनं हैराण झाले आहे." मी म्हटले.

"ओ! खरंच की. तुला भूक लागली असेल ग. थांब मी तुझ्यासाठी जेवण आणते."

तिने आत जाऊन चिकनचा रस्सा आणि भात आणला. हॉस्पिटलमध्ये काही या जेवणाची आठवण मला झाली नव्हती. पण मला चव आवडली. मी भराभर जेवून घेतलं.

त्या रात्री अजमेर माझ्याजवळ झोपला. कारण इथं त्याच्यासाठी वेगळा पाळणा नव्हता. हॉस्पिटलमधील नर्सने दिले होते तेवढेच कपडे त्याला होते.

दुसऱ्या दिवशी सकाळी नर्स आली. तिने मला आणि अजमेरला तपासलं. आम्ही दोघं छान होतो. आम्हाला कसली गरज नाही ना हे पण बघायला ती आली होती.

मला सांगायला लाज वाटत होती, पण शेवटी अजमेरला काही कपडेच नाहीत हे मी तिला सांगितलं.

तिने सभोवार नजर टाकली. बाळ कुठं झोपलं होतं याची चौकशी केली. मी

तिला सांगितलं.

"मी बाळासाठी पाळणा आणि काही कपडे मिळतात का ते बघते." ती म्हणाली.

त्या संध्याकाळी ती पाळणा आणि चार पिशव्या भरून कपडे घेऊन आली.

मिनाने आणि मी मिळून खोलीत योग्य जागी पाळणा मांडला. आई कपडे उपसू लागली. मला एकदम जाणीव झाली, अजमेरसाठी कपडे आणले नाहीत तर नर्स नक्की घेऊन येणार होती, हे आईला पक्कं ठाऊक होतं.

मला भयंकर राग आला. माझ्या बाळासाठी एकसुद्धा नवा कपडा नव्हता. हनीफला मात्र जे हवं ते सगळं मिळालं होतं.

जे कपडे अजमेरसाठी मोठे होते ते आईने बाजूला काढले. बाकीच्यांचा अजमेरसाठी ढीग केला. एका पिशवीत बरीच ब्लँकेट्स होती. मी त्यातली तीनचार काढली आणि पाळण्यात अंथरली. अजमेरला पाळण्यात ठेवलं.

नंतरचे काही दिवस अजमेरच्या भोवती भोवती करणं, सारखं त्याच्याविषयी बोलणं, उगीचच त्याची काळजी करणं, सगळंच मजेचं होतं. आतापर्यंतच्या सर्व कामापेक्षा अजमेरची काळजी घेणं खूप सुखाचं होतं. मला तर अमांडाबरोबर बाहुल्या खेळल्याचे ते खूप दूर राहिलेले दिवस आठवले.

अर्थात, अजमेरचा सांभाळ करणं हे खूपच महत्वाचं आणि समाधान देणारं काम मिळालं होतं. काहीतरी गुंतवून ठेवणारं. माझ्या स्वत:च्या बाळाचं काम.

माझ्या आयुष्यात हा फार मोठा बदल होता.

एका रात्री मी अजमेरला दूध पाजण्यासाठी उठले. तो दूध पीत होता. त्याचे डोळे उघडे होते. तो दूध पिताना माझ्याकडं एकटक बघत होता. पोट भरल्यावर त्याचे डोळे मिटू लागले. झोप लागण्यापूर्वी त्याच्या लांब सडक पापण्या थरथरत राहिल्या. त्याची छाती आता शांतपणे खाली वर होत होती. खरंच अजमेर माझा अमूल्य असा ठेवा होता.

कोणाला ऐकू जाऊ नये म्हणून मी हळूच त्याच्या कानात कुजबुजले, "बाळा, मला ज्या ज्या प्रकारातून जावं लागलं, तशी वेळ मी कधीच तुझ्यावर येऊन देणार नाही. या लोकांचे शिव्याशाप, मार, छळ मी तुझ्या वाट्याला येऊन देणार नाही. बाळा, मी वचन देते तुला, मी तर कधी असं वागणारच नाही, पण इतरांनाही वागू देणार नाही. मी तुझं सर्वांपासून रक्षण करेन. हे लोक सांगतील तसंच वागायची बळजबरी मी त्यांना करू देणार नाही. तुला नेहमीच तुझ्या मनासारखं वागता येईल. तुझा तू एखादं फूल उमलावं तसा उमलत जाशील."

मी खाली वाकले. त्याच्या कपाळावर ओठ टेकले. जणू काही मी दिलेल्या वचनावर शिक्कामोर्तब केलं!

१४

अजमेर आठ महिन्यांचा झाला तेव्हा मांजने एक हार्डवेअरचं दुकान विकत घेतलं. मिना तिथे काम करायला जाऊ लागली. इतके दिवस मिना आणि मी एकत्र काम करत होतो. आता परत सगळं काम माझ्या एकटीवर पडलं. माझी दमणूक होऊ लागली.

दिवस, महिने जातच राहिले. मला हळू हळू समजू लागलं की मला माझ्या मनाप्रमाणे अजमेरला वाढवणं अशक्य आहे. माझं मातृत्व आईच्या हिशेबी नगण्य होतं. ती मला त्याच्यासाठी काही करू देत नसे. मला त्याला भरवू देत नसे. त्याला बाहेर घेऊन जाण्याची बंदी होती. मी त्याला उचलून घेतलं की आई बजावे, तू त्याला अजिबात हात लावू नकोस. उगीचच त्याला तुझी सवय होईल आणि तो लाडावेल.

पण हे सर्व नियम फक्त अजमेर आणि माझ्यासाठी होते. अजमेरच्या जन्मानंतर एका महिन्यातच तनवीर आणि सवेरला मुलगा झाला. ते दोघं शामला कधीही बाहेर नेत. त्याला नवीन कपडे आणत. त्याला हवं ते त्याला खायला देत. तो रडला की आई स्वतः त्याला उचलून घेई. मी मात्र माझ्या मुलासाठी काही करू शकत नव्हते.

कितीही कामात असले तरी मी अजमेरच्या सगळ्या वेळा सांभाळत असे. त्याच्याबरोबर खेळे. मुळातच तो खेळकर होता. फारसा रडतही नसे. हनीफच्या मुलांपेक्षा तर खूपच वेगळा. चौदाव्या महिन्यातच त्याला पॉटीचा उपयोग समजू लागला. लगेचच तो चालूही लागला.

अजमेर चालू लागल्याचं कोणाच्या लक्षातही आलं नाही. फक्त मिनाने त्याला चॉकलेटं दिली आणि त्याचा पापा घेतला.

माझ्या नवऱ्याचा, अफजलचा तर इकडं काहीच संवाद नव्हता. अजमेरच्या जन्माची बातमी आईनं त्याला कळवल्यावर त्याचं पत्र, भेटवस्तू काही आलं नाही.

मला मनातून वाटे की त्यानं इकडं येऊन आमची दोघांची काळजी घ्यावी. पण

त्याच्याकडून काहीच हालचाल नव्हती. सुरवातीला मला फसवलं गेल्याचं दुःख होई. पण हळू हळू मला कळू लागलं, की नेहमीप्रमाणे मला एकटीलाच उभं रहावं लागणार होतं. मला आणि अजमेरलासुद्धा.

माझं सगळं लक्ष मी त्याला कसं नीट सांभाळू शकेन याकडेच लागलेलं असे. कधी कधी तर अजमेर माझ्या हातात असताना मला रडू फुटे.

लहान असताना आश्रमात वाचलेल्या गोष्टी मला आठवत. मी त्या अजमेरला सांगे. मला डोलवताना पेगीआंटी जी गाणी गाई तीच मी त्याला गाऊन दाखवे. कॅनॉक चेसमधल्या मुलांच्या गोष्टी मी त्याला सांगे. अर्थात जवळपास ऐकणारं कोणी नसेल त्याच वेळेस.

पण एकंदरीत माझ्यात बदल होत होता हे नक्की. मी माझी स्वत:ची बाजू जरा बरी सांभाळू लागले होते. अजमेरला घेऊन मी मला वाटेल तेव्हा शहरात जाऊ लागले होते. मला कधी कुठलं काम करण्याची इच्छा नसेल तर मी स्वच्छ नकार देत असे. जसजसे दिवस जाऊ लागले तसतशी मी अधिकाधिक स्वतंत्र होऊ लागले.

या बाबतीत माझ्या समोर बाबांचा आदर्श होता. अजमेर आता जवळ जवळ दोन वर्षांचा झाला होता. बाबा मधून मधून काही दिवसांसाठी येऊन रहात होते. एक दिवस ते बाहेर गेले. येताना कसला तरी पुडा घेऊन आले. मी काहीतरी कामात होते.

ते माझ्या अंगावर एकदम ओरडले, ''हो बाजूला.'' मी एकदम उडी मारूनच बाजूला झाले. अशा रितीने बाबा माझ्यावर कधीच ओरडले नव्हते. त्यांना हवं असलेलं पातेलं मी फळीवरून काढून दिलं. पण ते बहुतेक स्वच्छ झालेलं नव्हतं.

ते परत ओरडले, ''साफ करून दे.''

मी भीतभीतच ते घासलं आणि त्यांच्याकडं दिलं.

स्वयंपाकघरातले आवाज ऐकून आई, तारा, मिना सगळ्या आत आल्या.

''तुम्ही इथं काय करता आहात? तुम्हाला इथं काय करायचंय? आधी बाहेर व्हा.'' आई त्यांच्यावर ओरडली.

बाबा आईकडे वळून म्हणाले, ''चालती हो, कुत्री कुठली.''

आईने आम्हा सर्वांना तिथून जायला सांगितलं आणि तिने पोलिसांना फोन केला.

सगळेजण आपाआपल्या खोलीत पळाले. मी अगदी हळू हळू चालत खोलीकडे जात होते. मागे बाबांकडे वळून बघत होते.

बाबांना या अवतारात मी कधी बघितलंच नव्हतं. हे त्यांचं रूप मला आकर्षक वाटलं. बाबा आईबरोबर असे वागू शकतात तर मी पण आईबरोबरचं वागणं बदलू

शकते, याची जाणीव मला झाली.

या एक घटनेने मला माझ्यावर होणाऱ्या अत्याचारांच्या विरोधात आवाज उठविण्याची शक्ती आल्यासारखं झालं.

पोलीस आले आणि त्यांनी ॲम्ब्युलन्स बोलावली. आईने पोलिसांना सांगितलं की त्यांनी त्यांचं नेहमीचं औषध न घेतल्यामुळे असं झालंय. त्यांना आता इंजेक्शनचीच गरज होती. बाबा त्या लोकांबरोबर शांतपणे बाहेर पडले. पण त्यांनी आज मला एक अनोखी भेट दिली होती. बिचाऱ्या बाबांना याची काही कल्पना असेल का?

आईने मात्र पोलीस घरात येऊन गेल्याचा वेगळाच उपयोग करून घेतला. ती अजमेरला पोलिसांची भीती घालू लागली.

ती अजमेरला म्हणे, ''बघ हं, वेड्यासारखं वागलास तर पोलीस येतील आणि तुला पकडून नेतील. एक खोलीत तुला बंद करून ठेवतील. एकट्याला. तुला जेवण-पाणी काही देणार नाहीत. तिथून पळून जाण्याचा प्रयत्न केलास तर तुला चांगला मार देतील.''

एक दिवस तर आईने कमालच केली. मी ताराला बहेनजी म्हणे तसं अजमेरला मला 'बहेनजी' अशी हाक मारायला शिकवलं.

त्या दिवशी मी भयंकर चिडले.

''हे अगदी चूक आहे. मी त्याची आई आहे आणि त्याने मला आईच हाक मारली पाहिजे.''

यावर ती ओरडली, ''तू आई होण्यासाठी फारच लहान आहेस. तूच अजून एखाद्या मुलीसारखी दिसतेस तू. लक्षात ठेव, माझ्या मैत्रिणींच्या समोर त्यानं तुला आई म्हटलं तर मला नको त्या प्रश्नांना तोंड द्यावं लागेल.''

मी खरंच आई होण्याच्या वयाची नव्हते. कोणी म्हटलं की ही इतक्या लहान वयात काय सांभाळणार अजमेरला तर? आणि ठेवलं अजमेरला कुठेतरी आश्रमात तर?

मी घाबरले, नाइलाजाने होकार दिला.

खरं तर चौदाव्या वर्षी आई झाल्याची माझी मलाच शरम वाटे. पण त्यात माझा काय दोष होता?

आई खोलीच्या बाहेर गेल्याचं बघून अजमेरला मम म्हणून हाक मारायचं असं सांगितलं.

कधी कधी चुकून तो आईसमोर मला मम हाक मारे. लगेच आई चिडून विचारे, ''काय म्हटलंस तू?''

अजमेर लगेच मला बेज म्हणे. त्याला पण आईच्या रागाची भीती वाटू

लागली होती.

मी आईला विरोध केला म्हणून मला आईनं थपडा मारल्या होत्या. पण स्वत:च्या आईलाच बेजी म्हणून हाक मारायला शिकवणाऱ्या माझ्या आईला जो मी विरोध केला, त्यापुढं हा मार काहीच नव्हता.

मला आता रोज रात्री एक विचित्रच स्वप्न पडू लागलं. रोज तेच. त्या स्वप्नात मी अगदी एकटीच, सगळ्यात वरच्या खोलीत एकटीच बसलेली असे. इतकी दूर की मला कोणाचं बोलणं ऐकू येत नसे. त्या खोलीत खूप खोकी असत आणि काचेची खूप कपाटं. नाना तऱ्हांनी, नाना दागिन्यांनी सजवलेली. मंद प्रकाशात ते सर्व जवाहीर चमचमचत असे; कोण ते मला कळत नसे, पण कोणीतरी मला सांगे, "जा. हो पुढे. तुला आवडेल तो दागिना उचल." मग मी दागिना पसंत पडेपर्यंत निरखून बघत राही. शेवटी एक दागिना निवडे. ते नेहमीच एक गळ्यात घालायचं सुंदर पदक असे. मुलामा दिलेलं आणि त्यावर एक लाल गुलाबाचं फूल. तेजस्वी. मी ते हातात घ्यायला पुढे होई.... आणि एकदम मला जाग येई.

मला त्या सगळ्याचा अर्थच कळत नसे.

सकाळी मी उठे ती मनात कसली तरी हुरहूर घेऊनच. थोडा वेळ सर्वांवर माझी चिडचिड होई.

मी जे काही थोडंफार स्वातंत्र्य माझ्यासाठी मिळवलं होतं, त्यामुळंच मला वाटतं मी घरच्यांकडून संकटं ओढवून घेई.

मांजने हार्डवेअरचं दुकान विकत घेतल्यावर काही महिन्यांनी एक फळांचं दुकान विकत घेतलं. दोन्ही दुकानं एकाच रस्त्यावर जवळ जवळच होती.

मांजने मिनाबरोबर मलाही रोज सकाळी दुकानात पाठवायला सांगितलं.

मी लगेच नकार दिला. "अजमेरला कोण सांभाळणार?" त्याला आईजवळ सोडून द्यायला माझं मन धजावत नव्हतं.

मी पुढं म्हटलं, "मी तुझ्याकडं फुकट काम का म्हणून करावं? मी घरात गुलाम आहेच. आता तुला वाटतंय की तुझ्या दुकानात तुझी गुलाम म्हणून मी काम करावं."

पाकिस्तानात गेल्यापासून मांजच्या मारापासून माझी सुटका झाली होती, ती संपली.

मांज मला मारहाण करू लागला. त्याच्या माराने मी शेवटी कोसळले. तो माझ्यावर ओणवा होऊन म्हणाला, "मी तुला फक्त मदत करायला बोलावतोय.

आई तुझ्या या मूर्ख मुलाकडं लक्ष देईल. नाहीतर तनवीर आहेच आता घरात, ती सांभाळेल.''

मला कळून चुकलं, माझ्यापुढं काहीच पर्याय नव्हता.

आतापर्यंतच्या उगवणाऱ्या सगळ्या सकाळ माझ्यासाठी छान असत. उठल्या उठल्या मी अजमेरला मिठीत घेऊन कुरवाळे. तो हसऱ्या डोळ्यांनी माझ्याकडं बघे. आमच्या दोघांचा नाश्ता झाला की मी कामाला लागे. अजमेर माझ्या आजूबाजूला खेळत बसे.

पण त्या दिवशी मात्र मी हळूच उठले. दुकानात जायला तयार झाले. अजमेरने थोडी चुळबूळ केली, पण तो परत झोपला.

आम्ही दोघींनी जणू पळतच बाहेर पडावं म्हणून की काय, मांजने जोरात हॉर्न वाजवला. मी अजमेरच्या कपाळावर अलगद ओठ टेकले. मला रडू येण्याच्या आत मी पळत बाहेर पडले.

मांजने गजबजलेल्या एक मोठ्या रस्त्यावर गाडी उभी केली. रस्त्याच्या दोन्ही बाजूला दुकाने होती. मांजने त्याच्या हार्डवेअरच्या दुकानाजवळ गाडी उभी केली. मिनाने काही न बोलता त्याच्याकडून किल्ली घेतली आणि ती दुकानाकडं गेली.

माझ्याकडे न बघता तो म्हणाला, ''चल.'' मी त्याच्या मागोमाग चालू लागले.

'ग्रीन पाश्चर्स' अशा दुकानाजवळ आल्यावर त्याने दुकानाची दारं उघडली.

मी आत बघितलं. एका बाजूच्या कपाटात जॅम, जेलीचे डबे आणि बाटल्या ओळीने मांडल्या होत्या. दुसऱ्या बाजूला काऊंटर होता.

मांजच्या बोलण्याने मी भानावर आले. ''हे बघ, तुला प्रथम बटाट्याच्या पिशव्या भराव्या लागतील. वजनाच्या काट्यावर पाच पौंड वजन करून बटाटे पिशवीत भर आणि पिशव्या बांधून टाक. पिशव्या तिकडं कोपऱ्यात आहेत. पिशव्या भरून झाल्या की त्या नीट रचून ठेव. तेवढं झाल्यावर पुढं काय करायचं ते मी सांगतो.

मी काम सुरू केलं. अर्थात मांजच्या पसंतीला आलं नाहीच.

''एवढं सावकाश केलंस ना तर काहीच जमणार नाही. हो बाजूला. मी दाखवतो.''

त्यानं प्रथम पिशवी घेतली. त्यात बटाटे भरले. ''बघ जवळ जवळ पाच पौंड आहे.''

पिशवीचं वजन पाच पौंडापेक्षा बरंच कमी होतं. पण मी काहीच बोलले नाही. उगीचच पाठीवर गुद्दा बसला असता.

त्याने वजन केलेली पिशवी उचलली. घट्ट बांधून खाली ठेवली. तेवढ्यात एक गिऱ्हाईक आलं.

"चल, काम सुरू कर. उगीच वेळकाढूपणा करू नकोस."

मी बटाटे भरून वजन करू लागले. पण माझ्या मनात फक्त अजमेरचे विचार होते. तो उठला असेल का? त्याला कोणी नाश्ता भरवला असेल का? का कोणाचं लक्ष जावं म्हणून तो रडत बसला असेल?

थोड्या वेळाने बटाटे संपले. मी मांजला म्हटलं, "मला भूक लागली आहे. खायला हवंय."

"हो. जा आणि मिनासाठी पण काहीतरी आण."

मला काय खावं कळेना. मी मिनाकडे जाऊन तिला विचारायचं ठरवलं. मिनाकडे जाताना मला एक बेकरी दिसली. मिना बसली होती त्या दुकानात एकदम शांतता होती. मला बघताच ती आनंदानं उठली.

"कसं काय चाललय?" तिनं हसून विचारलं.

मी तिला खायला काय आणू ते विचारलं.

"ह्या बेकरीतून माझ्यासाठी एग मेयॉनीज सँडविच आणशील प्लीज?" असं विचारून तिने काउंटरखालचा पैशांचा खण उघडून माझ्या हातात पाच पौंडाची नोट दिली.

मी मला पेस्ट्री आणि क्रीम केक, मिनाला सँडविच आणली. काउंटरच्या मागे बसून खात खात बोलू लागलो.

"तुला रोज रोज इथं येऊन बसायचा कंटाळा येत नाही?" मी विचारलं.

"खरं म्हणजे नाही. घरी बसून आईचा मार आणि शिव्या खाण्यापेक्षा हे बरं." तिनं उत्तर दिलं.

हे खरंच होतं. पण माझा लहान मुलगा घरी होता. त्याची चिंता मला लागून राहिली होती.

"खरं आहे. पण घरी अजमेर कसा असेल ग? मला वाटतं त्याला पण इथं आणता आलं तर बरं होईल."

"सॅम, तो ठीक असेल. तसा तो टफ आहे." ती सँडविच संपवत म्हणाली. "बरं, आता तू लगेच जा बघू. मांज तुझ्यावर रागवायला हवाय का?"

मी दुकानात शिरता शिरता मांज हुकूम सोडू लागला.

"चल, आता तुला मी पैशाचा खण कसा सांभाळायचा ते शिकवितो. बघत्येस ना इकडं? म्हणजे उद्यापासून मला माल खरेदी करायला जाणं सोपं पडेल. हे बघ, काय आकडे असतील ते तू या मशिनवर भरून घे आणि ही किल्ली दाब. एवढंच करायचं असतं. जा, आता काही वस्तू घेऊन ये. तू

गिऱ्हाईक आहेस असं समज.''

मी बास्केटमध्ये काही वस्तू घेऊन आले. तिथं मांजने परत एकदा काय काय करायचं ते दाखवलं. एकदा मला येतंय म्हटल्यावर मीच पुढचा सारा दिवस काउंटरजवळ उभं राहून काम केलं.

आम्ही घरी आलो तेव्हा मला चांगलाच थकवा जाणवू लागला. पण मला पहाताच अजमेर धावत येऊन मला चिकटला. आजपर्यंत कोण होतं घरात माझं असं स्वागत करायला? मी खूष होऊन त्याला घट्ट मिठी मारली आणि त्याचे पापे घेतले. तो पण हसू लागला.

''माझ्या शिवाय तू घरात कसा राहिलास? तुला माझी आठवण आली का?'' तो माझं बोलनं ऐकून खुदुखुदू हसतच राहिला. मग एकदम त्याने जेवायला मागितलं.

तेवढ्यात तेथे आई आली. ''जा, जाऊन संध्याकाळचं जेवण बनव आणि हो, उद्या सकाळचं पण, सगळ्यांना पुरेल एवढं. म्हणजे दिवसभरात अजमेरला जेवण देता येईल.''

मी अजमेरला कडेवरून खाली उतरवलं. स्वयंपाकघराकडे जाताना मनात सर्वांना भरपूर शिव्या दिल्या. दिवसभर दुकानात काम आणि काउंटरजवळ उभं राहून मी फार थकून गेले होते. हनीफ, तनवीरसारखा आराम करावासा वाटत होता. उलटं मला दोन वेळचा स्वयंपाक करायचा होता. मी सर्वांना पुरेल एवढा भात आणि रस्सा शिजवला. अजमेर आणि मी जेवलो.

मी अजमेरला गादीवर ठेवलं आणि त्याच्या शेजारी पडले. आठच्या आत आम्ही दोघं गाढ झोपून गेलो.

मला वाटतं काही वेळातच मिनाने मला हलवून जागं केलं.

''सॅम, सॅम...'' तिनं हाका मारल्या.

''काय ग?'' मी झोपेतच बरळले.

''ऊठ, मांज इकडं येतोय इतक्यात.''

दुसऱ्या दिवसाची सकाळ आदल्या दिवशीसारखीच. मी उठून तयार झाले. अजमेरचा अलगद पापा घेतला. आणि आम्ही निघालो. मिना हार्डवेअरच्या दुकानात, मांज आणि मी फळांच्या. मी त्याला माल जागच्या जागी ठेवण्यास मदत केली. नंतर नाश्ता खरेदी करून मिनाकडं गेले.

दुकानातून निघताना मांजने हुकूम केला होता, ''पंधरा मिनिटांत परत ये. मला माल खरेदी करायला जायचंय, कॅश अँड कॅरी मध्ये.''

सँडविच खाता खाता मी मिनाला म्हटलं की मला एकटीला दुकानात

बसायची भीती वाटतेय.

‘‘समजा काही चूक झाली, हिशेब चुकला तर? मला नाही बसायचं एकटीला दुकानात.’’

‘‘अग मी जेव्हा एकटी बसू लागले तेव्हा माझी स्थिती तुझ्यासारखीच झाली होती. हे बघ, झालीच ना चूक, तर निमूट क्षमा माग. काही गडबड झालीच तर कोणाला तरी पाठवून मला बोलवून घे. मी दुकान बंद करून मदत करायला येईन थोडा वेळ.’’ मिनाने धीर दिला.

आश्चर्य म्हणजे मांजने पण धीर दिला. ‘‘सगळं काही ठीक होईल. गिऱ्हाईक तसं कमीच असतं या वेळी. मी दोन तासांत परत आलोच.’’

मला वाटलं, या दोन तासांत कोणी गिऱ्हाईक येऊच नये. पण मांज गेला आणि बरीच गिऱ्हाइकं आली. मी गिऱ्हाइकांमध्ये इतकी दंग झाले की मांज व्हॅन भरून सामान घेऊन आल्याचं मला समजलंच नाही.

‘‘ये ग इकडं. माल उतरावयला मदत कर.’’

‘छान जमलं तुला,’ वगैरे कौतुक होण्याची माझी अपेक्षा नव्हतीच. सर्व दुपारभर एकीकडं सामान लावत मी गिऱ्हाइकं पण सांभाळली. तेवढं झाल्यावर मी दमले. काहीतरी प्यावंसं वाटू लागलं. भूक पण लागली. पण मांज म्हणाला, ‘‘काही मिळायचं नाही. लवकरच आपण घरी जाऊ, मग तुला लागेल ते खा.’’

घरी पोहोचेपर्यंत मला व्हॅनमध्ये झोपच लागून गेली. घरी आल्या आल्या मी फ्रीज, कपाटं धुंडाळली. खायला काहीही शिल्लक नव्हतं. अजमेरनं पण आल्याबरोबर भूक भूक केलं. म्हणून मी आमच्यासाठी टोस्ट बनविले. पण कोरडेच खावे लागले. कारण घरात लोणीच शिल्लक नव्हतं.

थोडंसं पोटात गेल्यावर मी रस्सा बनवू लागले. तेवढ्यात आई आली आणि ओरडली, ‘‘आज भात नको. सगळ्यांसाठी रोट्या बनव.’’

अजमेर माझ्याजवळ होता म्हणून मी तोंड आवरलं. तरी आईच्या दिशेने जीभ काढून वेडावलंच. मिनाला हसू आलं.

‘‘हे बघ सॅम, मी तुला रोट्यांना मदत करते. पहिली झाली की अजमेरला भरव. तो फारच भुकेला दिसतोय.’’

अजमेरनं घाईघाईनं पहिली रोटी संपवली. ‘‘त्याला इतकी भूक कधी लागत नाही. मला वाटतं आज कोणी त्याला भरवलंच नाही दिवसभरात.’’

त्या रात्री मी एक बशीत जेवण घेतलं आणि बशी पलंगाखाली लपवून ठेवली.

मिनानं ते बघितलं, ‘‘हे काय करत आहेस?’’

‘‘तुला काय वाटलं, उद्या आपण घरी आलो की आपल्यासाठी काही उरलं असेल?’’

दुसऱ्या दिवशी दुकानातून घरी जायला निघाल्यावर मी मांजला म्हटलं, ''आई म्हणत होती की घरच्या काही वस्तू संपल्या आहेत. तिने मला पाव, अंडी, लोणी, दूध असं काही सामान आणायला सांगितलंय.''

''ठीक आहे. घे पटकन. मला दुकान बंद करायचंय.''

मी आईनं सांगितलेल्या सगळ्या वस्तू पिशवीत भरल्या. शिवाय थोडी चॉकलेटं हळूच पिशवीत टाकली.

घरी गेल्या गेल्या आधी चॉकलेटं माझ्या उशीखाली लपवली. मगच स्वयंपाकघरात वळले.

''आज परत खायला काहीच नाही. भुकेनं जीव कासावीस झालाय.'' मिना म्हणाली.

मी ओठावर बोट ठेवून तिला गप्प बसवलं. खोलीत जाऊन पलंगाखाली झाकून ठेवलेलं जेवण घेऊन पटकन स्वयंपाकघरात आले. मायक्रोवेव्हमध्ये गरम केलं आणि तिघांत वाटून घेतलं. थोडा पावही खाल्ला. जेवता जेवताच मी स्वयंपाकाला लागले.

त्या दिवसापासून मी रोजच जेवण लपवू लागले. त्यामुळे आल्या आल्या अजमेरला खायला मिळू लागलं.

दिवसभर अजमेरपासून लांब रहाणं खरंच कठीण होतं. मला दिसत होतं की त्याच्याकडं कोणाचंच लक्ष नव्हतं. आम्ही घरी आल्या आल्या तो भूक लागली म्हणे. ना त्याला आंघोळ घातलेली असे ना हातपाय तोंड धुतलेलं असे. तो दिवसभर काय करत असेल याची मला कल्पनाच करवत नसे. मी त्याला विचारलं तर तो आई भेटल्याच्या आनंदात काहीच बोलत नसे. पण मला पक्कं माहीत होतं की ना त्याच्या बरोबर कोणी खेळत असेल ना त्याच्याकडं कोणाचं लक्ष असेल.

मी आल्या आल्या त्याला भरवे. त्याला अंघोळ घाले. त्याच्यासाठी गाणी गात असे. त्याच्या छोट्या छोट्या बोटांबरोबर काहीतरी खेळत असे. त्याला गोष्टी सांगत झोपवत असे.

पण त्याच वेळेस माझं मन जडशीळ होऊन जाई. मला कळत असे की त्याला आई हवीय. मी त्याच्याबरोबर जास्त वेळ रहाणं गरजेचं होतं. मी त्याच्या झोपलेल्या निरागस चेहऱ्याकडं बघत बसे. काहीतरी चमत्कार घडावा म्हणून प्रार्थना करे. नक्की काय हवं हे जरी मला कळत नव्हतं, तरी माझ्या वाट्याला आलेल्या आयुष्यापेक्षा मला त्याच्यासाठी वेगळं, सुखाचं आयुष्य हवं होतं हे नक्की.

दुकानात एकीकडं काम करता करता मी अजमेरचाच विचार करत राही.

आम्ही दोघं पळून गेलो तर आमचं आयुष्य कसं असेल; छोटी बाग असलेलं छोटं घर. म्हणजे मला अजमेरबरोबर उन्हात खेळता येईल.

या विचाराने मी स्वत:शीच खुदकन हसे. तेवढ्यात मांज म्हणे, ''काय, कसली स्वप्नं बघणं चाललय?'' दुकानात कोणी नसेल तर मला एक चपराक लगावयाला तो कमी करत नसे. माझ्या सर्व स्वप्नांचा चुराडा होई.

१५

अजमेरचा तिसरा वाढदिवस हा नेहमासीखाच एक सामान्य दिवस होता. त्याच्या वाढदिवसाची मला आणि मिनालाच फक्त आठवण होती. मी त्या दिवशी थोडी चॉकलेट्स माझा खिशात लपवून आणली होती.

जेव्हा आम्ही तिघंच खोलीत होतो, तेव्हा मी त्याला चॉकलेट्स दिली आणि 'हॅपी बर्थ डे' म्हटलं.

थोड्याच दिवसांत आलेला शामचा वाढदिवस मात्र वेगळा होता. तारानं त्याला खेळणं दिलं, आईनं नवे कपडे. तनवीर-सवेरनं तर सर्वच गोष्टी नव्याने आणल्या होत्या.

अजमेर मोठा झाल्यापासून त्याला पाळणा पुरेना, म्हणून तो माझ्या जवळच झोपे. त्याच्या वाढदिवसाच्या रात्री तो झोपेत सारखा चळवळत होता. मला वाटलं कदाचित शामच्या वाढदिवसामुळं तोही दमला असेल. त्याला शांत करण्यासाठी मी हळूच त्याच्या पाठीवर हात ठेवला. त्यानं एकदम अंग चोरून घेतलं. तो होता गाढ झोपेत. त्याला जागं करून काय प्रकार आहे मला बघता येईना. दिवा लावला असता तर मिनाला जाग आली असती. मी सकाळपर्यंत थांबायचं ठरवलं.

थोडं उजाडताच मी अजमेरचा शर्ट पाठीमागून वर केला. माझं हृदय धडधडायचं थांबलं. त्याच्या पाठीच्या मध्यभागी खरचटल्यासारख्या खूप खुणा होत्या. कुठं पडल्याच्या, खेळताना डोकं आपटल्याच्या अशा त्या खुणा नव्हत्या. त्याला कोणीतरी चांगलंच बडवलं होतं. त्याशिवाय अशा जखमेच्या खुणा त्याच्या पाठीवर कशा आल्या? मला बसे तसाच मार कोणीतरी माझ्या बाळाला दिला होता.

माझ्या डोळ्यांना धारा लागल्या.

अचानक मला कळलं की आज त्याने गादी ओली केली होती. आजपर्यंत असं कधीच झालं नव्हतं.

अजमेर जागा होऊन माझ्याकडं बघून हसणार तोच त्याला कळलं की मी रडत्येय.

त्यानं माझ्या गळ्यात हात टाकले.

"मम, रडू नकोस. सगळं ठीक होईल!"

मी त्याच्याकडं बघून हसले. तो रडत असला की याच शब्दांनी मी त्याची समजूत काढत असे. मी गाल पुसले आणि त्याला जवळ घेतलं.

"तुझं बरोबर आहे बेटा. सगळं ठीक होणार आहे." मी म्हटलं.

मी त्याला उठवलं, त्याचे कपडे बदलले. पलंगावरची चादर काढली. कपडे आणि चादर वॉशिंग मशिनमध्ये टाकली. म्हणजे त्यानं गादी भिजवलेली कोणाला कळली नसती. पांघरूण ओलं केल्याबद्दल मार बसला नसता.

आम्ही दोघांनी टोस्ट खाल्ले आणि माझी निघायचीच वेळ झाली. आज तर मला घर सोडवेचना. मी गेल्यावर अजमेरचं कसं होईल याचीच काळजी मला लागून राहिली.

दुकानाकडे जाताना व्हॅनमध्ये मी निश्चय करून टाकला की घरातून अजमेरला घेऊन पळून जायचं. माझ्यापुढं दुसरा काहीच मार्ग नव्हता. एक सुटकेसमध्ये सामान भरून घेऊन मी अजमेरला बरोबर घेऊन मी घर सोडणार होते.

मी नाश्त्याच्या वेळेपर्यंत धीर धरला. खाता खाता मी माझा बेत मिनाला सांगितला.

"पण तू जाशील तरी कुठं?" तिने विचारलं.

"काय माहीत, पण इथल्यापेक्षा दुसरीकडं कुठेही चांगली स्थिती असेल." मी उत्तर दिलं.

"अगं पण तू रहाणार कुठं? काय करणार? जाऊ नकोस सॅम, ते तुला शोधून काढतील. तुला मारून टाकतील किंवा पाकिस्तानात घेऊन जातील आणि तिथंच सोडून देतील."

मी तिच्याकडं बघितलं. तिचं खरं होतं. ते मला शोधून काढतीलच आणि मी त्यांच्या हातात सापडले तर? मला खरंच पाकिस्तानात पाठवतील? किंवा असं मारतील की मी मरून जाईन.

आमच्या समजात अशा घटना नवीन नव्हत्या. आणि इथं तर मला कोणीच ओळखत नव्हतं. मिना सुद्धा पोलिसांपुढे तोंड उघडायला तयार झाली नसती. ती तर माझ्यापेक्षा जास्त सगळ्यांना भीत होती. आणि मुख्य म्हणजे मग अजमेरचं काय? बाप रे! पळून जाणं सोपं नव्हतं.

ठीक आहे. मी काहीतरी मार्ग काढेनच. काहीही करून मला अजमेरला त्या घरातून बाहेर काढायचं होतं.

पण जायला कुठं जागाच नव्हती. प्रवासाला पैसे नव्हते. संरक्षण करायला कोणी नव्हतं. मी पुरतीच अडकले होते. काहीतरी मार्ग काढणं भाग होतं.

पुढचे काही दिवस विचार करून करून माझं डोकं अक्षरशः पिकलं. मला काही सुचेना. एक दिवस मी घरी आले आणि बघते तर काय, आई चक्क स्वयंपाकघरात! संध्याकाळचे जेवण बनवणं चाललं होतं. सगळीकडे नुसता पसारा. कसले कसले उघडे पुडे पडले होते. सिंक खरकट्या भांड्यांनी भरलं होतं.

मी भांडी घासताना आता हे काय नवं, असा विचार करत होते. तेवढ्यात आईने सांगितलं की उद्या कोणी पाहुणे येणार होते. आईने आणखी लोणी काढायला सांगितलं, कांदेही मागून घेतले.

आधीच जणू खायला तोंडं कमी होती, त्यात पाहुणे आणि साफसफाई. आई तर मी स्वयंपाकघरात जणू नव्यानेच आले होते अशी हुकूम सोडू लागली. जणू काही रोज संध्याकाळी स्वयंपाक मी नव्हतेच करत. ते पातेलं काढ, हे साफ कर, असं सारखं चाललं होतं.

काम करता करता ती म्हणाली, ''पाकिस्तानातून हाजी असगर येणार आहेत उद्या. ते फार श्रीमंत आहेत आणि त्यांचं कुटुंब पण बडं आहे. हां, रस्सा फार मसालेदार करू नकोस. मला जमेल तेवढं आत्ता मी करून ठेवते. भात उद्याच करेन.''

हाजीनं पाकिस्तानात जाऊन, आईनं त्याचं आदरातिथ्य बरोबर केलं नाही असं सांगून आईला बदनाम करणं तिला अजिबात मंजूर नव्हतं! म्हणूनच ती उठून कामाला लागली होती.

मला येणारं हसू मी दाबलं.

मक्केची जो यात्रा करतो त्यांना आमच्यात 'हाजी' म्हणतात. ही एक आदरार्थी पदवी असते. त्यामुळे दुसऱ्या दिवशी कामावरून आल्यावर मला एखादा लांब दाढीवाला, डोक्यावर हॅट घातलेला असा धार्मिक दिसणारा माणूस दिसेल असं वाटलं होतं. जसा वॉलसॉच्या मशिदीत आम्हाला कुराण शिकवत होता तसा.

घरी आल्यावर मला भांडी घासायचा हुकूम झाला. त्या सर्वांचं जेवण तर झालंच होतं, पण आज अजमेरला पण भरवलं गेलं होतं. माझ्यासाठी आणि मिनासाठी जेवण बाजूला काढून ठेवलं होतं.

आम्ही सर्व काम उरकून जेवलो. तेवढ्यात स्वयंपाकघराच्या दारावर टकटक झाली आणि स्वच्छ दाढी केलेला, जीन्स, टी-शर्ट घातलेला एक तरुण आत आला.

''हाय! मी असगर. मी इथे हात धुऊ शकतो का?'' आमच्याकडे हसून बघत त्याने विचारलं. त्याचं बोलणं इतकं शांत आणि विनयपूर्ण होतं की मी बघतच राहिले. या घरातली माणसं अशा रीतीनं कधीच बोलत नसत.

''हो. ध्रुवा ना!'' मी म्हटलं.

त्याचं बोलणं, वागणं, दिसणं सगळं कसं ताजतवानं होतं. आम्ही रोज काम संपवून घरी आलो की आम्हाला जे चित्र दिसे त्याच्या अगदी वेगळं.

मी त्याला टॉवेल दिला. तेवढ्यात मांज आत आला.

''झालं का तुझं? मग आपण निघू. शहरात थोडा फेरफटका मारू.''

ते दोघं निघून गेल्यावर मिनाने आणि मी एकमेकीकडे पाहिलं आणि हसू बाहेर पडू नये म्हणून तोंडावर हात दाबून ठेवले.

''अरे देवा, हा माणूस तर हाजीसारखा दिसत नाही. तो छान दिसतो.'' मी थोडंसं लाजून म्हणाले.

मिना दचकली. ''तुझं लग्न झालंय सॅम,'' तिनं मला चिडवलं.

''हो, खरंच की.'' मी माझं लग्न झाल्याचं पूर्ण विसरूनच गेले होते. ''ठीक आहे. नुसतं बघायला तर काही हरकत नाही!'' मी म्हटलं.

आम्ही दोघी मनापासून हसू लागलो.

दुसऱ्या दिवशी सकाळी मी सगळ्यांच्या आधी जागी झाले. मग मिनाला उठवलं. तयार होऊन स्वयंपाकघराकडे गेलो. असगर तिथेच होता. आम्ही एकमेकांना शुभ प्रभात म्हटलं. मी काही विचारणार तेवढ्यात मांज आला.

''चला. निघायची वेळ झालीच आहे.'' तो म्हणाला.

मी चटकन सर्वांसाठी टोस्ट केले आणि आम्ही कामावर निघालो.

मी, असगर आणि मांज फळांच्या दुकानात आलो. दुपारी ते दोघं माल आणायला गेले. ते परत आल्यावर मी नेहमीप्रमाणे सामान काढण्यास गेले. तिथे असगर होता.

व्हॅनमधून बॉक्सेस काढता काढता तो माझ्याकडे बघून हसला. म्हणाला, ''असू दे. आम्ही दोघं हे काम करू शकतो.''

मी मानेनेच त्याला थँक्स म्हटलं आणि दुकानात गेले. माझ्या मनाला थोडी ऊब मिळाल्यासारखं वाटलं. घरातले कोणीच माझ्याशी बोलताना माझ्या नजरेला नजर देत नसे. माझी टर तर सगळेच सारखी उडवत. त्यामुळे असगरचं बोलणं मला वेगळंच वाटलं.

माझ्याशी कोणी चांगल्या स्वरात बोलण्याची मला अजिबात सवय नव्हती. अवतीभोवती असगर असणं बरं होतं. तो वेगळा होता. दयाळू वाटत होता. मला मदत करत होता. अर्थात लवकरच तो परत जाणार होता. माझं आयुष्य इथंच तसंच रहाणार होतं.

त्या संध्याकाळी काम आटपत आल्यावर मी अजमेरला म्हटलं, ''चलाऽऽ

आता झोपायची वेळ झाली.'' पण तो बाहेर पळून गेला.

''तिला सांगू नका मी कुठाय. मी लपतोय.'' त्याने आईला आणि असगरला सांगितल्याचं मी ऐकलं.

मी बाहेर आले. तो पडद्यामागे लपलेला मला दिसला.

''अजमेर इथं आलाय का?'' मी मुद्दाम मोठ्याने विचारलं.

असगर आमच्या खेळात सामील होत म्हणाला, ''मी तर इथं कुठंच त्याला पाहिलं नाही.''

''मग कुठे गेला असेल?'' मी विचारलं.

''कदाचित बागेत गेला असेल.'' मी हळू हळू पडद्याकडे जाताना असगर म्हणाला.

मी जोरात पडदा सरकावला. आणि म्हणाले, ''ऑऽऽ.''

अजमेर जोरात किंचाळून हसू लागला. मी त्याला उचलून घेतलं.

''नाही. नाही. अजून झोपायची वेळ झाली नाही.'' तो खूष होऊन म्हणाला.

दुसऱ्या दिवशी मांज कुठे बाहेर गेला होता. दुकानात असगर आणि मी दोघंच होतो.

त्याने थोडा वेळ सेलवर असलेल्या वस्तू बघितल्यासारखं केलं. मग बोलू की नको अशा संभ्रमात असल्यासारखा म्हणाला, ''तुझ्या आईने काल रात्री मला एक गोष्ट सांगितली.''

''काय?'' मी विचारलं.

''तुला तीन वर्षांचा मुलगा आहे हे कळल्यावर मला आश्चर्य वाटलं. तू काही इतकी मोठी दिसत नाहीस. म्हणून मी तुझ्या आईला त्याबद्दल विचारलं.''

''मग?'' मी हाताची घडी घालून विचारलं.

''ती म्हणाली की पाकिस्तानात असताना तू एका मुलाबरोबर... त्यामुळे तिला तुझं त्या मुलाबरोबर लग्न लावून देणं भाग पडलं.''

रागाची एक सणक माझ्या अंगातून गेली. मी इतकी चिडले...

''पण माझा तिच्या बोलण्यावर विश्वास बसला नाही.'' त्याने माझ्या चेहऱ्यावरचे भाव बघून घाईघाईने सांगितलं.

माझे डोळे पाण्याने भरले. घरच्या एक मित्राला आई इतकं खोटं सांगेल याची कल्पनाच मी करू शकले नाही. ती सगळ्या गोष्टी बनवून सांगणार याची मला कल्पना असायला हवी होती.

पण असगरच्या तोंडून हे शब्द ऐकताना मी खूप दुखावले गेले.

''अग, सॉरी सॉरी. मला तुला दुखवायचं नव्हतं.'' तो म्हणाला.

''ठीक आहे. खरं म्हणजे या सगळ्या खोटेपणाची एव्हाना मला सवय व्हायला हवी.'' मी डोळे पुसले. नाकातून येणारं पाणी पुसलं.

''तुला सत्य माहीत करून घ्यायचंय का?'' मी विचारलं. त्याने मान हलवून होकार दिला.

''माझ्या आईने मी तेरा वर्षांची असताना मला फसवून पाकिस्तानात नेलं. अगदी अनोळखी माणसाबरोबर बळजबरीनं माझं लग्न लावून दिलं.''

मी सगळीच हकिगत सांगितली. सगळ्या दडपल्या गेलेल्या भावना माझ्या मनातून बाहेर आल्या. इतके दिवस त्यांना बाहेर पडायला वावच नव्हता.

साचून राहिलेला इतक्या दिवसांचा राग, निराशा, हालअपेष्टा, एकटेपण, केवळ सर्वांनी बनवलेली गुलाम एवढंच अस्तित्व असणारी मी, सगळं सगळं बाहेर पडलं.

मला खूप हलकं वाटलं. किती वर्षं हे सर्व मी मनातल्या मनात साठवत गेले होते याची जाणीव झाली. मी मिनाजवळ सुद्धा माझं मन हलकं करू शकले नव्हते. कारण तिला ऐकण्यात रस नव्हता. तिच्या वाट्याला यातलं काय येईल याचा विचारही तिला करायचा नव्हता.

''तर आता मी फक्त सतरा वर्षांची आहे आणि एक तीन वर्षांच्या मुलाची आई. तो माझं सर्वस्व आहे, पण त्याच्याबरोबर मी राहू शकत नाही. या घाणेरड्या दुकानात मला कोंबून ठेवलंय सगळ्यांनी. कालचा पहिला दिवस, की मी घरी गेल्यावर अजमेर भुकेने व्याकूळ झाला नव्हता. त्याला व्यवस्थित अंघोळ, कपडे घातले होते. दोन-तीन दिवसांपूर्वीच माझ्या लक्षात आलं की मी नसताना हे लोक त्याला पाठीवर जखमा होण्याइतका मार देतात. आता तर तो अंथरूण ओलं करायला लागलाय.''

इतक्या परक्या माणसाला सगळं सांगून टाकल्याने मला माझी फारच लाज वाटू लागली. विचित्र वाटू लागलं.

''मला कळत नाही हे सगळं मी तुला का सांगते आहे. पण तुला सत्य जाणून घ्यायचं होतं आणि मी शपथेवर सांगते की यातला एकही शब्द असत्य नाही.''

त्याला मी सगळं का सांगून टाकलं हे मला कळत होतं. त्याच्या डोळ्यांतील करुणा आणि त्याची सौम्य वागणूक मी घरात कधीच अनुभवली नव्हती. त्याच्या चांगुलपणाला हा प्रतिसाद होता.

असगर जरा वेळ गप्पच होता. मग म्हणाला, ''काय बोलावं, मला काहीच सुचत नाहीये. पण कोणती आई हे सर्व करू शकेल?''

त्याच वेळी मांज दुकानात आला. माझ्याजवळ येऊन म्हणाला, ''उद्या तुला परदेशातून येणाऱ्यांसाठी असलेल्या वकिलाची भेट घ्यायचीय. त्याला तुझ्याकडून

काही कागदपत्रांवर सह्या हव्या आहेत.''

''कसले कागद?'' मी विचारलं. हा असं काय बोलतोय मला कळेना.

''हे बघ, मी तुला तिथं घेऊन गेल्यावर निमूट सह्या कर. उगीच प्रश्न विचारू नकोस. कळलं?'' मांज नेहमी प्रमाणे माझ्यावर ओरडला.

असगरची नजर जमिनीवर होती.

सगळी संध्याकाळ मी गप्प होते. जेवण झाल्यावर असगर नेहमीप्रमाणे स्वयंपाकघरात आला. नेहमीप्रमाणे हात धुण्याची परवानगी घेतली.

''सॉरी, मला तुला दुखवायचं नव्हतं.''

''ठीक आहे. मला सुद्धा हे सगळं कोणाजवळ तरी बोलून टाकायचं होतं. तुझ्याशी बोलल्यामुळे मला खूप बरं वाटलं.''

त्याने हात धुतले. मी त्याला टॉवेल दिला. क्षणभर आमच्या बोटांचा स्पर्श झाला. आम्ही दोघांनी एकमेकांच्या डोळ्यांत बघितलं.

तनवीर आत आली आणि आमची नजर बाजूला झाली.

''तुला आणखी काही हवंय का?'' तिने असगरला विचारलं.

''नको. मी ठीक आहे.'' त्याने टॉवेल खाली ठेवला आणि तिच्या मागोमाग तो बाहेर गेला.

त्या रात्री मला झोप लागेना. मी बराच वेळ असगरचा विचार करत राहिले. काहीतरी वेगळंच घडत होतं. नक्की काय ते मी सांगू शकणार नव्हते. खरं म्हणजे रागाने आणि भीतीने एव्हाना माझा कबजा घ्यायला हवा होता. पण मला आठवत होतं असगरचं हसणं आणि त्याच्या बोटांचा स्पर्श.

सकाळी मांजने असगरला विचारलं की मला वकिलाकडे नेऊन आणेपर्यंत तो मिनाजवळ थांबेल का.

मी वकिलाकडं जायचं पूर्ण विसरूनच गेले होते. वकिलाचं आता काय नवीन? मला का जावं लागणार होतं? मला वकिलाची गरज काय? माझा घटस्फोट होणार होता का? अजमेरच्या जन्म दाखल्याची काही अडचण होती का? प्रश्नच प्रश्न. विचारू तर काहीच शकत नव्हते मी.

मिनाने माझ्याकडे प्रश्नार्थक नजर टाकली. मला काही माहीत नाही अशा अर्थाने मी हळूच खांदे उडविले.

वकिलाकडे मी आणि मांज बराच वेळ बसून होतो. शेवटी एका उंच माणसाने आम्हाला त्याच्या ऑफिसमध्ये नेलं आणि मला बसायला सांगितलं.

त्याचे दिमाखदार कपडे, प्रशस्त ऑफिस, मोठे महोगनी लाकडाचं टेबल, त्याच्यावर व्यवस्थित रचून ठेवलेले कागद; सगळंच मल खुजं ठरविणारं होतं.

बहुतेक मला फसविण्याचाच काही तरी डाव असणार होता.

"तू जो तुझ्या नवऱ्याने इकडं यावं म्हणून अर्ज केला आहेस, त्यासाठी तुझ्याकडून काही सह्या हव्या आहे." तो माणूस म्हणाला.

माझ्या पायाखालची जमीन सरकल्यासारखी झाली. खुर्चीच्या हातांना मी घट्ट पकडून ठेवलं.

माझा नवरा? त्या पाकिस्तानातल्या माणसाचा विचार नवरा म्हणून मी कधी केलाच नव्हता. माझा गळा संतापाने दाटून आला. पण या माणसासमोर की काहीच बोलू शकत नव्हते.

म्हणूनच काल मांज माझ्यासमोर जास्त काही बोलला नाही. आई सारखंच त्यानं मला फसवलं.

त्याची रोखलेली नजर मला भेदून टाकत होती. मी त्याचा बेत उधळवून टाकण्यासाठी काही करणार नव्हते याची त्याच्या नजरेत खात्री होती. डोक्यात वादळ घोंगावू लागलं होतं. त्या वकिलाने माझ्या समोर काही कागद ठेवल्याचं मला जाणवलं.

"प्लीज इथं सही कर." त्याने कागदाच्या खाली एक फुली मारली होती.

मांज पुढं झाला. त्याने टेबलावर कागदांच्या शेजारी स्वतःचा एक हात टेकवला. तो माझ्याकडं वळला. दुसऱ्या हाताने त्याने मला सही कर अशी खूण केली. तिऱ्हाईत माणसाला हा प्रकार म्हणजे एखाद्या प्रेमळ भावाने मदतीसाठी हात पुढं केल्यासारखं वाटलं असतं.

खरा प्रकार माझ्या चांगल्या माहितीचा होता.

काहीच पर्याय नसल्याने मी थरथरत्या हाताने सह्या केल्या.

"आता शेवटची एक सही," वकील सांगत होता.

माझ्या सह्या झाल्यावर त्याने माझ्या सह्यांच्या शेजारी स्वतःच्या सह्या केल्या. सर्व कागद त्याने एका पाकिटात घातले.

"योग्य त्या अधिकाऱ्याकडे मी हे कागद पाठवेन. त्याच्याकडून काही समजलं की मी लगेच संपर्क साधेन."

तो उभा राहिला आणि आमच्याबरोबर दारापर्यंत आला.

मी मांजला दुकानात परत येईपर्यंत एक अक्षरानं काहीही विचारलं नाही. पण आतून मात्र मी खवळले होते.

ज्या माणसाला मी ओळखत नव्हते, जो फक्त एक पुरुष होता, ज्याने वारंवार मला त्रास दिला होता, नंतर स्वतःच्या मुलाबरोबर काहीही संबंध ठेवला नव्हता, तो माणूस इथं येणार! त्याच्यासाठी स्वयंपाक करण्याची अपेक्षा माझ्याकडून सगळ्यांनाच असणार. त्याचे कपडे धुणं आणि... आणि सगळंच. भीतीने मी थंड

पडले. त्याच्या माझ्या अंगाला होणाऱ्या स्पर्शाच्या विचारानेच मला किळस आली. अशक्य. मी हे होऊ देणार नाही.

आईने आणि मांजने मिळून ते अर्ज भरले होते. जणू काही मीच भरल्यासारखे. मला कळून चुकलं, वकिलासमोर सही करणे आवश्यक असल्यानेच मांजचा आणि आईचा नाईलाज झाला होता. नाहीपेक्षा माझ्या खोट्या सह्या करण्यास सुद्धा त्यांनी मागेपुढे पाहिलं नसतं. मग एक दिवस मला कामावरून परत आल्यावर तो माणूस दिसला असता, अजमेरला मांडीवर घेऊन बसलेला. सगळं रामायण जणू घडलंच नव्हतं असा.

माझा राग इतका जबरदस्त होता की मी खिडकीबाहेर पाहू लागले, मांजला कळू नये म्हणून.

पेगीआंटीने माझा तोतरेपण जावा म्हणून मला संथ श्वसन शिकविलं होतं. मी संथ श्वसन करू लागले. पण आता त्याचा काही उपयोग होईना.

दुकानात आल्यावर मी मांजकडं लक्षच दिलं नाही. नाश्ता करायची वेळ झाल्यावर मी निघाले.

"तिकडं गेल्यावर असगरला इकडं पाठवून दे." मांजने सांगितलं.

गेल्या गेल्या मिनाने वकिलाकडं काय झालं ते विचारलं. "थांब सांगते," असं म्हणून मी असगरला मांजचा निरोप सांगितला.

निघताना तो मला धीर येईल असं हसला. पण मी हसू शकले नाही.

"सांग, सांग काय झालं ते." मिनाची घाई सुरू झाली.

असगरच्या मागे दार बंद झाल्यावर मी मिनाला सगळं भराभरा सांगून टाकलं.

"कमअस्सल अवलाद!" माझ्या तोंडून शब्द गेले. "माझ्या पाठीमागं अर्ज भरून त्याला इथं बोलावून घेतायत. त्यानं कधी शब्दानं विचारलं नाही की त्याचा मुलगा कसा आहे. तीन वर्षांपेक्षा जास्त काळ लोटलाय. कधी वाढदिवसाची भेट नाही की काही नाही. त्यांना काय वाटलं, माझ्या आयुष्याचं काहीही करू शकतात ते? मला अजिबात तो माणूस इथं नकोय. पण मी काही बोलूच शकत नव्हते. मांजचा गरम श्वास माझ्या मानेवर स्पर्श करत होता. मिना, सांग काय करू मी? काय करू?"

"आई आणि मांज, तुझ्या नवऱ्याला इथं बोलावून घेत आहेत?" मिनाला सुद्धा धक्का बसला होता.

"हो मिना, हो. मला तो माणूस जरा सुद्धा माहिती नाही. तो कसा दिसतो हे देखील मी विसरले आहे. मी त्याच्या जवळ काही दिवस राहिले. मला दिवस गेले आणि मी इथं आले. मला आठवतोय तो फक्त मला छळणारा भयंकर माणूस. आमचं लग्न झालं यावर सुद्धा माझा विश्वास नाही. तो मौलवी काय बोलत होता

ते सुद्धा मला कळत नव्हतं. तो इथं येऊच शकत नाही. मिना, खरंच तो येऊ शकत नाही.''

''पण सॅम, तू काय करणार तरी काय?'' मिनाने विचारलं.

''मलाच माहीत नाही. पण ठरवेन काहीतरी. त्याचं इथं येणं मला परवडणारच नाही.''

आम्ही दोघी शांत बसून राहिलो. मला वाटलं मिना मला धीर येईल असं काहीतरी बोलेल. पण ती सुस्कारा सोडून म्हणाली, ''तुझं माहीत नाही. पण मला भूक लागलीय. जरा माझ्यासाठी चिप्स घेऊन येतेस?''

मी तिच्याकडं बघतच राहिले. तिला काहीच कळत नाही का? बहुतेक नसावं.

मी तिच्याकडून पैसे घेऊन निघाले.

दुकानात मी चिप्सच्या रांगेत उभी होते. एवढ्यात माझ्या हातावर स्पर्श जाणवला. माझ्या पुढे असगर उभा होता. त्याच्या तोंडावर हसू होतं. मी माझ्या विचारांत इतकी दंग होते की तो हात हलवून मला पुढे बोलावत होता हे माझ्या लक्षातच आलं नव्हतं.

काय ऑर्डर द्यायची हे ठरवल्यावर तो म्हणाला, ''मांजने मला वकिलाकडं जायचं कारण सांगितलं. पण तू परत आलीस तेव्हा तुझ्या चेहऱ्यावरून तुला काही ते आवडलेलं दिसलं नाही.''

असगरला आता माझी सगळी हकिगत माहीत झाली होती. पण माझ्या मनात काय चालू होतं ते त्याला सांगावं असं मला वाटेना. दुकानातून बाहेर पडल्यावर मी म्हटलं, ''मी नंतर बोलेन. मांज जेवणासाठी थांबला असेल. आपल्या दोघांना त्याने फार वेळा एकत्र बघितलं तर तो एखाद्या बहिरी ससाण्यासारखी माझ्यावर नजर ठेवेल. तसं मला आता व्हायला नकोय.''

असगर मान हलवून निघून गेला.

मी मिनाजवळ येऊन बसले. आम्ही शांतपणे खात होतो. पण माझ्या मेंदूत अनेक विचार येत होते, अनेक बेत मी करत होते. डोकं अगदी गजबजल्यासारखं झालं होतं. पुढचा मार्गच दिसत नव्हता.

संध्याकाळी आई स्वयंपाकघरात आली.

''उद्या तू दुकानात जाऊ नकोस. तनवीरला घेऊन मी खरेदीला जाणार आहे. तू मुलांसाठी घरी थांब.'' असं सांगून ती निघून गेली.

मला फारच आनंद झाला. उद्या अजमेर आणि मी!

संध्याकाळ सरली. रात्र सुद्धा नेहमीसारखीच संपली.

दुसऱ्या दिवशी सगळे बाहेर पडल्यावर मी माझं काम आटपलं. अजमेर आणि शामबरोबर खूप खेळ खेळले. अजमेरला मांडीवर घेऊन आणि शामला शेजारी

बसवून खूप गोष्टी सांगितल्या. नंतर दोघं उड्या मारू लागले.

खरंच, सगळे दिवस असेच असावेत.

मुलं बागेत खेळू लागली आणि मी स्वयंपाक करायला आत गेले. तेवढ्यात दार वाजलं. बघितलं तर दारात पोस्टमन उभा. त्याच्या हातात एक मोठं पाकीट होतं.

"समीम अख्तरसाठी पत्र आहे. इथं सही कर." तो म्हणाला.

मी सही करून दार लावून घेतलं. पाकिटाकडं बघतच बसले. माझ्या नावाने पत्र? काय असेल? मला तर पत्राची अपेक्षाच नव्हती. मी पाकीट उघडलं. आतमध्ये माझा पासपोर्ट आणि पाकिस्तान वकिलातीचं पत्र. माझ्या पासपोर्टवर पाकिस्तानचा व्हिसा देऊन पासपोर्ट परत पाठविला होता. आणि पाकिस्तानी वकिलातीचं पत्र.

फक्त माझ्या नवऱ्याला इथं बोलवून आई आणि मांजचं समाधान होणार नव्हतं. त्याला घेऊन येण्यासाठी ते मलाच पाकिस्तानला पाठविणार होते तर!

रागाच्या भरात घरात सगळी मोडतोड करून टाकावी असं मला वाटलं. पण मी शांतपणे माझ्या खोलीत गेले आणि पासपोर्ट गादीखाली लपवून ठेवला. मग परत येऊन मुलांना जेवू घातलं.

एखाद्या झोंबीसारखं माझं काम मी उरकलं. पण आतून जणू मी मरूनच गेले होते. असं कसं करू शकतात हे लोक माझ्या बाबतीत?

तनवीर आणि आई आल्या त्या भरपूर खरेदी करून. कपडे शिवण्यासाठी खूप कापड आणलं होतं. एक नवी सुटकेसदेखील.

मी खरेदीचं कारण विचारलं.

"मी पाकिस्तानात जातेय. तातडीनं जावं लागतंय. तू येतेस माझ्याबरोबर?" आई मला विचारत होती. "पुढच्याच आठवड्यात जात्ये मी."

"नाही. नको. अजमेरकडं कोण लक्ष देईल?" मी पुटपुटले. त्यांना जेवण वाढू का म्हणून विचारलं.

मी त्यांना जेवण वाढलं आणि संध्याकाळच्या जेवणाची तयारी करू लागले. माझ्या माथी मारलेलं हे सगळं काम मला बरं वाटू लागलं. निदान त्यांच्यापासून लांब राहू शकत होते मी. मी हळू हळू काही भाज्या चिरल्या, काहींचे तुकडे केले. पण डोक्यात मात्र विचारांचं भयंकर थैमान चालू होतं.

ते मला खरं कधी सांगणार आहेत? की आईनं माझी बॅग भरूनच ठेवली होती आणि मांजच्या गाडीतून जणू खरेदीला जात आहोत असं भासवित होती?

'हे बघ आलं एअरपोर्ट. चल आत...' असं सगळं मला फसवून ठरवत नव्हते ना हे लोक?

मी त्यांना इतकी घाबरते की ते म्हणतील तसं काहीही निमूट करीन असं तर त्यांना वाटत नव्हतं?

सहा वाजता मिना आली. तिच्या पाठोपाठ मांज आणि असगर. मांजने जेवण झाल्यावर सांगितलं की तो बाहेर जाणार आहे आणि दोन तासांनी परत येणार होता. आई लवकर झोपली कारण खरेदी करून थकली होती. सवेर आणि तनवीर बाहेर गेले होते.

मिनाला लवकर झोप आली. ती साडेसातलाच झोपून गेली. आठ वाजेपर्यंत अजमेर झोपून गेला.

हॉलमध्ये मी असगरबरोबर बसले. त्यानं प्रश्नार्थक चेहऱ्यानं माझ्याकडं बघितलं.

"सगळं ठीक आहे. सर्वजण झोपलेत." मी माझ्या घडी घातलेल्या हातांकडं बराच वेळ बघत बसले. मग खोलवर श्वास घेऊन म्हणाले, "हे लोक मला पाकिस्तानात पाठवणार आहेत. वकिलाकडची कागदपत्रं, मी त्याला घेऊन इथं येईन त्यासाठीची होती. माझा पासपोर्ट त्यांनी व्हिसासाठी पाठवला आहे. पुढच्या आठवड्यात आई जाणार आहे. ती मला बरोबर घेऊन जाणार आहे. अर्थात हा त्यांचा सगळा कट मला कळला आहे, याची कल्पना त्यांना नाही."

त्याच्याकडं बघत मी पुढं म्हटलं, "आज सकाळी पोस्टमन येऊन माझा पासपोर्ट देऊन गेला. आई बाहेर गेली होती त्यामुळे पासपोर्ट माझ्याकडं आहे आणि मला सर्वच समजलं आहे याची तिला कल्पना नाही. पण मला जायचं नाही, असगर. मला त्या माणसाचं इथं येणं नकोय."

माझा संताप इतका प्रचंड होता की मला नेहमीप्रमाणं माझी दया येईना की रडू फुटेना. मला फक्त आतून पेटून उठल्याची भावना समजत होती.

असगरला धक्का बसला. मी जे काही बोलले त्यातला बराचसा भाग त्याने स्वत: बोलून बघितला. नंतर म्हणाला, "सॅम, तुझ्यासारख्या मुलीबरोबर ते असं कसं वागू शकतात?"

त्याच्या या शब्दांनी माझा श्वास रोखला गेला.

"तू काय करणार आहेस आता?" त्याने विचारलं.

"मला माहीत नाही." मी बोटं एकमेकांत अडकवण्याचा चाळा करत होते. जणू काही या सगळ्याचं न मिळणारं उत्तरच शोधत होते.

"मला वाटतं अजमेरला घेऊन इथून दूर कुठेतरी पळून जावं. जिथं आम्हाला हे लोक शोधू शकणार नाहीत."

या माझ्या उत्तराने निर्माण झालेली शांतता भंग करत असगर म्हणाला, "मी थोड्याच दिवसांत इथून निघणार आहे. माझ्याबरोबर ये."

१६

मी थक्क होऊन त्याच्या बोलण्याचा अर्थ न कळल्यासारखी त्याच्याकडं बघत राहिले.

तो पुढं म्हणाला, ''मी मँचेस्टरला एका मित्राकडं जाणार आहे.''

''काय? तू चेष्टा तर करत नाहीस ना?'' मी चाचरत विचारलं.

''तुला इथून निघून जायचंय; मी पण चाललोय.''

तो इतक्या प्रामाणिकपणे म्हणाला की, जगात दुसरी कुठली याहून तर्कशुद्ध गोष्ट असूच शकत नव्हती.

''तुला आणि अजमेरला कोणीही काहीही करू शकणार नाही, याची मी काळजी घेईन, पूर्ण जबाबदारी माझी. हे बघ, मी जेव्हा इथं आलो तेव्हा परत जायचं तिकीट न काढता आलोय. मला माहीत असलेल्या सगळ्यात दूरच्या ठिकाणी जायचं ठरवून इथं आलो आहे. तू पाकिस्तानात जाऊन आली आहेस. तुला तिथली परिस्थिती माहीत आहे. मी अजून तरी तिथे परत जाण्याचं ठरविलेलं नाही. मी असं कधीच दाखविणार नाही की सगळं काही सोपं असेल. कारण ते तसं नसेल.''

''पण माझ्याजवळ साठवलेले काही पैसे आहेत,'' तो पुढे सांगत राहिला, ''आणि प्रामाणिकपणे काम करण्याची माझी इच्छा आहे. मी तुझी काळजी घेईन असं वचन देतो.''

त्याचा शांत, काहीसा गंभीर आवाज ऐकताना माझ्या मनात वेगळाच विचार आला. इतके दिवस मी देवाची सतत प्रार्थना करत असे की काहीतरी चमत्कार घडू दे आणि माझी सुटका होऊ दे. तोच तर हा चमत्कार नसेल? माझ्या सगळ्या प्रश्नांचं हे एकच उत्तर तर नसेल?

''मला थोडा विचार करावा लागेल.'' असं म्हणून मी उभी राहिले.तो पण उभा राहिला. त्याने हळूवारपणे स्वत:चे ओठ माझ्या कपाळावर टेकले आणि मला जवळ घेतलं.

एखाद्याने मला जवळ घेऊन स्पर्शाने दिलासा देण्याची ही पहिलीच वेळ होती.

आश्रम सोडल्यास गेल्या दहा वर्षांत फक्त एखादे वेळेस मिनाने मला धीर दिला होता.

असगरचा आधार मला हवाहवासा वाटला. वाटलं, त्याने मला असंच धरून ठेवावं.

त्याच्या स्पर्शाने माझ्या मनात प्रथमच सुरक्षिततेची भावना निर्माण झाली.

दुसऱ्या दिवशी दुकानातून आल्यावर बघितलं तर आई तिची बॅग भरत होती.

''मी उद्या पाकिस्तानला जायला निघणार आहे.'' ती सांगत होती. तेवढ्यात मांजने मधे तोंड घातले.

''सॅमचं काय? ती नाही येणार तुझ्या बरोबर?''

''तिचा पासपोर्ट अजून आला नाही. पण मांज, तिचा पासपोर्ट आला की तू तिला ताबडतोब तिकडं पाठवून दे.''

या तिच्या बोलण्याने माझ्या कण्यातून भीतीचा शहारा पसरला आणि माझ्या नकळत मी बोलून गेले, ''मला जायलाच पाहिजे का? मला नाही जायचं तिकडं.''

माझ्या पाठीत इतका जोरात दणका बसला की मी गुरासारखी ओरडले. माझे गुडघे कोलमडल्यासारखे होऊन मी खाली पडले. मांज माझ्यावर वाकून माझ्या पोटात गुद्दा लगावणार तेवढ्यात असगर दुसऱ्या खोलीतून धावत आला. त्याने मांजला बाजूला खेचलं.

''काही झालं तरी तुला तुझ्या नवऱ्याला आणायला पाकिस्तानात जावंच लागेल.'' मांज किंचाळत होता. ''कळलं का, ऐकू येतंय ना? का....?''

''काय वेडबिड लागलंय का?'' असगरने मांजला दुसऱ्या खोलीत नेलं आणि विचारलं.

तो रागाने पुढं म्हणाला, ''तू तुझ्या बहिणीवर किंवा दुसऱ्या कुठल्याही स्त्रीवर हात उगारू शकत नाहीस.''

तेवढ्यात त्या खोलीचं दार बंद झालं आणि पुढचं त्यांचं बोलणं मला ऐकता येईना.

आईनं माझ्याकडं बघितलं. ''तूच तुझ्यावर वेळ ओढवून आणलीस. तुला अशीच शिक्षा पाहिजे.''

मी आईच्या बोलण्याकडं लक्षच दिलं नाही. माझ्या मनात अनेक विचारांनी गर्दी केली होती. माझ्या मदतीला असगर आल्याचं बघून मला आश्चर्यच वाटलं होतं. माझ्या बाजूनं अजून कधीही कोणीही बोललं नव्हतं. कोणातही आईला, विशेषत: मांजला विरोध करण्याची ताकद नव्हती. पण आज असगरने ते करून दाखविलं होतं. तो माझ्या मदतीला धावून आला होता.

मला माझी दयाच आली! स्वत:ची कीव करावी असं वाटलं.

माझी नुसतीच काळजी न करता, मला मिळणाऱ्या वागणुकीबद्दल प्रश्न विचारून विरोध दाखविणारं कोणीतरी होतं!

एकाएकी मला जाणीव झाली की माझ्या प्रार्थनेला मिळालेलं फळ म्हणजे असगरच होता. माझी जन्मभर काळजी घेणारा तोच एक होता. माझीपण तीच इच्छा होती.

मी उठून उभी राहिले. एका हाताने कंबर चेपत हळू हळू स्वयंपाकघराकडे गेले. मिनाने या तमाशापासून अजमेरला दूर नेलं होतं. ती त्याला मांडीवर घेऊन स्वयंपाकघरात बसली होती.

असगर आत आला. त्याने माझ्याकडं बघितलं. "तू ठीक आहेस ना?" त्यानं विचारलं.

"हे काहीच नव्हतं. ही तर फक्त सुरवात होती." मी हसायचा प्रयत्न करत बोलले.

असगरने पाण्याने भरलेला ग्लास माझ्यापुढे केला. आणखी एक ग्लास भरून तो मांजकडं गेला.

मांजचा आरडाओरडा अजूनही चालूच होता.

"हलकट, कशी जात नाही पाकिस्तानात ते बघतोच मी. नाही गेली तर तिचे तुकडेच करतो आणि पाठवून देतो तिकडं पोत्यात भरून."

त्या संध्याकाळी आई कुठं लक्ष देण्याच्या पलीकडं होती. तिची जायची गडबड चालू होती. त्यामुळं मला झालेला आनंद तिच्या लक्षात आला नाही.

मला फक्त एकच भीती होती, मी लपविलेला पासपोर्ट तिच्या हातात पडला तर? बरं झालं ती निघून जात होती. कारण तिने आणि मांजने माझ्या पासपोर्टची चौकशी केलीच असती पोस्ट ऑफिस किंवा पाकिस्तानी वकिलातीमध्ये. मलाही फार काळ पासपोर्ट लपवून ठेवता येणार नव्हता.

त्या रात्री मला झोप येणं शक्यच नव्हतं. हॉलमध्ये असगर आणि मांज रात्री दोन पर्यंत बोलत बसले होते.

माझ्या मनाची तयारी झाली होती. मी असगरबरोबर जाणार होते.

यापुढं मी ही मारहाण सोसू शकत नव्हते. मी असं काही उलट बोलले तर हे लोक अजमेरवर सूड घेतील हा विचार मला असह्य होता.

असगरची नक्की काय योजना होती ते मला माहीत नव्हतं. पण या नरकापेक्षा ते बरं असणार होतं. इथं मात्र मला काही भविष्य नव्हतं.

असगरचं वागणं सौम्य होतं. तो जवळ असला की मला कसली काळजी वाटत नव्हती. आणि तसेही माझे तुकडे करून पाकिस्तानात पाठविणार असतील

तर मला दुसरा पर्याय नव्हताच.

खरंच मी इथं राहून मेले, तर अजमेरचं काय?

दुसऱ्या दिवशी दुकानात जाईतो सर्वच गप्प होते. दुकान आल्यावर मी आत जाऊन पिशव्यांत बटाटे भरून वजन करू लागले.

"पैशांच्या खणाजवळ बस. मला आईला घेऊन एअरपोर्टवर जायचंय. असगर चल." मांज म्हणाला.

"मला वाटेत सोडशील का? मला बूट खरेदी करायचेत." असगरने मांजला विचारलं.

"हो. सोडेन." मांज उत्तरला. ते दोघं निघून गेले.

तरी जाता जाता आईने, पासपोर्ट आल्या आल्या मला पाकिस्तानात पाठवून देण्याची आठवण मांजला केली.

माझ्या मनातल्या भावना चेहऱ्यावर दिसू न देण्याची खबरदारी घेत तिच्याकडे बघून मी हसले.

'हंऽ! कधीच नाही.' मी मनात म्हटलं.

खरं म्हणजे मी आईला घाबरणं कधीच सोडून दिलं होतं. पण तिला वाटायचं मी पूर्वीचीच तिचा मार चुकवण्यासाठी काहीही करणारी मुलगीच आहे. खरं पाहिलं तर मी एक मुलगी नसून आता एक स्त्री होते. आता माझ्या आयुष्याचं काय करायचं हे मी ठरवू शकत होते, ती ठरवू शकत नव्हती. माझे निर्णय मलाच घ्याचये होते. त्यामुळं तिच्यापुढं उभं राहून तिचं सगळं बोलणं, शिव्या ऐकत बसणं हे खूप सोपं झालं होतं. तिच्या बोलण्याचा माझ्यावर काहीच परिणाम होत नसे.

आता तर काय मी माझी कायमचीच सुटका करून घेणार होते.

त्यांच्या निघून जाणाऱ्या व्हॅनकडं मी पाहिलंसुद्धा नाही. पाठ फिरवून मी दुकानात आले.

ती निघून गेली; मी पण जाणारच होते.

मी दुकानात बसून वीस-पंचवीस मिनिटंच झाली असतील, एवढ्यात असगर परत आला.

"अरे, तुझे बूट कुठे आहेत?" मी विचारलं.

"मला माझ्या पसंतीचे मिळालेच नाहीत." तो मोकळेपणाने हसून म्हणाला.

"तू नीट शोधलेच नसशील!"

खरं म्हणजे त्याला पाहून मी थोडी हादरलेच होते. पण मनात उत्सुकता ही होतीच.

"तुला निघून तर अर्धा तास सुद्धा झाला नाही."

त्याचा चेहरा एकदम गंभीर झाला. "मी परत आलो, कारण आपल्याला बरंच

काही बोलायचंय. मी काही तुला इथं सोडून परत जात नाही. मी तुझ्यावर प्रेम करतोय सॅम. मला तुझी आणि अजमेरची काळजी घेतलीच पाहिजे.''

त्याने खिशातून एक अंगठी बाहेर काढली. ''कळलं मी शहरात कशासाठी गेलो होतो? सॅम, माझ्याशी लग्न करशील?''

माझ्या जोराने धडधडणाऱ्या हृदयाशिवाय सर्व जग जणू थिजून गेलं होतं.

''अरे, तू विसरलास का? माझं लग्न झालंय.''

''नाही ग. झालेलं नाही.'' तो कळकळीच्या स्वरात बोलू लागला. ''तू तेव्हा खूप लहान होतीस. तुला काय होतंय ते कळत सुद्धा नव्हतं. तू जे काय शब्द मौलवीच्या तोंडातून ऐकलेस, त्याचा अर्थ सुद्धा तुला कळत नव्हता ग! मला उत्तर हवंय, हो की नाही?''

जणू आजवर माझ्यावर पाडले गेलेले डाग कोणीतरी हळुवार पुसून काढत होतं. असं कधीतरी तरी व्हायला हवं होतं ना? लग्न म्हणजे काय हे खरंच मला कधी कळलंच नव्हतं. सगळ्यांनी मला फसवून कायम अंधारातच ठेवलं होतं.

असगरनं तो अंधार बाजूला करून मला प्रकाश दाखविला होता.

सगळंच कसं प्रसन्न होतं. जणू आशेचा गुलाब माझ्या हृदयात फुलत होता. मला भविष्य होते! मी आनंदात राहू शकणार होते.

''हो. मी तुझ्याशी लग्न करेन.'' त्याने दिलेली अंगठी मी बोटात चढवली.

''मी काल रात्रीच तुझ्याबरोबर येण्याचं नक्की केलंय. आता मला तिथं जगणं शक्य नाही. मग काय ठरवलयंस तू?''

''तुझी आई पाकिस्तानात गेलीच आहे. घरात फक्त तुझी वहिनी आहे. फक्त कोणाला न कळता तुझी बॅग बाहेर कशी काढायची ते ठरवायचं.''

मला फक्त एक मिनिट पुरे होतं विचार करायला. ''ओहो! तनवीर शामला घेऊन उद्या डॉक्टरकडं जायची आहे. कारण तो खूप खोकतो आहे. ती घरातनं बाहेर पडली की आपण लगेच निघू शकतो. मला अजमेरसाठी घरात थांबावं लागेल.''

सगळं कसं जागच्या जागी बसत होतं. आता मात्र माझ्या पोटात अक्षरश: फुलपाखरं बागडू लागली.

असगरनं माझा हात घट्ट पकडला, ''हे धाडस तू करशील याची तुला खात्री आहे ना?''

मी मान हलवली. ''हो. खात्री आहे. आतापर्यंत कशाचीच खात्री नसायची मला. पण मी आतून थोडीशी घाबरले आहे. हो आणि मला मिनाला सांगायला हवं. तिचा निरोप घेतल्याशिवाय मला निघता येणार नाही. तिला अजमेरची खूप आठवण येईल.''

असगरनं आणि मी परत एकदा उद्याचं सगळं नीट ठरवलं. त्यानं माझा धरलेला हात सोडण्यापूर्वी त्याच्या ओठांचा माझ्या ओठांना अलगद स्पर्श झाला. तो स्पर्श मला उरलेला सर्व दिवस आठवत राहिला.

रात्री जवळपास कोणी नाही असं बघून मी मिनाला स्वयंपाकघराच्या कोपऱ्यात नेलं.

"मिना, मला काही सांगायचंय. मी इथं राहू शकत नाही. मला त्यांचा कट माहीत झाल्यावर तर नक्कीच नाही. असगर मला आणि अजमेरला इथून घेऊन जायला तयार आहे. तो माझ्याशी लग्न करणार आहे. आता मला गेलंच पाहिजे. मी उद्या निघेन."

"काय?" ती एकदम किंचाळली. "नको नको. तू अशी जाऊ शकत नाहीस."

"शूऽऽ आवाज हळू. कोणी ऐकेल."

"सॅम, मांज तुला शोधून काढून मारून टाकेल ग! मग अजमेरला कोण?"

मांजबद्दल ती जे बोलली ते खरंच होतं. त्याला माझा बेत कळला असता तर त्याने मला इतकी मारहाण केली असती, की मी कायमची अपंग झाले असते. दुसरीकडे मला हे पण कळत होतं की, माझ्यापुढं ही एकच आणि शेवटची संधी होती.

मी मिनाचा हात घट्ट पकडला.

"हे बघ, मला काही झालंच तर तू अजमेरकडे बघावंस असं मला वाटतं. बरोबर आहे ना?"

ती मान हलवून रडू लागली. ते बघून माझंही अवसान कमी झालं. आम्ही एकमेकींच्या मिठीत ओक्साबोक्शी रडू लागलो.

"तुला समजतं ना मिना, की मला असं करण्याशिवाय गत्यंतर नाही ग. अजमेरचा होणारा छळ मी बघू शकत नाही. त्याला प्रेमाची, काळजी घेण्याची गरज आहे. थपडांची, गुद्द्यांची नाही."

"मला समजतंय हे करायला तू का तयार झालीस ते. पण मांजनं तुला शोधलं तर काय, याचीच मला भीती वाटतेय. तो तुझं काय करेल मला कल्पनाच करता येत नाही."

आम्ही परत एकमेकींना बिलगून रडू लागलो.

मला खात्री होती की मिना इथं ठीक राहील. कोणी तिला काही करणार नाही. तिला स्वत:ची काळजी कशी घ्यायची ते चांगलं माहीत होतं. तिला कोणी ओरडलं की ती लगेच रडू लागे. एखादं काम सांगितलं की ती स्वत:चं बोट कापून घेई. म्हणजे ते काम तिला परत कोणी सांगत नसे. ती माझ्यापेक्षा व्यवहारी होती. तिला

पक्की खात्री होती की, तिनं कितीही चांगलं काम करून दाखवलं तरी तिचं कोणी कौतुक करणार नव्हतं. मग स्वत:ची मान खाली घालून सगळ्यातनं सुटायचं हेच चांगलं होतं. तसंच ती वागे. अज्ञानात सुख असतं हे तिला चांगलंच माहीत होतं. मग भोवताली काही का होईना.

मीच फक्त वेगळी होते.

मला प्रत्येक गोष्ट समजायला हवी असे. लहानपणी पेगीआंटीबरोबर राहिल्याचा हा परिणाम होता. पेगीआंटीच्या जागी तसंच प्रेम करणारं कोणी मिळेल या आशेनं, फक्त मीच माझ्या कुटुंबाला सुख देण्याचा प्रयत्न करे.

मिनाचं काटकुळं शरीर मी माझ्या मिठीत घेतलं. मला खात्री होती मी निघून गेले तरी तिला इथं कोणीही त्रास दिला नसता.

बऱ्याच वेळानं आम्ही दोघी बाजूला झालो. डोळे कोरडे केले. मिना म्हणाली, "तू काळजी घे आणि माझ्या लाडक्या भाच्याचं सगळं नीट करत जा."

तिने माझ्याकडं बघितलं. तिचे डोळे परत भरू लागले.

"मला खरंच वाटत नाही ग हे सगळं."

"मिना, माझं तुझ्यावर खूप प्रेम आहे."

"माझंही."

दुसऱ्या दिवशी मी उठले. सर्वांसाठी नाश्ता तयार केला.

मिना दुकानात जायच्या आधी आत आली आणि मला बिलगली. माझ्या कानात कुजबुजली, "मला तुझी क्षणोक्षणी आठवण येत राहिल. माझं तुझ्यावर प्रेम आहे."

मग तिनं अजमेरला उचलून छातीशी धरलं.

"मोठा झालास की परत ये बरं! हो आणि तुझ्या मावशीला विसरू नकोस हं. जगातल्या कुठल्याही माणसापेक्षा माझं तुझ्यावर जास्त प्रेम आहे."

मला येणारं रडू मी दाबून धरलं. घशात आलेला आवंढा गिळून बोलले, "गुड बाय!"

"माझं तुझ्यावर प्रेम आहे ग."

स्वयंपाकघराच्या दाराशी ती थबकली आणि तिनं वळून क्षणभर माझ्याकडं बघितलं. एका क्षणात ती निघून गेली.

व्हॅन लांब निघून गेली.

एकातून सुटका झाली होती.

अजमेरला घेऊन मी माझ्या खोलीत आले. मला भीती वाटत होती की मिना बोलली होती ते शब्द तो पुन्हा पुन्हा बोलत बसेल आणि तनवीर ते ऐकेल. म्हणून

मी त्याला गोष्टीत रमवलं. मधूनच त्याला गुदगुल्या केल्या. तो खदखदा हसू लागला.

शेवटी एकदाची तनवीर खोलीत आली.

"मी निघाले आहे. तासाभरात परत येईन."

"बरं. शामचा खोकला एकदाचा बरा होऊ दे." मी म्हटलं.

काही मिनिटांतच पुढचं दार बंद झालं. मी खिडकीतून तनवीर बरीच दूर गेल्याची खात्री करून घेतली. ती परत येणार नाही याचा अंदाज आल्यावर मी बॅग काढायला धावले. या एकाच बॅगेत सारं काही कोंबायचं होतं.

मी काळजीपूर्वक बॅग भरत होते. तरी घाईघाईत माझे बरेचसे सलवार कमीज, एक जुनी ब्रा, दोन बुटांचे जोड, काही छोटे दागिने आणि माझा पासपोर्ट, एवढं भरलं. नंतर मात्र अजमेरचे कपडे भरले.

अजमेरला सगळा खेळच वाटत होता. मी वस्तू बॅगेत भरल्या की तो काढून टाके. एरवी मी खेळले असते, पण आज वेळ नव्हता.

"शांतपणे बसून मम काय करते आहे ते बघ." मी जरा जोरानेच बोलले. "आज आपल्याला झुकझुक गाडीतून जायचंय."

त्याच्याशी बोलून मी माझीच हुरहुर कमी करत होते.

शेवटी एकदाची बॅग भरून झाली. मी ती बंद केली आणि पुढच्या दाराशी नेऊन ठेवली.

मी सगळ्या घरात भिरभिर फिरले. असगरची बॅग उचलून माझ्या बॅगेशेजारी ठेवली. स्वयंपाकघरात जाऊन अजमेरसाठी टोस्ट बनविला आणि त्याला भरविला. प्रवासात त्याला कुठं भूक लागली तर पोट भरलेलं असावं म्हणून.

त्याचं तोंड पुसत होते एवढ्यात दारावर टकटक झाली. असगर असू दे अशी प्रार्थना करत दारावरच्या छोट्या काचेतून बघितलं. असगरच होता.

माझं हृदय धडधडायचं काही थांबेना. काय करणार? घरातून पळून जात होते. हे शब्द मी माझ्याशी सुद्धा कधी उच्चारले नव्हते. पण आता मात्र माझे तळहात घामेजले. कधी नाही एवढी मी घाबरले.

मी दार उघडलं. आमचे डोळे एकमेकांना भिडले. आम्ही प्रचंड दडपणाखाली होतो, की हसू कसं ते येईनाच.

"तू तयार आहेस?" असगरने विचारलं.

"हो. या दोन बॅगा, मी अजमेरला आणेपर्यंत टॅक्सीत ठेवतोस?"

मी माझ्या लेकराला उचललं आणि पुढच्या दाराशी आले. मी बाहेर पडेतो असगरने दार धरून ठेवलं.

"घेतलंस ना सगळं?"

मी मान हलवली आणि दार बंद केलं.

टॅक्सीत बसेपर्यंत मी मागे वळूनही पाहिलं नाही.

"सेंट्रल स्टेशन प्लीज." मी असगरला सांगताना ऐकलं.

माझ्याकडे वळून तो म्हणाला, "इथं येण्याआधी मी तिकिटं काढली. ट्रेन वीस मिनिटांत सुटेल."

तो दिवस सतरा नाव्हेंबर एकोणिसशे सत्याऐंशीचा होता. शेवटी मी एकदाची घराच्या बाहेर पडले होते!

टॅक्सीत मला काही बोलताच येईना. अजमेर माझ्या मांडीवर बसून खिडकीतून काय काय दिसतंय ते बडबडत होता.

स्टेशनमध्ये शिरताना माझे पाय कापत होते. मी अजमेरचा हात घट्ट पकडून ठेवला होता. असगर माझी आणि त्याची स्वत:ची अशा दोन बॅगा घेऊन प्लॅटफॉर्मकडं निघाला.

"आठ नंबरचा प्लॅटफॉर्म," तो म्हणाला.

आम्ही भरभर चालत होतो. अजमेर माझा हात धरून माझ्यामागं दुडदुडत येत होता. मी अजमेरला उचलून डब्यात शिरले आणि सीट्स शोधल्या. तोवर असगर बॅगा घेऊन आला.

मी खिडकीतून मागे बघू लागले. कुठं मांज किंवा घरचं कोणी आमच्या पाठोपाठ आलं नाही ना ते.

ट्रेन लवकर सुटू दे म्हणून मी धावा केला. अजून दहा मिनिटं होती. या दहा मिनिटांत काहीही होऊ शकतं. माझी भीती मला स्वस्थ बसू देईना. नाही नाही ते विचार मनात येऊ लागले. सगळे विचार मूर्खपणाचेच होते. म्हणून असगरला मी काहीच बोलले नाही.

एव्हाना तनवीर घरी आली असेल. आम्ही घरी नाही हे बघितल्यावर तिनं मांजला कळवलं असणार. मग तर तो स्टेशनच्या दिशेने निघालाच असेल. एवढ्यात तो स्टेशनवर नक्की पोहोचू शकतो. कदाचित ट्रेनमध्ये चढलाही असेल, आता इतक्यात माझ्या केसांना हिसडा देऊन तो मला फरफटत बाहेर काढेल. माझ्या हृदयाचे ठोके मलाच ऐकू येत होते.

"ममा, आपण कुठं चाललोय?" अजमेरच्या शब्दांनी मी थोडी भानावर आले.

"आपण ना, चू चू ट्रेनमधून खूप लांब चाललोय," मी त्याला जवळ ओढलं. "बाहेर बघ आणि सांग बरं मला, गाडी कधी चालू होते ते."

"सगळं ठीक होईल." माझ्या समोरच्या सीटवर बसत असगर मला धीर यावा म्हणून बोलला.

"आपल्याला मँचेस्टरला पोहोचायला चार तास लागतील. तिथून मी माझ्या

मित्राला फोन करेन.''

मला जरा धक्का जाणवला. ''आई आपण निघालो.'' अजमेर मला सांगू लागला.

''हो. खरंच!'' मी त्याला मिठीत घेतलं.

स्टेशनच्या बाहेर ट्रेन पडली तेव्हा मला जरा हायसं वाटलं. माझे आखडलेले स्नायू सैल झाले. हृदयाची धडधड कमी झाली.

आता मांज आम्हाला पकडू शकत नाही. आता तो आम्हाला काही करू शकत नाही. आम्ही सुरक्षित आहोत. मी म्हणत राहिले.

प्रवासभर आम्ही अजमेरला खेळवत राहिलो. मी अजमेरला दोन द्वाड मुलांची गोष्ट सांगितली. त्यांनी केलेले प्रवाशांबरोबरचे चाळे ऐकून अजमेर हसत होता. त्याच्याबरोबर असगरही हसू लागला. कॅनॉक चेसच्या खूप गोष्टी मी रचून सांगितल्या. गॉब्लीनच्या सुद्धा.

अजमेरने माझ्याकडं बघून निर्व्याज्यपणे विचारलं, ''तुझी आई होती तुझ्याबरोबर?''

या प्रश्नासरशी माझ्या मनात एक चित्र साकारलं. आई नव्हती, पण पेगी आंटी तर होती.

''नव्हती. आई नव्हती माझ्याबरोबर.''

त्यानं खिडकीकडं मान वळवली. भराभर मागे जाणाऱ्या वस्तू बघत, त्या आम्हाला सांगण्यासाठी त्याची धांदल होत होती.

मी अजमेरचा हात घट्ट पकडला. मला जे पूर्ण माहीत होतं त्याचीच नव्याने जाणीव झाली. आईनं मला जन्म दिला होता. पण कधीच माझी काळजी घेतली नव्हती. तिचं माझ्यावर कधीच प्रेम नव्हतं. माझ्यावर प्रेम करून, माझी काळजी घेऊन, माझं चांगल्या संस्कारांनी संगोपन केलेल्या पेगी आंटीचा चेहरा इतक्या वर्षानंतर सुद्धा माझ्या डोळ्यांसमोर आला. तिच्या संस्कारांप्रमाणेच घरी माझी वागणूक होती. ती माझी जन्मदात्री नव्हती, पण जन्मदात्रीपेक्षा श्रेष्ठ होती....

माझा घसा कोरडा पडला होता. असगरने उठून माझ्यासाठी पेय आणलं.

''तू त्याची खेळणी नाही का बरोबर घेतलीस?''

''तू बॅगेत ठेवायला विसरलीस का?'' त्याने परत विचारलं.

''नाही. त्याच्याजवळ त्याचं स्वत:चं असं एकही खेळणं नाही. घरातली सगळी खेळणी शामची होती.''

असगरने काही क्षण माझ्याकडे पाहिलं आणि नाइलाज झाल्यासारखी मान हलवली. पण थोड्याच वेळात अजमेर माझ्या मांडीवर डोकं ठेवून झोपला.

असगर सांगत होता, ''माझा मित्र आपल्याला जागा मिळवून द्यायला मदत करेल. मी जे मिळेल ते काम करेन. तू घरात राहून अजमेरची काळजी घेऊ

शकशील.''

त्यानंतर मी जास्त काही बोलले नाही. गप्प गप्पच होते. खरं तर अजूनही माझा जे घडतंय त्यावर विश्वासच बसत नव्हता. मी घरातून पळाले, दक्षिणेकडं जाणाऱ्या ट्रेनमध्ये बसले आणि हे सगळं घरच्या कोणालाच माहीत नाही.

मांज तर नक्कीच आम्हाला शोधून काढणार होता. मग आमच्या तिघांचं काय होईल. असगर मांजला सापडला तर मांज त्याला सोडणार नव्हता. पण तो विचार मी मनातून झटकून टाकला.

मी असगरकडं बघून हसले. इथं आम्ही तिघं एकत्र होतो. कुठे जायचंय तो रस्ता माहीत नव्हता. जवळ पैसे नव्हते. अन्न नव्हतं आणि डोक्यावर छतही नव्हतं.

पण यापैकी कशाचीच काळजी नव्हती. स्वातंत्र्याचा हा अनुभव तर कित्येक युगांनंतर माझ्या वाट्याला आल्यासारखं वाटत होतं.

खरं म्हणजे असगर तरी मला पूर्णपणे कुठं माहीत होता? पण माझी खात्री पटली होती का हा माणूस प्रेमळ आहे. सभ्य गृहस्थ आहे. आम्ही दोघं त्याच्याबरोबर सुरक्षित होतो.

आम्ही मँचेस्टरला पोहोचलो दुपारी तीन वाजता. असगरने त्याच्या मित्राला फोन केला. इक्बाल पंधरा मिनिटांत हजर झाला.

''तुम्ही माझ्या घरात राहू शकता काही आठवडे. मी नवीन घर घेतलंय, पण पहिल्या घराच्या चाव्या अजून माझ्याकडेच आहेत.''

इक्बाल आम्हाला घेऊन थेट त्या घरीच आला. ''ही पुढच्या दाराची आणि ही दुसरी मागच्या दाराची.'' त्याने असगरला किल्ल्या दिल्या. आम्ही घरात आलो.

घरात कुबट वास होता आणि सगळीकडे घाण होती. हॉलमध्ये तीन माणसं बसू शकतील असा काळा कोच होता. कोपऱ्यात एक लहान टेबल होतं. भिंती घाणेरड्या आणि थंडगार होत्या. जमिनीवर जुनाट राखी रंगाचा गालिचा होता. फायरप्लेस मोडली होती. स्वयंपाकघर मागील बाजूस होतं. सिंकच्या वर एक खिडकी होती. जमीन कोब्याची केलेली होती. चार शेगड्या बहुतेक कधीच साफ केलेल्या नव्हत्या. आणि सिंकमध्ये एक पातेलं. एवढंच!

आम्ही वर बेडरूममध्ये गेलो. खालच्यापेक्षा इथली स्थिती जरा बरी होती. पहिल्या खोलीत एक डबल बेड होता आणि चादरीशिवाय गादी. तिथला गालिचा स्वच्छ दिसत होता. खिडकीतून घरामागची बाग दिसत होती. शेजारच्या खोलीत पलंग होता आणि भिंतीवर टेडी बेअरचं चित्र असलेला वॉल पेपर, शिवाय छान रंगाचा गालिचा. बाथरूम तर घाणीने भरलेलीच होती.

असगर माझ्यकडं बघू लागला. मी काय म्हणेन याची त्याला धास्ती असावी.

''ठीक आहे. खूप स्वच्छता करावी लागेल,'' असगरकडं बघत मी पुढं

म्हटलं, ''पण मला त्याची सवय आहे आणि मला काही त्रास होणार नाही.''

इतक्या वर्षांची असल्या कामांची सवय असल्यामुळं मला काळजी नव्हती. अर्थात इक्बाल बरोबर असल्यामुळं मी ही गोष्ट बोलून दाखविली नाही.

माझ्यासाठी तर तो राजवाडाच होता. कारण माझ्या कुटुंबातलं तिथं कोणीच नव्हतं. माझ्याबरोबर फक्त अजमेर आणि असगर होते. इथली सारी स्वच्छता मी माझ्यासाठी आणि माझं ज्यांच्यावर प्रेम आहे त्यांच्यासाठी करणार होते. किती मोठा फरक होता!

आम्ही खाली आलो. ''इथं जवळचं दुकान कुठं आहे?'' असगरने विचारलं. ''मला थोड्या चादरी आणि जेवण आणायचं आहे.''

''मी तुला गाडीने नेतो. सॅम बाळाजवळ थांबेल.''

असगरने मला जवळ घेतलं. ''मी आलोच लवकर.''

मी सोफ्यावर बसले. अजमेर माझ्याशेजारी येऊन बसला. ''मला आवडलं इथं. भिंतीवर टेडी बेअर आहे ती खोली माझी का?''

''हो. तुझ्या एकट्याची.'' मी त्याला बिलगून म्हणाले. तो माझ्या हातून पळाला आणि उड्या मारत म्हणू लागला. ''मी माझ्या खोलीत खेळणार. खेळणार.''

मी हसले. इथं अजमेर मला तीन वर्षांच्या मुलसारखा दिसला. आनंदी, कसलीच काळजी नसलेला.

काहीही होऊ दे. पण त्याचा हा आनंदाचा स्वर ऐकणं म्हणजे फार मोठं समाधान होतं. इथं तो सुरक्षित होता.

माझ्या नजरेसमोर एकदम आई आली. मला खात्री होती, तिचा डाव फसल्यानं ती भयंकर संतापणार होती. अगदी प्रक्षुब्ध होणार होती. पण मी बेफिकीर होते. ती माझ्यापासून आता फारच दूर होती. मग कशाला घाबरायचं? अजमेरचं हसणं ऐकता ऐकता मला झोप लागून गेली.

दोन तासांनी असगर पिशव्या भरून सामान घेऊन आला. काही ब्लँकेट्स आणि जेवण.

अजमेर धावत खाली आला आणि त्याने असगरला हाक मारली. असगरने एक पिशवी त्याच्या पुढे धरली.

''हे तुझ्यासाठी.'' तो म्हणाला.

''काय आहे त्यात?'' अजमेरनं विचारलं.

''उघड तू आणि बघ.'' असगर माझ्याकडं बघून एखाद्या खोडकर मुलासारखा हसला.

अजमेरनं ते पुडकं उघडलं. आत एक कार होती. काही खडू, एक रंगावायचं पुस्तक आणि थोडा खाऊ, कुरकुरे सुद्धा!

"असगरला काय म्हणायचं?" मी अजमेरला विचारलं.

"मी माझ्या खोलीत जाऊन खेळणार." त्याचा उत्साह इतका होता की मी त्याच्यामागं लागले नाही.

"थॅन्क्स! आम्हा दोघांकडून." मी म्हटलं. आताचे माझे अश्रू आनंदाचे होते.

"तुला भूक लागली असेल ना?" असं म्हणून असगर आत गेला. पुडे ओट्यावर ठेवले.

"मी थोड्या पेपर प्लेट्स आणि चमचे आणलेत. पातेलं इथं दिसलं म्हणून आणलं नाही."

त्याने सूपचा डबा उघडला. पातेल्यात गरम केलं आणि बरोबर आणलेल्या बाउल्समध्ये वाढलं. हॉलमधल्या छोट्या टेबलावर त्यानं जेवण मांडलं.

सूप आणि पाव!

"ये, थोडं खा." तो म्हणाला.

"तूच खाऊन घे. मला फारशी भूक नाही."

"कसला विचार करतेस?" त्याने विचारलं.

मी विचारांची जुळवाजुळव करत म्हटलं, "मी खूप आनंदात आहे. पण काहीशी हरवल्यासारखी झालेय. कसं सांगावं कळत नाही. पण असं वाटतंय की सुरवातीच्या पायरीवर उभी आहे आणि शेवटची पायरी गाठायला खूप वेळ आहे. सगळ्या गोष्टी सुरळीत होणार आहेत. पण हे सगळं थोडंसं घाबरवणारं आहे."

मी बसले होते तिथे तो आला. त्याने माझा हात आपल्या हातात घेतला. "पण तू एकटी नसशील. मी तुझ्याबरोबर आहे. आपण दोघंही हरवल्यासारखे झालो आहोत. कठीण आहे, पण मी तुला वचन देतो, तू नक्की तिथे पोहोचशील. जिथं कुठं 'तिथे' आहे. पण आता चल, तुला थोडं खावं लागेल." त्यानं मला उभं रहायला हात दिला.

मी अजमेरला जेवणासाठी हाक मारली. आम्ही तिघं जेवलो. सुरवात करेपर्यंत आम्हाला किती भूक लागली होती ते कळलंच नव्हतं. सूप तर लगेचच संपलं, पण अख्खा पावही आम्ही संपवला!

जेवणं झाल्यावर मी चादरी-ब्लँकेटं घालून झोपण्याची तयारी केली. अजमेरला त्याच्या खोलीत जायला सांगितलं. तो तर खुषीनं तयार झाला. पण खेळण्यातली मोटार कुशीत घेऊन झोपू देण्याचं त्यानं आमच्याकडून कबूल करून घेतलं.

"गुड नाईट अॅन्ड स्वीट ड्रीम्स!" मी म्हटलं.

"आपण आता इथंच रहायचं का? मला इथं खूप आवडलं." त्याने विचारलं.

"हो. आपल्याला नवं घर शोधावं लागेल. पण आपण आता ग्लासगोला परत जायचं नाही. उद्या आपण तुझ्यासाठी छोट्या मुलांची शाळा शोधू. म्हणजे तुला मित्र

मिळतील.'' मी त्याचा पापा घेतला. त्याच्या डोक्यावर अलगद थोपटत अंगाई गीत गाऊ लागले.

त्याला झोप लागल्यावर मी हळूच खाली आले. असगर सोफ्यावर बसला होता.

''मला वाटतं उद्या जाऊन मी काम शोधावं. इक्बाल म्हणत होता की कापड गिरणीत मला नक्की काम मिळेल. काही नसण्यापेक्षा सध्या ठीक आहे.'' तो हसून म्हणाला.

तो उभा राहिला. माझ्याजवळ येऊन त्याने माझ्याभोवती अलगद त्याचे हात गुंफले.

खरं म्हणजे मला त्याचं असं वागणं थोडं अडचणीत टाकणारं वाटायला हवं होतं, थोडसं चमत्कारीक. पण तसं काही झालं नाही. जणू काही असं जवळ घेणंच बरोबर होतं. त्यामुळे मी आपोआप त्याच्या जवळ सरकले. त्यानं माझं डोकं वर उचललं म्हणजे मी त्याच्या डोळ्यांत पाहू शकणार होते. त्यानं हळूच माझ्या ओठांवर ओठ टेकले.

''आता कसं वाटतंय तुला?'' त्यानं विचारलं.

त्याच्या ओठांचा स्पर्श मृदू होता. तो आठवत मी म्हटलं, ''मी बरी आहे!''

त्यानं परत माझा मुका घेतला.

''छान. खूप छान.'' मी पुटपुटले. खरं म्हणजे त्यानं माझा परत मुका घ्यावा असं मला वाटत होतं.

असगरने मला मिठीत घेतलं आणि म्हणाला, ''आलोच मी.''

मी सोफ्यावर बसले. काही वेळाने असगर येऊन माझ्याजवळ बसला.

''आपण वर जाऊ या का? तिथं जरा आराम वाटेल.''

मी मान हलवली.

आम्ही दोघं एकमेकांना बिलगून गादीवर पडून राहिलो. त्याच्या मिठीत मला सुख होत होतं. मी खरंच त्याच्याजवळ सुरक्षित होते.

त्या क्षणी माझ्या मनात विचार आला, खरंच मी जशी आहे तशीच; पण असगरने त्याच्या हृदयात मला कायमचं स्थान दिलं आहे. माझा उपयोग केवळ कुणाला ना कुणाला सेवा पुरविण्यासाठी केला जाणार नाही याची मला खात्री पटली. त्याला बिलगून झोपताना मला परत एकदा माझं सुखाचं बालपण आठवलं. किती कमी होते असे सुखाचे क्षण माझ्या आयुष्यात. माझे डोळे भरून आले.

असगरनं फक्त त्याचे हात माझ्याभोवती गुंफले होते. काही क्षणांतच मला जाणवलं; अजमेरवरचं असणारं प्रेम हेच काही एकमेव प्रेम नव्हतं माझ्या आयुष्यात, असगरवर सुद्धा प्रेम करू शकत होते मी!

इतकी वर्षं सतत हृदयात खोल साठवून ठेवलेल्या सगळ्या हळव्या भावनांना बाहेर पडण्यास वाट सापडली होती.

काही क्षणांत माझं आयुष्य म्हणजे जणू सुखद स्वप्न झालं होतं. मला त्या स्वप्नातून जागं व्हावंसं वाटेना.

मला झोप लागेपर्यंत असगर मला थोपटत राहिला.

बस्स, एवढंच! मी सुखानं झोपी गेले.

१७

सकाळी जाळीच्या पडद्यातून किरणं अलगद खाली उतरताना मला जाग आली. मला वाटलं की मी फार उशिरापर्यंत झोपले आहे आणि दुकानात जाताना मला उठवलं नाही म्हणून मी मिनाला शिव्या देत आहे.

"सुप्रभात!" हसत माझ्याकडे वळून असगर प्रसन्नपणे म्हणाला.

अरे, अशी कशी मी विसरले, मी कुठे आहे ते? या परक्या घरात सुखाच्या निद्रेतून जागं होणं थोडं परक्यासारखंच होतं. पण सुखाचं, खूप सुखाचं!

मला थोडसं भोवळ आल्यासारखं झालं.

मी काहीच बोलेना म्हणून असगरनं विचारलं, "कसं वाटतंय तुला सकाळी सकाळी?"

"अगदी जिवंत आणि सर्वोच्च शिखरावर!"

"सगळी प्रेमाची करामत!" असगर हसत हसत म्हणाला आणि त्याने खिडकीतलं घड्याळ उचललं.

आठ वाजले होते. उठावं की परत झोपावं असा विचार आमच्या मनात येतो न येतो, तोच अजमेरचा आवाज आला, "मम्मा, तू कुठं आहेस?"

"मला वाटतं आता उठावं." दोघांच्या तोंडून एकाच वेळी शब्द बाहेर पडले!

मी झरकन खाली आले. साधासा नाश्ता बनवेपर्यंत असगर खाली आला. आम्ही तिघांनी एकदम नाश्ता केला.

दहा वाजता इक्बाल आला आणि ते दोघं असगरसाठी काम शोधायला बाहेर पडले.

मी पण चटकन तयार झाले. आमचा शेजारपाजार कसा आहे ते मला बघायचं होतं. मी अजमेरचा हात धरला.

सगळीकडं शांत होतं. रस्त्यावर दोन्ही बाजूला झाडांच्या रांगा होत्या. पक्षी किलबिलत होते. पण मी फार लांब गेले नाही. रस्ता चुकण्याचं भय होतं.

घरी येऊन आम्ही अजमेरच्या पुस्तकातील चित्रं रंगवत बसलो. असगरला

काम मिळावं म्हणून मी प्रार्थना केली.

दोन तासांनी असगर परत आला. त्याच्याकडे चांगली बातमी होती!

"चल. बाहेर जाऊ या. मी तुला दुकानं, शहरात जाण्यासाठी बसस्टॉप सगळं दाखवून ठेवतो."

आम्ही आमच्या भागातून बाहेर पडलो. मोठ्या रस्त्याला लागलो.

"इथून सगळ्या बसेस सुटतात. कोपऱ्यावरच दुकानं आहेत." असगर सांगत होता.

मुख्य रस्त्यावर मला शाळा दिसली.

"वा!" मी खूश होऊन म्हणाले. "चला चौकशी करू."

मी पुढे झाले. प्रवेशद्वारापाशी आले. शाळा लहानशी होती. भिंतीवरती मेरी, जीझस आणि बायबलमधील चित्रं मुलांनी रंगवल्यासारखी दिसत होती.

माझ्या मनात जुन्या आठवणी गर्दी करू लागल्या. मला माझी नर्सरी आठवली. अशीच छोटी होती, पण माझ्या आठवणीत मात्र खूप मोठी होती ती!

मी ऑफिसमध्ये जाऊन नर्सरीत जागा आहे का ते विचारलं. त्यांनी मला नर्सरी विभागात पाठवलं.

मी दारावर हळूच टकटक केलं. एका उंच बाईनं दार उघडलं. तिनं माझ्याकडं आणि असगरकडं पाहिलं. मग तिचं लक्ष अजमेरकडं गेलं आणि ती हसली.

"काय मदत करू?" तिने विचारलं.

"माझ्या मुलासाठी नर्सरीत जागा आहे का विचारायचं होतं," मी सांगितलं. "नुकतेच आम्ही या भागात रहायला आलोय."

तिनं काही प्रश्न विचारले आणि सोमवारपासून अजमेरला शाळेत आणायला सांगितलं. त्याची शाळा सकाळी, फक्त थोडा वेळ असणार होती. पण त्या वेळात त्याला इतर मुलांबरोबर खेळणं सहज शक्य होतं.

घरी परत येताना मात्र हे सर्व स्वप्न नसून खरं आहे याची एकदाची खात्री पटली.

असगरला काम मिळालं होतं. अजमेरला शाळा आणि आम्ही तिघांना निवारा. त्या निवाऱ्याचंच आम्ही हळू हळू 'आमचं घरकुल' बनविणार होतो.

खरंच, देवानं माझ्या सगळ्या प्रार्थना ऐकल्या होत्या.

नाताळच्या काही दिवस आधी असगरचं आणि माझं लग्न झालं. छोट्याशा समारंभात आम्ही तिघं आणि असगरचे दोन मित्र साक्षीदार म्हणून आले होते.

त्या दुपारी असगर कामावर गेला. लग्न साजरं करायला आमच्याजवळ पैसेच नव्हते!

संध्याकाळी मी अजमेरला लवकर झोपवलं. नेहमीचंच साधं जेवण, पण मेणबत्त्यांच्या प्रकाशात!

असगर परत येईपर्यंत मी जय्यत तयारी केली.

आम्ही दोघं एकाच खोलीत झोपत होतो; पण या विषयावर आम्ही दोघांनी चर्चा करून ठरवलं होतं की रीतसर लग्न होईपर्यंत थांबायचं.

त्यामुळे जेवण झाल्यावर आम्ही दोघं जेव्हा वर गेलो, तेव्हा आम्हा दोघांना कसली वाट बघायची गरजच उरली नव्हती!

आता शरीरसंबंधांबद्दल मला अजिबात भीती वाटत नव्हती आणि असगरने मला जेव्हा जवळ घेतलं, तेव्हा माझ्या सर्व भावना शिगेला पोहोचल्या होत्या. त्या सुखाच्या क्षणी माझ्या मनातील सगळ्या कटू आठवणी विरघळून गेल्या.

थोड्या वेळाने त्याच्या बाहूत असताना असगर म्हणाला, ''माझं खूप प्रेम आहे तुझ्यावर.''

''माझंही!'' मी आनंदाने भरून गेले होते.

दुसऱ्या दिवशी असगरने मला उठवलं.

''मी कामावर निघालोय,'' तो म्हणाला.

''जायलाच पाहिजे का?'' मी विचारलं. खोलीत सगळीकडे स्वच्छ उन्हं आली होती.

''जायलाचं हवं!'' त्याने वाकून माझा मुका घेतला.

त्याची इच्छा मला कळली. पण तो म्हणाला, ''तुला सुद्धा उठून अजमेरला शाळेत घेऊन जायचंय.''

पण तरीसुद्धा घरी थांबणंच मला आवडलं असतं.

''मग आता रात्री.'' मी हसत हसत म्हणाले.

तो दिवस आमच्या सहजीवनातला खऱ्या अर्थाने पहिला दिवस होता.

पुढच्या काही महिन्यांत आम्ही चांगलेच स्थिरावलो. असगर आठवड्यातले सहा दिवस काम करे. त्याची मिळकत आम्हाला आमच्या पायावर उभं राहायला पुरेशी होती.

हळू हळू आम्ही घरात फ्रिज, टी.व्ही., बशा, चमचे असं बरंच सामान आणलं.

आमचा दिनक्रमही ठरून गेला. सकाळी मी अजमेरला त्याच्या नर्सरीत घेऊन जाई. घरी आल्यावर शांतपणे कपभर चहा घेई. इथं मला आळशी, कामचुकार म्हणायला कोणी नव्हतं. मग मी सर्व घर स्वच्छ करत असे. जेवण तयार करून परत अजमेरला शाळेतून आणायला जात असे.

एका संध्याकाळी आमची जेवणं झाली. मी अजमेरला झोपवलं आणि आम्ही दोघं सोफ्यावर एकमेकांना बिलगून बसलो होतो. तेवढ्यात दार वाजलं.

दारात इक्बाल उभा होता. त्याला असगरबरोबर काही बोलायचं होतं.

मी वर गेले. कपड्यांना इस्त्री करू लागले. पण माझे कान खाली लागले होते.

बराच वेळ मला त्यांचं बोलणं ऐकूच येत नव्हतं. पण मध्येच एक वाक्य असगर थोडं मोठ्यानं बोलला, ''पण आम्ही जाणार तरी कुठं? घर मिळावं म्हणून नंबरही लावलेला नाही आम्ही. थोडे दिवस आणखी मिळाले असते तर बरं झालं असतं.''

माझ्या पोटात गोळा आला. याचा अर्थ एकच होता.

थोड्या वेळाने असगर वर आला. पलंगाच्या कडेला बसला. त्याचे खांदे उतरले होते. अंगातली हवा गेल्यासारखा तो खचून गेला होता.

''आपल्याला उद्या सकाळीच निघावं लागणार. दुसरं घर मिळेपर्यंत आपलं सामान आपण त्याच्याकडं ठेवू शकतो. तो मदत करेल सामान हलवायला.''

मी घाबरून गेले. पण मला तसं असगरला दाखवायचं नव्हतं. त्यानं माझ्यासाठी खूप काही केलं होतं. एवढ्याशा अडचणीनं त्याचं खचून जाणं मला आवडलं नाही.

खरं म्हणजे आतापर्यंत सगळं सुरळीत चाललं होतं. तीच माझ्यासाठी मोठी गोष्ट होती. नाहीतर काहीही अडचण येऊ शकली असती.

''काळजी करू नकोस. मिळेल आपल्याला दुसरी जागा.'' जेवढा म्हणून धीर देता आला तेवढा मी दिला.

पण त्या रात्री झोप काही लागेना. आम्ही इथून कुठं जाणार तेच मला कळेना. आमच्याजवळ साठवलेले पैसे नव्हतेच, की आम्ही डिपॉझिट भरून भाड्याने घर घेऊ. असगरचा सगळा पगार तर रोजच्या गरजेपोटीच खर्च होई.

जिथून मदत मिळेल असा एकच मार्ग मला दिसत होता. मी शांतपणे प्रार्थना केली आणि झोपून गेले.

सकाळी मामला एवढा गंभीर वाटला नाही.

कसं कोण जाणे, पण मला खात्री होती की आम्ही या अडचणीतून बाहेर पडू.

इक्बालने आमचं सर्व सामान त्याच्या गॅरेजमध्ये हलवण्यास मदत केली. मग तो कामावर गेला.

''चल, आपण कौन्सिल बोर्डाकडे जाऊ. मला खात्री आहे, ते आपल्याला जागा देतील. दुसरीकडे कुठं जाणार आपण?''

१८

कौन्सिल बोर्डाच्या हाऊसिंग विभागात आम्ही गेलो. त्या स्वागत कक्षात आमच्या आधी आलेलं एक कुटुंब होतं. नवरा बायको आणि दोन मुलं. अजमेर खेळणी घेऊन दुसऱ्या बाजूला खेळू लागला.

पंधरा मिनिटांनी आतून एक महिला आली आणि 'चौकशी' अशी पाटी असलेल्या टेबलामागे जाऊन बसली.

"पुढचा नंबर," ती म्हणाली.

आम्हाला वाटलं आमच्या आधी आलेलं जोडपं जाईल. पण त्यांची मुलाखत झाली होती, आम्ही थांबून राहिलो; आणि मग असगर आणि मी टेबलाजवळ गेलो.

"मी काय मदत करू शकते?" तिने विचारलं. मला मनातून आशा वाटली.

"आम्हाला रहायला घरच नाहीये." मी सांगितलं.

लिंडा नावाची ती महिला बरेच प्रश्न विचारू लागली. तुम्ही मँचेस्टरमध्ये किती दिवस आहात, मागच्या काही महिन्यात कुठे रहात होता, हा तुझा नवरा का, तो काम का करत नाही, वगैरे वगैरे.

आम्ही मँचेस्टरमध्ये कसे आलो ते मी सांगितलं. पण असगर काम करतो हे मी सांगू शकले नाही, कारण काम करण्यासाठी लागणारा परवाना त्याच्याकडे नव्हता. खरं म्हणजे त्याचा व्हिसासुद्धा काही महिन्यांत संपणार होता. व्हिसा वाढवून कसा मिळेल हे सुद्धा आम्हाला माहीत नव्हतं.

पण आता या क्षणी त्याची काळजी करणं योग्य नव्हतं. आज आम्हाला रहायला घर मिळणं आवश्यक होतं. बाकीचे प्रश्न नंतर सोडवायचेच होते.

मी तिला सांगितलं की आम्ही घरातून पळून आलोय. इतके दिवस मित्राकडे होतो, पण आज त्यानेही घराबाहेर काढलं. त्यामुळं घर मिळणं आवश्यक आहे. लिंडाने खूप सहानुभूतीने माझं बोलणं ऐकून घेतलं आणि आम्हाला थांबायला सांगितलं.

आम्ही आमच्या जागेवर येऊन बसलो आणि वाट बघू लागलो. आम्ही

सकाळी दहाला आलो होतो आता दुपारचे दोन वाजले होते. आम्हाला भूक लागली होती आणि काय होईल याची चिंता.

थोड्या वेळाने अंधार पडला असता. कौन्सिल आम्हाला घर देऊ शकलं नाही तर आम्ही कुठं जाणार होतो? आमच्या आधी आलेलं कुटुंब तासापूर्वीच निघून गेलं होतं. त्यांना कौन्सिलकडून घर मिळेपर्यंत बेघर लोकांच्या निवाऱ्यात जायला सांगितलं होतं. एवढं तरी कौन्सिल आमच्यासाठी पण करू शकत होती.

वेळ जाण्यासाठी मी अजमेरला कॅनॉक चेसच्या गोष्टी सांगू लागले. पण त्याला गोष्टी ऐकायचा कंटाळा आला. तो परत खेळण्यांशी खेळू लागला.

असगरच्या खांद्यावर डोकं ठेवून मी रडू लागले तेव्हा असगर माझ्याकडं आश्चर्यानं बघू लागला.

"मी ठीक आहे, फक्त दमले आहे." मी त्याच्याकडे बघून हसले. "मी तुझ्याबरोबर इथं आहे ते फार चांगलं आहे."

"इथं म्हणजे इथं नाही." मी हॉलभर नजर टाकीत म्हणाले, "पण इथं, तुझ्या बरोबर."

थोडं थांबून म्हणाले, "आपलं ठीक होईल. कोणाला तरी आपली काळजी असेलच ना!"

शेवटी एकदाची लिंडा बाहेर आली.

"तुमच्यासाठी चांगली बातमी आहे. एक फ्लॅट आहे जो आम्ही देऊ शकतो."

असगरनं आणि मी एकमेकांकडे बघून सुटकेचा निःश्वास टाकला.

"ज्यांना अजिबात घरं नाहीत त्यांचीच कॉलनी आहे. पण तुमच्यासाठी दुसरी एखादी जागा मिळेपर्यंत तुम्हाला तिथंच राहावं लागेल."

तिने आम्हाला पत्ता दिला. खणातून नकाशा काढून ती कॉलनी नेमकी कुठं आहे ते दाखवलं. ती म्हणाली, "तिथला पहारेकरी तुमच्यासाठी थांबला आहे."

पहिल्या जागेपासून ही जागा तशी जवळच होती. जाता जाता आम्ही थोड्या चिप्स विकत घेतल्या. अजमेरनं त्या चटदिशी संपवल्या.

घराशी आल्यावर पहारेकऱ्याने सगळे नियम समजावून सांगितले.

"तुम्हाला रात्री दहाच्या आत घरी यावं लागेल. नाहीतर आत सोडणार नाही. तुमच्याकडं कोणी पाहुणे किंवा मित्र येणार असतील तर मला तसं सांगून ठेवावं लागेल." त्याने कडक शब्दात सांगितलं.

तो आम्हाला घेऊन पहिल्या मजल्यावर गेला आणि त्याने उजवीकडचा फ्लॅट उघडला. किल्ल्या आमच्या हातात देऊन तो निघून गेला.

फ्लॅट दोन खोल्यांचा होता बेडरूम आणि हॉल. अगदी लहानसं स्वयंपाकघर. बेडरूममध्ये भिंतीच्या कडेने तीन पलंग होते. हॉलमध्ये दोघं बसतील एवढी डाग

पडलेली सेटी. खिडकीच्या बाजूला अगदी लहान, जुनाट जेवायचं टेबल. स्वयंपाकघरात एका माणासाला वावरण्यापुरती सुद्धा जागा नव्हती. एक विजेची शेगडी, छोटा ओटा आणि खिडकीखाली सिंक.

कुठेतरी झोपायचंच होतं. पण ही जागा अजून घरासारखी वाटत नव्हती. पण ती आमची होती. आमची स्वत:ची पहिली जागा. आम्हाला इथून कोणी जा म्हणून सांगणार नव्हतं. इथं माझ्यावर हुकूम सोडणारं कोणी नव्हतं. ना कोणी मला दुखावणार होतं. अगदी आई सुद्धा नव्हती!

मी बेडरूममध्ये जाऊन जरा पडले. डोकं जड झालं होतं, पण उत्साह कायम होता. इथं आम्ही निवांत राहू शकणार होतो. अजमेर माझ्या शेजारी येऊन झोपला.

असगर आत आला. ''तू दिवसभर जवळजवळ उभीच होतीस. दमली असशील. तुम्ही दोघं विश्रांती घ्या. मी बाहेर जाऊन काही खायचं मिळतं का ते बघून येतो.''

मी डोळे मिटले. मला झोप लागून गेली. आम्ही तिघं हवेत तरंगत आहोत असं स्वप्न सुद्धा मला पडलं!

किती वेळ गेला कोण जाणे, पण मला कोणीतरी हलवून जागं करत होतं. मला एकदम झिंगल्यासारखं झालं. मी जडपणे डोळे उघडले. बघितलं तर असगर माझ्यापुढं वाकून म्हणत होता, ''पोलीस ऑफिसर आहे दारात. तुझी चौकशी करतोय.''

मी अजूनही झोपेतच होते. कशीबशी धडपडत दाराजवळ पोहोचले. दोन पोलीस होते. एक पुरुष, एक महिला.

त्यातल्या महिलेने विचारलं, ''तू समीम अख्तर का?''

''हो.'' मी उत्तर दिले.

''आम्ही आत येऊ शकतो का? तुझ्याशी बोलायचं आहे.''

क्षणभर मी घुटमळले. भीतीनं माझं हृदय उडी मारून बाहेर येणार असं वाटलं. मग मी त्यांच्यासाठी दार उघडून बाजूला झाले.

अजमेर बेडरूमच्या दाराजवळ येऊन उभा राहिला, पण पोलीस दिसताच आत पळून गेला.

ते दोघं आत आले.

''काय माहिती पाहिजे तुम्हाला?'' मी विचारलं. माझा घसा कोरडा पडला होता.

''तू आणि तुझा मुलगा सुरक्षित आहात ना हे बघायला आलोय आम्ही. मुलगा कुठे आहे तुझा? आम्ही त्याला बघू शकतो का?'' स्त्री पोलिसाने विचारलं.

त्यांना कशाला अजमेरला बघायचं आहे? मी कोड्यात पडले. अजमेरला

आणायला आत गेले. मला तो कुठं दिसेना. तो पलंगाखाली लपला होता.

''मी काही चूक केली नाही. ममा प्लीज, त्यांना म्हणावं मला पकडू नका.'' तो भीतीने ओरडू लागला. ''मी चांगला वागेन. प्लीज ममा, प्लीज.''

आई त्याला सारखी पोलिसांची भीती घालत असे.

मी पलंगाजवळ वाकले. ''शू ऽऽऽ वेड्या तुला ते पकडायला आले नाहीत. त्यांना फक्त बघायचंय तू सुरक्षित आहेस का ते. ये, बाहेर ये बाळा.'' मी त्याला प्रेमाने समजावले.

तो हळू हळू रांगत बाहेर आला. त्याने माझा हात घट्ट धरून ठेवला. मी त्याला उचलून घेतलं. त्याने मला घट्ट मिठी मारली. तो भीतीने थरथरत होता. त्याला घेऊन मी हॉलमध्ये आले. मी पोलिसांना तो एवढा का घाबरला आहे ते सांगितलं. त्या महिला पोलिसाने मान हलवली. तिचा चेहरा रागाने लाल झाला होता. जणू आईच्या शब्दांनी ती माझ्यासारखीच दुखावली गेली होती.

पुरुष पोलीस मात्र हळूच हसला. ''अरे, आम्ही कधीच लहान मुलांना पकडत नाही. आम्ही असं काही केलं तर मुलांच्या आईबाबांना किती दु:ख होईल. आम्हाला लोकांना मदत करायला आवडतं. आम्ही तुझ्या आईला मदत करायला आलोय. करू ना?''

अजमेरनं मान हलवली.

''उत्तम! तू खूप शूर मुलगा आहेस. तुला तुझ्या आईला मदत करायला आवडेल. हो ना? चल, तुला मी पोलिसांची गाडी दाखवतो.''

अजमेरने मानेने नकार दिला. पण आता त्याची मिठी सैल झाली होती. माझा ताण मात्र वाढत होता.

''मला सांगाल का, हे सर्व काय चाललंय?'' शेवटी मी विचारलं.

''तुला मांज नावाची कोणी व्यक्ती परिचयाची आहे का?''

''हो. तो माझा भाऊ आहे.'' मी नजर वळवली, पण असगर कुठे दिसेना. तो पुढचं दार बंद करायला गेला होता.

आश्चर्याने त्या पोलिसाच्या भुवया उंचावल्या. पण त्याचा आवाज सौम्यच होता.

''मँचेस्टरच्या सीमेवर आज तिघांना पकडण्यात आलं. आम्ही त्यांच्या गाडीची झडती घेतली, तेव्हा तुझं नाव आणि पत्ता मिळाला आणि काही सामान. ज्यामुळे तू आणि तुझा मुलगा अडचणीत आला असता. पण त्या तिघांनी जबानी दिली आहे. कोणा मांज नावाच्या व्यक्तीने तुम्हा दोघांना काहीही करून पकडून ग्लासगोला आणायला सांगितलं होतं. आणि जर ते पकडू शकले नाहीत तर तुमचं काय करायचं याबद्दल त्यांच्याकडे काही वेगळीच योजना होती.''

हे सगळं ऐकून माझा चेहरा पांढराफटक पडला. मी कशीबशी सेटीवर टेकले. अजमेरला माझ्या मिठीत घेतलं.

"समीम, तुला बरं वाटतंय ना?" त्या पोलिसाने विचारलं.

त्याचवेळी असगर आत आला. पोलिसाने जे मला सांगितलं तेच त्याला सांगितलं.

जुन्या घराचा पत्ता सांगून पोलीस म्हणाला, की ते दोघं तिथेच आजूबाजूला आम्हा दोघांना शोधत होते.

असगर माझ्याजवळ बसला. मला धीर यावा म्हणून त्याने माझ्या खांद्यावर हात ठेवला.

"माझा विश्वासच बसत नाही. आज सकाळी आम्ही त्या घरातच होतो. आत्ता दुपारी आम्ही इथं आलो. थोड्या वेळापूर्वीच."

माझ्या डोळ्यांना धारा लागल्या. आम्ही तिथंच असतो तर? आमचं काय झालं असतं? इक्बालनं आम्हाला जागा सोडायला सांगितलं नसतं तर?

"त्यांना आमचा पत्ता कसा मिळाला?" मी विचारलं.

"सगळे पत्ते नव्या डायरीत लिहून मीच माझी जुनी डायरी, आपण निघालो त्याच्या आदल्या दिवशी कचऱ्याच्या पेटीत टाकली होती. आपण निघून गेल्यावर बहुतेक त्याला ती मिळाली असावी." असगर धापा टाकत म्हणाला.

"बहुतेक तसंच घडलं असावं. समीम, तू पोलीस स्टेशनवर येऊन तुझं स्टेटमेंट देऊ शकतेस का?"

तेवढ्यात दार वाजलं आणि मी दचकले.

"तो डी.सी. ब्लॅकली असणार. मी त्याला आत बोलावतो." माझ्याशी बोलणारा पोलीस आत गेला.

काही वेळाने एक पोलीस ऑफिसर आत आला. त्याने स्वत:ची ओळख करून दिली.

"समीम, तू सुरक्षित आहेस हे बघून आनंद वाटला. आम्ही स्कॉटलंडमध्ये मांजला पकडलंय आणि त्याला इथं आणतोय."

"मला त्याला बघायचं सुद्धा नाही." क्षणाचाही विचार न करता मी बोलून गेले.

"तुला तशी गरजच नाही. तुला फक्त पोलीस स्टेशनवर येऊन तुझं स्टेटमेंट द्यायचं आहे."

आता मात्र माझी शक्ती संपली. सकाळी सकाळीच राहतं घर सोडावं लागणं, मग कौन्सिलच्या ऑफिसमध्ये दिवसभर ताटकळणं, लहान, नवीन जागेत येणं आणि आता हे पोलिसांनी उठवणं. आता तर मी उभी सुद्धा राहू शकले नसते.

माझ्या अंगातला शक्तीचा कणन्‌कण कोणीतरी ओढून घेतला होता. या क्षणी तरी मी जगाशी सामना देऊ शकणार नव्हते.

माझ्या स्वत:च्या कुटुंबाने भीतीनं आणि द्वेषाने मला जवळ जवळ संपवलंच होतं. आता त्यांच्यापासून पळून किती दूर जाऊ शकले असते मी?

''कसलं निवेदन?'' मी किंचाळले. ''फक्त सगळ्यांनी एकटं सोडा मला. आधीच माझ्या आयुष्याचा पूर्ण विचका करून टाकलाय त्यांनी. आता तरी जगू दे मला माझ्या पद्धतीनं. त्यांच्यापैकी एकालाही का कळत नाही हे?''

माझा हा अवतार बघून असगरने अजमेरला उचलून बाहेर नेलं.

महिला पोलीस माझ्याजवळ येऊन बसली. तिनं माझा हात हातात घेतला. मी शांत होण्याचा प्रयत्न करत होते. माझं रडू थांबल्यावर तिने डोळे पुसायला रुमाल दिला.

''समीम,'' ती शांतपणे बोलू लागली. ''हे बघ, आम्ही आहोत तुझी काळजी घ्यायला. तुझी इच्छा नसेल तर तुला कोणालाही भेटावं लागणार नाही. मी हमी देते. पण हे सगळं प्रकरण काय आहे ते आम्हाला कळायला नको का? आपण स्टेशनवर जाणंच फायद्याचं आहे. इथं तुझ्या मुलाला आणखी त्रास होईल. खरं ना?''

ती माझ्याकडं बघून हसली. मला थोडा धीर आला.

चेहरा पुसत मी उभी राहिले.

''मी त्यांना सांगून येते की मी तुमच्या बरोबर जात आहे.''

अजमेरला बघायला मी आत गेले. असगरने त्याला बिस्कीट दिलं होतं. तो आता टेडी बेअर आणि ट्रकबरोबर खेळत होता. असगरनं माझ्याकडं बघितलं.

''मला माझं स्टेटमेंट द्यायला जावं लागेल. मी लवकर परत येईन. तोपर्यंत अजमेरकडं बघशील?''

''नाही. आम्ही तुझ्याबरोबर येणार.'' असगर म्हणाला.

''मला अजमेरला पोलीस स्टेशनवर न्यायचं नाहीये. त्याला इथंच खेळू दे. त्या छोट्या जिवाने आज बरंच सहन केलंय. तू त्याची चांगली काळजी घेशील. नेहमीसारखी.''

असगर नाइलाजाने तयार झाला.

डी.सी. ब्लॅकलीनं मला कुठलीच खूण नसलेल्या गाडीजवळ नेलं. बाकीचे दोघं त्यांच्या गाडीकडं गेले. मी गाडीत बसल्या बसल्या शांतपणे घडलेल्या घटनांचा विचार करू लागले.

मांजने असं कसं सगळ्यांनाच अडचणीत टाकलं? त्याचा विचार तरी काय होता? आईला समजल्यावर आई काय म्हणेल? त्या सगळ्यांचं आता कसं

होईल? मांजच अडचणीत आलाय. आता दुकानं कोण सांभाळेल? नाना तऱ्हेचे विचार मनात गर्दी करू लागले.

पोलीस स्टेशन आलं. गाडीतून उतरताना डी.सी. ब्लॅकलीने विचारलं, ''तुला माहीत आहे का, तुझा भाऊ असा का वागला?''

''त्याची इच्छा आहे की मी पाकिस्तानात परत जावं. जर मी गेले नाही तर तो मला बेशुद्ध करून विमानात बसवेल. मग पाकिस्तानात कुठेतरी, कधीतरी मला शुद्ध आली असती.''

''पण का? तू तर आता अठरा वर्षांची आहेस. तुझ्या आयुष्याचा निर्णय तू स्वत: घेऊ शकतेस.''

''मी घर सोडून पळाले, तेव्हा तरी त्याचा असाच कट होता.''

त्याला आणखी खूप विचारायचं आहे असं मला वाटलं. पण त्याने बहुतेक स्टेशनमध्ये जाऊन चौकशी करायचा निर्णय घेतला असावा.

मी नजर खाली ठेवूनच त्याच्या मागोमाग व्हरांड्यातून चालू लागले. मला पकडायला पाठवलेल्या माणसांना चुकूनही बघायची माझी इच्छा नव्हती.

त्याने मला एका दारातून आत नेले.

''तुझं स्टेटमेंट द्यायला मी ऑफिसरला पाठवतो.'' असं म्हणून तो बाहेर गेला.

मी दोनपैकी एका खुर्चीवर बसले. त्या खोलीत फक्त एक छोटं टेबल होतं. खोलीला खिडकीच नव्हती. भिंती अतिशय मळखाऊ, राखाडी रंगाच्या होत्या.

काही वेळातच एक महिला पोलीस फाईल घेऊन आली.

''हॅलो समीम. माझं नाव थेरेसा. कशी आहेस तू?'' तिने मैत्रीच्या स्वरात विचारलं.

''मी बरी आहे.''

''मला तुझ्याकडून स्टेटमेंट घ्यायचंय, पण त्याच्या आधी काय घडलं ते मी तुला सांगते. माझ्या सहकाऱ्याने आणि मी नेहमीच्या पद्धतीप्रमाणे तपासणीसाठी एक गाडी थांबवली. त्या गाडीत आम्हाला बेसबॉलच्या बॅट्स, कात्र्या, दोऱ्या आणि काही हत्यारं मिळाली.''

हे ऐकून मला एकदम धापच लागली.

''आम्ही त्यांना अटक करून इथं आणलं.'' ती पुढे सांगू लागली. ''आम्हाला त्यांच्याकडून समजलं की, त्यांना पैसे देऊन तुला आणि तुझ्या मुलाला पकडण्याच्या कामगिरीवर पाठवलं होतं. कामगिरी पार पाडल्यावर त्यांना आणखी पैसे मिळणार होते. पैसे देणाऱ्याचं नाव मांज आहे असं आम्हाला त्यांच्याकडून समजलं. एकाच्या खिशात तुझं आणि तुझ्या मुलाचं नाव आणि पत्ता सापडला. तू घरी जायला तयार

झाली नसतीस तर तुझं काय करायचं ते त्यांना सांगितलं होतं आणि मुलाला एकट्याला घेऊन यायला सांगितलं होतं.''

तिचं बोलणं ऐकता ऐकता मी थरथरू लागले. गाडीतलं हत्यार माझ्यासाठीच होतं. मी तर कधीच घरी परत गेले नसते आणि अजमेरलाही जाऊ दिलं नसतं.

तिने माझ्याकडं सहानुभूतीनं बघितलं.

''तू बरी आहेस ना? तुला काही प्यायला हवंय का?''

''आम्ही आजच सकाळी ते घर सोडलं.'' मी थरथरत सांगितलं आणि मान वर केली. आमच्याकडं कोणीतरी बघत असावं अशी मला शंका आली.

''तुझी खात्री आहे का, तू आत्ता स्टेटमेंट देऊ शकशील? थांब, मला तुझ्यासाठी पाणी आणू दे. मग सुरू करू या?''

तिने पाण्याने भरलेला ग्लास आणला.

''चल. सुरवात करू या?'' तिने विचारलं.

''तुम्हाला नक्की काय माहिती हवी आहे याची मला कल्पना नाही. जे मी डी.सी. ब्लॅकलीना सांगितलं तेच, की त्याला मी पाकिस्तानात जावं असं वाटत होतं आणि मला जायचं नव्हतं.''

मला वाटलं इतकं पुरेसं होतं. पण या सगळ्याला दोन तास लागले. थेरेसा प्रत्येक गोष्ट सर्व बारकाव्यानिशी विचारे. एकेक शब्द काळजीपूर्वक लिही. मला वाचायला देई आणि मगच माझी सही घेई.

शेवटी मी इतकी दमले की पोलिसांच्या गाडीतून परत जाताना एकही शब्द बोलायची शक्ती मला राहिली नाही.

मी घरी आले तेव्हा अजमेर झोपला होता. तरी मी त्याला घट्ट मिठी मारली. जरा वेळाने त्याचं पांघरूण सारखं करून पुढच्या खोलीत आले. असगरला झाला प्रकार सांगितला.

''तू बरी आहेस ना?'' त्याने मला मिठीत घेतलं.

''या विषयावर दोन तास बोलत राहणं म्हणजे काही चेष्टा नाही. मला तुझी फार काळजी वाटत होती. माझं फार प्रेम आहे ग तुझ्यावर आणि हो, मी तुझ्याशी सहमत आहे. खरंच कोणाचं तरी आपल्यावर लक्ष आहे. त्यानं यापुढेही आपली अशीच काळजी घ्यावी!''

१९

दुसऱ्या दिवशी जागी झाले तेव्हा मला आजारीच वाटत होतं. डोकं खूप जड झालं होतं. कालच्या सगळ्या प्रकरणानी असं होणं सहाजिकच होतं. पण असगरला काळजी वाटू लागली. तो मला डॉक्टरकडं घेऊन गेला.

डॉक्टरने मला सगळी लक्षणं विचारून घेतली. मग मला पडद्याच्या आत तपासायला घेतलं. पडद्याबाहेर असगर उभा होता. तिनं माझं पोट तपासलं. मग म्हणाली, "तुला कल्पना आहे का, तुला दिवस गेलेत?"

असगर झटकन आत आला. "काय?" आम्ही दोघांनी एकदमच विचारलं.

ती हसून म्हणाली, "माझ्या प्रश्नाचं उत्तर मला मिळालं. पण खात्री करून घ्यायला मला काही टेस्ट कराव्या लागतील. माझ्या अंदाजाप्रमाणे तुला तीन महिने झाले असावेत. त्यामुळं आता मी तुला कुठलं औषध देऊ शकणार नाही; आणि तशी सुद्धा सारी लक्षणं दिवस गेल्यासारखीच आहेत."

असगरने मला आलिंगन दिलं.

"आपल्याला आणखी एक बाळ होणार!" त्याला हसू आवरेना. मी त्याला जाऊन बिलगले. थोडी भीती, थोडा आनंद. पण या क्षणी फक्त आनंदच.

उरात थोडी भीती आणि थोडा आनंद असं मिश्रण दाटलं. पण खरा आनंदंच! त्या क्षणी माझं त्याच्यावरील प्रेम कधी नव्हे इतकं उफाळून आलं. अजमेरवर त्याचं स्वत:च्या मुलासारखंच प्रेम होतं. माझ्या मनात कधीच संशय नव्हता. "आणखी एक बाळ!" तो म्हणाला होता. जणू काही अजमेरवरच्या प्रेमाचा हा आणखी एक पुरावाच होता. छे! पण मला पुराव्याची गरज नव्हती.

पुढच्या काही महिन्यांत आम्हाला बरेच बेत आखावे लागणार होते. अजमेरनं या घरात मोठं व्हावं असं मला वाटत नव्हतं, येणाऱ्या बाळानं तर नाहीच नाही.

दरम्यान माझं वजन खूप वाढलं. पायावर सूज तर होतीच, पण नाकातून रक्तही येऊ लागलं.

अजमेरच्या वेळी डॉक्टरने दिलेल्या गोळ्या, आईने मला घेऊन दिल्या

नव्हत्या. गोळ्या घेतल्या तर उगीच बाळाचं वजन वाढेल आणि जन्माच्या वेळेला मला त्रास होईल असा दम तिने दिला होता. त्याची मला सतत आठवण येई. यावेळेसही डॉक्टरने दिलेल्या गोळ्या मी घेतल्या नाहीत. इतकं सगळं होऊनही आईनं सांगितलेलं बरोबर असणार, असंच मला वाटत राहिलं!

पण माझ्या तपासणीच्या सर्व वेळा मात्र मी पाळल्या. बहुतेक वेळा असगर माझ्याबरोबर होता. कधीतरी त्याला अजमेरसाठी घरी थांबावं लागे.

या वेळेस मला जाणवलं की, अजमेरच्या वेळेस नर्सेस माझ्याबद्दल निर्णय घेत, पण आता मात्र इतर आयांप्रमाणेच मीही एक होते.

असगर माझी फारच काळजी घेई. अशी माझी काळजी कोणी कधी केली होती? सवय नसल्यानं त्यानं माझी इतकी काळजी घेणं मला जरा जडच जात होतं. मला थोडंसं बरं वाटेनासं झालं की तो मला पाय वर घेऊन विश्रांती घेण्यास सांगे. मला अजिबात घरकाम करू देत नसे. गंमत म्हणजे या सगळ्यामुळे थोडी असुरक्षिततेची भावना माझ्या मनात तयार होई. माझा सगळ्यावरचा ताबा सुटल्याची कल्पना माझ्या मनात येई!

त्यामुळं मला बरं नसलं तरी मी बरी आहे असंच सांगे. दिवसभराची सर्व कामं उरकत बसे. स्वयंपाक, स्वच्छता, अजमेरला शाळेत नेणं, आणणं, असगर आल्यावर त्याच्यासाठी चहा करणं, अगदी सर्व काही.

मग मात्र माझा धीर सुटे आणि मी सेटीवर बसून राही. इतरांसाठी सर्व करायची इतकी सवय मला झाली होती, की थोडं कमी काम करून स्वत:बद्दल विचार करणं मला माहीतच नव्हतं. त्यामुळं यासाठी सुदृढ राहाणं जरूरीचं आहे असं मला वाटे.

मला घर शोधण्यासाठी फिरावं लागे, वेगवेगळ्या ऑफिसेसमध्ये जावं लागे. असगरच्या कायमच्या व्हिसासाठी अर्ज, कागदपत्रं भरून नेऊन द्यावी लागत. कुटुंबाच्या गरजांकडे लक्ष द्यावं लागे.

नव्या घराच्या चौकशीसाठी दर आठवड्याला मी चालत शहरात जाई, कारण बसपुरते पैसे नसत. त्यांचं दर वेळेस एकच उत्तर असे, ''सॉरी. काही करू शकत नाही.''

मग मला निराशा घेरून टाके. असगरच्या कायमच्या व्हिसासाठी एक कायमचा पत्ता असणं आवश्यक होतं. एका ब्रिटिश नागरीक असलेल्या मुलीबरोबर लग्न केल्यामुळे त्याने कायमचा व्हिसा मिळविण्यासाठी अर्ज केला होता. त्याला तसा व्हिसा मिळाला नाही तर त्याला कायमचं माझ्याजवळ कसं राहायला मिळेल, याची मला काळजी लागून राही. त्याला परत जावं लागलं तर मी एकटी दोन मुलांना कशी सांभाळणार होते? ना घर ना हाताशी पैसा.

परिस्थिती सुधारावी म्हणून मी रोज देवाला प्रार्थना करे. मला फक्त एक घर

आणि असगरसाठी कायमचा व्हिसा हवा होता. एवढं देवाजवळ मागणं जास्त होतं का? मला कळत नसे.

बाळाच्या जन्माआधी दोन आठवडे आम्हाला कौन्सिलकडून पत्र आलं. आम्हाला घर मिळालं होतं. फार लांब नव्हतं. हाऊसिंग ऑफिसर आमच्या पसंतीसाठी अकरा वाजता नव्या घराजवळ थांबणार होता.

मी ते घेईनच, मी ठरवलं. कुठंही असलं तरी चार भिंती आणि एक छप्पर तर नक्की असेल. आनंदाने मी फक्त उड्या मारायच्या बाकी ठेवल्या होत्या. कुठलंही घर आमच्यासाठी घरकुल बनवायला मी इतकी उत्सुक झाले होते, की आम्ही तिथं साडेदहालाच हजर झालो.

तिथल्या दुमजली घरांना पुढे बाग नव्हती. पुढचं दार एकदम पायवाटेवरच उघडत असे. आम्ही खिडकीतून डोकावलं. छोटीशी खोली दिसत होती. काळा पांढरा वॉलपेपर असलेली. पण स्वच्छ होती.

आतून घर बघितल्यावर आम्हाला वाटलं– इथं, या घरात आम्ही नक्कीच आनंदात राहू.

वरच्या मजल्यावर दोन बेडरूम होत्या. एक मोठी, दुहेरी पलंगासाठी आणि एक थोडी लहान. स्वयंपाकघर आणि जेवणाची खोली, तिथं टेबल आणि सेटी राहू शकेल एवढी मोठी होती.

शेवटी घर मिळालं. कायमचं. कधी सोडावं न लागणारं. नव्या बाळाला घरी घेऊन येण्यासाठी हक्काची जागा. पण घरात फर्निचर नव्हते. आतापर्यंतच्या घरात काही ना काही फर्निचर असे.

''आपण झोपायचं कुठे?'' मी विचारलं.

''आज माझा पगाराचा दिवस आहे. मी जुन्या बाजारातून दोन गाद्या आणू शकतो. आणि ते घर सोडायला थोडे दिवस तर मिळतीलच आपल्याला.''

आम्ही परत आलो. झोपयाची तयारी करताना मला जास्तच दमल्यासारखं वाटलं. दुसऱ्या दिवशी कामावर जाताना, जेवणाच्या वेळेपर्यंत परत येण्याचं असगरने कबूल केलं. अजमेरने त्याची खेळणी आवरली. मी आमचे कपडे सुटकेसमध्ये भरले. जास्त काम न करताच परत मला दमल्यासारखं झालं. असगर घरी आला तेव्हा मी झोपून होते.

मला बरं वाटत नव्हतं. बहुतेक कळा सुरू होण्याची लक्षणं होती.

''काही नाही, घर मिळाल्यामुळे उत्साह फार वाढला आहे.'' असगर चेष्टेने म्हणाला.

पण मला स्नायूंचं आकुंचन चांगलच जाणवायला लागलं. त्या कळाच होत्या.

मी वेळ बघितली. सात मिनिटांच्या अंतराने कळा येत होत्या. साडेबाराला मी असगरला म्हटलं, बहुतेक बाळ येण्याची वेळ झाली.

"नक्की ना?" त्याचा नेहमीचा शांत चेहरा चक्क घाबरून गेल्यासारखा झाला होता.

"खरंच तुला इतक्या लवकर बाळ होणार का?" आता तर त्याला चक्क धडकी भरली होती.

मला अजमेरच्या वेळची आठवण झाली.

"अरे, अजून थोडा वेळ आहे असं वाटतंय." मी त्याला धीर दिला.

पण असगर उगीचच काळजी करू लागला. त्याने फोन बूथवर जाऊन टॅक्सी मागवली. काही मिनिटांतच टॅक्सी आली. मला वाटत होतं असगरची घाई चाललीय. पण त्याने टॅक्सी आणली ते बरंच झालं. नाहीतर मी घरीच बाळंत झाले असते.

हॉस्पिटलमध्ये पोहोचता पोहोचताच कळा जोरानेच येऊ लागल्या. दुपारी पाऊण वाजता आम्ही स्वागत कक्षात होतो, तेव्हा मी उभीच राहू शकत नव्हते.

"मला वाटतं, बाळ लवकरच येईल. कळा सहन होताहेत, पण फार जोराच्या आहेत." मी तिथल्या बाईला सांगितलं.

"चालू शकशील का तू?" नर्सने धावत येऊन विचारलं. माझ्या उत्तराची वाट न बघता ती धावत जाऊन चाकांची खुर्ची घेऊन आली.

"बाळा, बस. मी तुला ताबडतोब लेबर रूममध्ये नेते."

मी खुर्चीत बसले. असगर आणि अजमेर माझ्या शेजारून चालत होते. अजमेर घाबरला होता. मी त्याला सांगितलं, "लवकरच तुला खेळायला भाऊ किंवा बहीण मिळेल हं!"

तो माझ्याजवळ येऊन कानात कुजबुजला, "भाऊच मिळू दे मला." मी हसले.

लेबर रूममध्ये एका नर्सने मला गाऊन दिला. दुसऱ्या दोघीजणी मशीनला वायर्स जोडू लागल्या. नर्सच्या मदतीन मी झोपले. दुसऱ्या दोघींनी लगेच वायर्सनी मला मशीनशी जोडून टाकलं. कळा खूपच जोराने येऊ लागल्या. मला शरीराबाहेर ढकलून द्यावंसं वाटायला लागलं.

पण नर्स म्हणाली, "अग तुला अजून तपासायचं आहे. तू पुरेशी डायलेट झाली आहेस का ते बघू दे मला."

"नाही नाही. आता मी थांबूच शकत नाही." मी ओरडले.

दुसरी नर्स मिडवाईफला आणण्यासाठी धावली. तेवढ्यात माझ्या अंगावरून पाणी निघून गेलं. मग मात्र कळा कळा न राहता तीव्र वेदना सुरू झाल्या. जणू

माझ्या कमरेचं हाड कोणी पिरगळून टाकत होतं. अजमेरच्या वेळेस असं काही झालेलं आठवेना.

"मला भयंकर वेदना होताहेत. काहीतरी द्या मला. काहीतरी औषध द्या. माझ्यावर दया करा." मी ओरडत होते.

"आता फार उशीर झालाय सॅम. घे, कळ घे. जोर कर. बाळ येतंय."

मिडवाईफ आली. माझ्या दोन मांड्यांच्या मधे नजर टाकून म्हणाली, "तू काय घरी बाळंत होण्याचा विचार करत होतीस का?"

"नाही." माझं शरीर कोणीतरी आतून चिरत होतं.

"मला डोकं दिसतंय. तुला जोर करून कळा घ्याव्या लागतील." ती म्हणाली.

मी सगळा होता नव्हता तो जोर देऊन कळा देत राहिले आणि एकदम बाळाच्या रडण्याचा आवाज आला.

"अरे, मुलगा आहे." कोणीतरी म्हणालं.

एक वाजून दहा मिनिटांनी माझ्या हातात आमचा असीम होता.

हॉस्पिटलमध्ये आल्या आल्याच मी फार दमून गेले होते. मला वाटत होतं, फार तर फार मी एखादी प्रेमाची नजर बाळाकडं टाकू शकेन. पण ते छोटंसं गाठोडं माझ्या हातात येताक्षणीच माझं हृदय प्रेमानं ओसंडून वाहू लागलं. मला वाटलं होतं, माझं प्रेम आता या माझ्या लाडक्यांना वाटून मिळणार. पण मला इतका आनंद झाला होता की माझं प्रेम अजमेर, असीम आणि असगर तिघांबद्दल उफाळून आलं.

काही वेळातच असगर आत आला. त्याच्या डोळ्यांतून मुक्तपणे अश्रू वाहू लागले.

"नर्स म्हणाली मुलगा झालाय."

त्याने मला अलगद मिठीत घेतलं.

मी समाधानाने मान हलवली. या वेळेस माझं सोसणं, माझा आनंद वाटून घ्यायला माझं माणूस माझ्याजवळ होतं.

असगरला कशा कळणार माझ्या या वेगळ्या भावना?

अजमेर असगरजवळच उभा होता.

"मी बघू का? मी बघू का?" तो घाईघाईने विचारू लागला.

"इकडं ये बाळा." माझे हात पसरून मी त्याला मिठीत घेतलं.

"हे बघ, तुझी इच्छा होती ना तसंच झालं. तुला छोटा भाऊ मिळालाय."

मग आम्ही चौघं अगदी एकमेकांना बिलगून राहिलो. एकमेकांचे बरेच पापे घेणं झालं. मग मात्र नर्सने असगरच्या खांद्यावर हात ठेवून सांगितलं, "आता तुम्ही

बाहेर थांबाल का? आमचं अजून बरंच काम बाकी आहे. एकदा आम्ही तिला वॉर्डमध्ये नेलं की मग आमचं काम संपलं. तुम्ही तिथंच जाऊन थांबा.''

''आय लव्ह यू!'' जाता जाता असगर म्हणाला. अजमेरनं एक फ्लाइंग किस दिला.

मी हात हलवून म्हटलं, ''भेटूयात.''

मी वॉर्डात पोहोचले तेव्हा ते दोघे माझ वाटच बघत होते. बाळ कॉटच्या पायथ्याकडे, त्याच्या पाळण्यात झोपलं होतं. त्याच्या डोक्यावर ओठ टेकवून मी कॉटवर पडले.

''तू फारच दमली आहेस.'' माझ्या कपाळावरची बट अलगद बाजूला करत असगर म्हणाला.

''आता विश्रांती घे. आम्ही शहरात जाऊन बाळासाठी कपडे आणतो आणि संध्याकाळी येतो भेटायला.''

मी कशीबशी मान हलवली आणि गाढ झोपी गेले.

नर्स मला उठवून सांगत होती की बाळ रडतंय.

''तू काय ठरवलयस? तू दूध पाजणार आहेस की बाटलीने पाजणार आहेस? बाळ भुकेनं रडतंय.''

''मीच पाजणार!'' नर्सने असीमला माझ्याकडं दिलं आणि कॉटभोवती पडदे ओढले.

मी हॉस्पिटलमध्ये असेपर्यंत असगर आणि अजमेर मला रोज भेटून जात. मला चौथ्या दिवशी घरी सोडलं. असगर टॅक्सी आणून वाटच बघत होता.

आम्ही चौघं आमच्या नव्या घरी आलो. मी बघितलं, असगरनं फर्निचर आणून खोल्या तयार केल्या होत्या. अजमेरसाठी एक जुनी सेटी वीस पौंडाला घेतली होती. आमच्या खोलीत नवी गादी आणून कोपऱ्यालगत ठेवली होती.

''मी जास्त काही आणू शकलो नाही. पण निदान गरजेपुरतं तरी आणलंय.'' तो म्हणाला.''आणि मी असीमसाठी नवे कपडे आणलेत ममा.'' अजमेरनं सगळी बॅगच रिकामी केली.

''वा, छान कपडे निवडलेस तू तुझ्या छोट्या भावासाठी!'' मी म्हटलं.

आम्ही चौघं हॉलमध्येच होतो. असीम माझ्या हातात गाढ झोपला होता. असगरने माझ्या कमरेभोवती हात घालून मला जवळ घेतलं. माझ्या गुडघ्याशी अजमेर होता. मान उंच करून तो बाळाकडे बघत होता.

'माझं कुटुंब!' एकमेकांवर प्रेम करणारी माझी माणसं. माझ्या डोळ्यांत पाणी तरारलं.

अजमेर झाला तेव्हा त्याच्यासाठी माझ्याकडे काही नव्हतं. पण असीमची मला काळजी नव्हती. सर्वांची काळजी घ्यायला असगर होता. मुख्य म्हणजे, वाऱ्यावर सोडल्यासारखी मी एकटी नव्हते. या गोष्टीचंच मला आश्चर्य वाटत होतं. अशी सुरक्षिततेची भावना माझ्या मनात कधी रुजलीच नव्हती.

मी असगरजवळ सरकले. त्याच्या गालाचा मुका घेतला.

''सगळंच कसं छान आहे.'' माझ्या तोंडून निघालं!

पण मला आणखी एक धक्का पचवायचा होता. असीमच्या जन्मानंतर दोनच महिन्यांनी मांजची केस सुरू होणार होती. मनाने मी त्या सगळ्यापासून खूप लांब होते. पण तरी साक्षीदार म्हणून मला एकदा कोर्टात जावंच लागणार होतं.

मला कोर्टात घेऊन जाणारा पोलीस आदल्या दिवशी घरी आला.

''आम्हाला कळलंय, तुझे नातेवाईक कोर्टात हजर राहाणार आहेत. ते उद्या येतीलच. खरं म्हणजे या काळात ते नेहमीच इथं येत होते. आपण कोर्टात जाऊ तेव्हा तू मान खाली घालूनच जा. कोणाबरोबर बोलू नकोस किंवा कोणाकडे बघू नकोस. हे ठीक वाटतंय ना?''

मी मानेने होकार दिला पण मनात काही वेगळंच ठरवू लागले.

दुसऱ्या दिवशी मी अगदी अंगाबरोबर येणारा असा छान ड्रेस निवडला. असे कपडे माझ्यासाठी घेण्याचं त्यांच्या मनात कधीच आलं नसणार.

आम्ही कोर्टात गेलो. चालता चालता मी खात्री करून घेतली की आई माझ्याकडच बघत होती. ती येणार याची मला खात्री होतीच.

ती माझ्याकडेच एक टक बघत होती. मी तिच्या नजरेला नजर दिली. मान ताठ ठेवूनच मी माझ्या बरोबरच्या पोलिसाबरोबर वेटिंगरूम मध्ये गेले.

मला माझा गर्व होता. तिथं हजर असण्याचा गर्व होता. इतकंच काय, तिला आणि बाकी सर्वांनाच तोंड देऊ शकण्याचा गर्व माझ्या देहबोलीतून प्रकट होत होता.

'आणि माझं प्रिय कुटुंब घरी माझी वाट बघत थांबलं होतं!'

मांजवर पळवून नेण्याचा कट सिद्ध झाला.

मँचेस्टरमधल्या कुप्रसिद्ध अशा स्ट्रेंजवेज प्रिझनमध्ये चार वर्षांसाठी त्याची रवानगी झाली.

२०

आई या भूमिकेवर माझं फारच जिव्हाळ्याचं नातं जडलं. माझे हे दोन बछडे माझं सर्वस्व होतं. पुढचे येणारे महिने मी रोज अजमेरला सोडायला शाळेत जाई. मग घरी येऊन परत आणायला जाई, तेव्हा बऱ्याच आया तिथं गप्पा मारत थांबलेल्या असत. माझी त्यांच्याबरोबर ओळख झाली. असीम त्याच्या बाबागाडीत बसलेला असे.

त्याच्याकडं बघून एखादी म्हणे, "तुला याची शाळा सुरू कधी होतेय असं झालं असणार. हो ना? म्हणजे तू मोकळी होशील."

मग सगळ्या खुदुखुदु हसत. मीही हसून मान हलवे.

पण मनात म्हणे, मला काही याची नर्सरी सुरू करायची घाई नाही. माझ्याबरोबर जितकं म्हणून असीमला राहायला मिळेल तेवढं मला हवंय.

मांज गजाआड गेला होता. आईकडे बघून मी तिच्या नजरेला नजर भिडवली होती. कोर्टात मी तिला जाणवून दिलं होतं की मी तिच्या गुलामीतून मुक्त झाले होते.

त्यामुळं मला आता एका जागी स्थिर झाल्यासारखं वाटत होतं.

अजमेरनं शाळेत बरेच मित्र जमवले होते. मी विचारलं की तो शाळेत काय काय झालं ते मला सांगे. संध्याकाळचा काही वेळ मी त्याच्याबरोबर बसे. त्याच्या गृहपाठात काही मदत हवी असेल तर करे.

काही दिवसांनी मी बाकीच्या आयांबरोबर चांगली बोलू लागले. इकडच्या तिकडच्या गप्पांत सामील होऊ लागले. घरी गेल्यावर काय करणार, मुलांनी रात्री काय काय केलं, आईबाबा पबमध्ये गेल्यावर मुलं जागी झाली का, वगैरे गप्पा चालत.

मला कळत होतं की त्यांच्या आणि माझ्या कुटुंबात फारसं साम्य नव्हतं. पण तरी मी त्यांच्यात राहू लागले. त्यांच्याशी संवाद करत राहिले. मला वाटतं,

त्यामुळंच त्यापैकी काही माझ्या चांगल्या मैत्रिणी झाल्या. हळू हळू मला, मी सुद्धा त्या समाजाची घटक आहे असं जाणवू लागलं.

माझ्या सभोवतालच्या परिसरातीलच मी एक आहे असं मला वाटे. शेवटी एकदा हा परिसर, हे शहर माझंच आहे याची खात्री पटली.

मुलंबाळं, नवरा, घर, सभोवतालचा परिसर, माणसं आपण राहत असतो ते शहर आपलं वाटणं, खरंच का इतकं महत्वाचं असतं?

असगर आणि मी, आमच्या कुटुंबाला सर्व काही चांगल्यातलं चांगलं मिळावं म्हणून धडपडत होतो.

असगर इंग्लिश शिकला आणि त्याला इथलं नागरिकत्व सुद्धा मिळालं. आम्ही थोडीफार बचत करू लागलो. एखाद्या मोठ्या बागेजवळ घर घेण्याचं स्वप्न बघू लागलो. जिथं मुलं मोकळेपणानं खेळली असती. कॅनॉक चेसमध्ये अमांडा आणि मी खेळत असू तसं!

अजमेरनं आणि असीमनं शाळेतील प्रगती चांगली ठेवली होती. मला त्यामुळं विशेष समाधान मिळे.

असीम पाचचा झाल्यावर एक दिवशी फोन आला. स्कॉटिश ढंगात कोणीतरी बोलत होतं. ''हॅलो, सॅम ना?''

मी हो म्हटलं, पण आवाज ओळखीचा वाटेना.

''मी सवेर बोलतोय.''

माझे हात थरथरू लागले. डोळ्यांत पाणी येऊ लागलं. मला माझ्या भावाचाच आवाज परका वाटत होता.

भरल्या डोळ्यांनीच मी हसले. ''अरे, कसा आहेस तू? तुला माझा नंबर कसा मिळाला?''

''तनवीरनं असगरच्या पाकिस्तानातील नातेवाइकांकडून मिळवला. मला बाबांच्या विषयी बोलायचंय.''

खरंच की, माझ्याशी फक्त बाबांविषयी बोलण्यासाठीच माझे नातेवाईक फोन करणार होते.

''ते फार आजारी आहेत.'' सवेर पुढे बोलू लागला. ''ते ग्लासगोतच होते, पण आता आजारी झाल्यामुळं हॉस्पिटलमध्ये आहेत. ते तुझी चौकशी करत आहेत. मला वाटतं, तू एकदा येऊन त्यांना भेटावंस.''

''हो, नक्कीच येईन. कुठलं हॉस्पिटल?''

''व्हिक्टोरिया. वॉर्ड चार.''

''खरंच ते खूप आजारी आहेत का?'' बाबांच्या आठवणीनं मला रडू येऊ लागलं.

"लवकरात लवकर ये." असं म्हणून त्यानं एकदम फोन ठेवला. माझा निरोपही घेतला नाही.

त्या संध्याकाळी असगर आला तेव्हा मी त्याला सांगितलं. दुसऱ्या दिवशीच निघेन असंही सांगितलं.

"पण तू का जातेस? तिथं मांज आणि मुख्य म्हणजे तुझी आई असली तर?" अजमेरनं विचारलं.

या विचारानं मी दचकले. पण माझा निश्चय पक्का होता.

"खूप उशीर होण्याआधी मला बाबांना भेटलंच पाहिजे. काय होईल त्याला मी तोंड देईन."

दुसऱ्या दिवशी सहा वाजून सात मिनिटांची ट्रेन मला मिळाली. ट्रेन जसजशी उत्तरेकडं जाऊ लागली, माझ्या मनात नको त्या विचारांनी गर्दी केली. खरंच माझी आणिा मांजची भेट झाली तर? मला पळवून नेण्याच्या प्रयत्नाबद्दल त्याने शिक्षा भोगली होती. त्या दिवसापासून मी त्याला किंवा इतर कोणालाच भेटले नव्हते. पण मांज मलाच दोषी ठरवणार होता. त्याचा स्वभाव थोडाच बदलणार होता शिक्षेमुळे? आणि आई? तिचं काय? मी तिला बघितलं तर काय करू? त्या सर्वांनी मलाच दोषी ठरवून एखाद्या बारक्या गल्लीत नेऊन मरेपर्यंत मारहाण केली तर? किंवा मला रस्त्यात फेकून दिलं तर? हे असे विचार म्हणजे मी स्वत:लाच भीती घालण्याचा प्रकार होता. मी उठले आणि गाडीच्या शेवटी असलेल्या स्नॅक्स बारकडे गेले. स्वत:साठी कॉफी घेतली. जागेवर येऊन बसले आणि पिशवीतून मासिक काढून वाचत बसले.

ट्रेन ग्लासगोला पोहोचताक्षणीच मी टॅक्सी घेऊन हॉस्पिटलकडे निघाले. सवेरने वॉर्ड चार सांगितला होता. मोठमोठ्या व्हरांड्यातून, जिने चढताना मला अनेक युगं गेल्यासारखी वाटली.

वॉर्डच्या बाहेर मी थोडी थांबले. धीर गोळा करण्यासाठी. मग मी दार ढकललं. नर्सेस स्टेशनजवळ जाऊन बाबा कुठे आहेत ते विचारलं.

"शेवटकडून दुसरा पलंग." तिने धीर देणारं स्मित केलं.

मी चार कॉट ओलांडून पुढे गेले. नर्सने सांगितलेल्या कॉटच्या पायथ्याशी उभी राहिले.

कुठे होते माझे बाबा? तिथं तर एक अगदी मरणासन्न, किडकिडीत वृद्ध माणूस झोपला होता. हाताला सलाईन लावलं होतं.

मी खात्री करून घ्यायला नर्सला विचारण्यासाठी वळत होते, इतक्यात त्यांनी डोळे उघडले आणि मला माहीत असलेलं स्वच्छ, निर्मळ हसू त्यांच्या चेहऱ्यावर पसरलं. माझ्या आवडीचं हसू.

"मला माहीत होतं की तू येशील." बाबा बोलले खरं, पण आवाज मात्र त्यांचा नव्हता.

मी त्यांच्या पलंगाजवळ गेले. आम्ही दोघं बराच वेळ एकमेकांना बिलगून बसलो. कोणीच काही बोललं नाही. माझ्या डोळ्यांतलं पाणी त्यांना दिसू द्यायचं नव्हतं. मी बाजूला झाले.

"बाबा, तुम्ही किती आजारी दिसताय, काय झालं?" मला ते पंचावन्न वर्षांचे आठवत होते. पण आता तर बाबा पंच्याऐंशीचे दिसत होते.

त्यांनी हळूच डोकं हलवलं. "आता मी सुधारतोय. मागच्या आठवड्यात बघायला हवं होतंस." ते थांबून माझ्याकडं निरखून पाहू लागले.

"तू मात्र होती तशीच आहेस. सॅम, पोरी, तू आनंदात आहेस ना?"

"हो बाबा." मला एकदम अजमेर, असीमचे फोटो आणायला हवे होते याची जाणीव झाली.

माझ्या लहानपणी माझा एकही फोटो काढला नव्हता. मी मात्र दोघांचे ढीगभर फोटो काढले होते. मुलं शाळेत गेली की बरेचदा त्यांचे फोटो बघत मन रमवत असे. असे माझे फोटो असते तर मला पण कळलं असतं, लहानपणी मी कशी होते ते.

"आता मी खूप आनंदात आहे बाबा."

आम्ही खूप वेळ बोलत बसलो. आम्ही दोघं जेव्हा एकत्र येत होतो, तेव्हाच्या खूप आठवणी आमच्या मनात जाग्या झाल्या. ते आम्हाला झूमध्ये नेत. मग एकदा लायब्ररीत गेलो होतो. आणि दर वेळेस ते कसे आईच्या तावडीत सापडत! खूप आठवणी निघाल्या.

"तो रेडिओ आण बरं जरा इकडे," त्यांनी छोट्या कपाटाकडं बोट दाखवलं. मी कपाटातून एक छोटा निळा रेडिओ बाहेर काढला आणि त्यांना दिला. त्यांनी तो परत माझ्याकडं दिला.

"अग तूच ठेव तो. माझ्या लाडक्या नातवांना दे."

रेडिओ बॅगेत ठेवता ठेवता परत माझे डोळे भरून आले. मला वाटलं, ही बाबांची आणि माझी शेवटचीच भेट. मला तेथून निघावंसं वाटेना. पण बाबा म्हणाले की मांज त्यांना दुपारचा भेटायला येतो. उगीच दोघांची भेट व्हायला नको. मी परत त्यांना बिलगले. त्यांच्या गालावर ओठ टेकले. त्यांचा निरोप घेतला. वॉर्डच्या दरवाज्यापर्यंत मी वळून वळून हात हलवीत राहिले.

मी आश्रमात असताना बाबांना वारंवार भेटे. बाबा भेटले की मी खूप आनंदात असायची. नंतरच्या आयुष्यात मी बाबांना फारशी भेटू शकले नव्हते. खूप दिवसांनी आता परत भेटत होते.

आश्रमात असताना मी अगदी आनंदाच्या शिखरावर असे आणि इतक्या वर्षांतर आताची भेट. हा योगायोग तर खचितच नव्हता.

अगदी मला वाटत होतं तसंच झालं. बाबा जाईतो सवेरने मला एकदाही फोन केला नाही.

"अंत्ययात्रा मंगळवारी आहे." तो फोनवर बोलत होता. "आम्हाला उद्याच करायची होती. पण हॉस्पिटल त्यांना घेऊन जायची परवानगी देईना."

"मी लवकरचीच ट्रेन घेते. दहा वाजेपर्यंत पोहोचेन असं वाटतं." मी अश्रू आवरत सांगितलं.

"हां. तेच ठीक होईल. आणि तू त्याच दिवशी परत निघ. कोणाचाच मूड नसेल आणि तुलाही जास्त वेळ राहून मूड आणखी खराब करायचा नसेलच." त्याने फोन ठेवला.

मला हुंदके आवरेनात. असगरने मला जवळ घेतलं. अजमेर आणि असीमला जेव्हा बरं नसे, तेव्हा त्यांना मी जवळ घेऊन डोलवत असे तसंच काहीसं असगर करत होता.

असगरने अंत्ययात्रेला माझ्याबरोबर येऊ नये यावर आमचं एकमत झालं. असगरला वाटत होतं की त्याला पाहून सर्वांचीच डोकी चढतील. अशा प्रसंगाला ते शोभणारं नव्हतं. मांजचा तर असगरला बघून संताप झाला असता.

मी एकटीच ग्लासगोला आले आणि टॅक्सीत बसले.

मी घरातून पळून गेल्यावर आणि मांज गजाआड गेल्यावर आईने घर बदललं होतं. लिटिल पाकिस्तान नावाच्या भागात ती रहायला गेली होती. सवेरनं मला सांगितलं होतं की आजूबाजूला सर्वांना या गोष्टी माहीत झाल्यावर आईला तिथं रहाणं शक्य नव्हतं.

मी घरात गेले. सवेर हॉलमध्ये माझी वाट बघत होता. मी त्याला बिलगायला जवळ गेले पण तो एकदम दूर झाला.

मी हुंदका आवरला. त्याने खाली बघत हॉलकडं बोट दाखवलं. "बायका तिकडं आहेत."

डोक्याभोवतीचा स्कार्फ अगदी घट्ट बांधत मी आत गेले. जमिनीवर दहा-बारा बायका बसून रडत होत्या. कसलं तरी पठण करत होत्या. तारा, हनीफ आणि मिना खोलीच्या मध्यभागी बसल्या होत्या. मिनाला बघून माझं हृदय उचंबळून आलं. मी त्यांच्याकडं गेले. माझ्या चेहऱ्यावरून अश्रू ओघळत होते.

ताराने मान वर करून बघितलं. मला वाटलं ती मला जवळ घेईल. आम्ही दोघी फार जवळच्या कधीच नव्हतो. पण बहिणी तर होतो आणि आमचे बाबा

नुकतेच गेले होते. ते दुःख तरी आम्हा दोघींचं सारखंच होतं.

"इथं बसू नको. तिकडं जा आणि बैस." तिनं फायरप्लेसकडं बोट केलं. मी तिच्याकडं बघितलं तर अतिशय रागाने माझ्याकडं बघत होती. मी हळूच मान हलवली आणि सांगितलेल्या जागी बसले. त्या बायकांत चुळबूळ सुरू झाली. मी सगळीकडं नजर फिरवली, तेव्हा त्यांच्या माना खाली गेल्या.

तारा कशी का वागेना, बाबांच्या जाण्यानं मला झालेलं दुःख तर ती अडवू शकत नव्हती.

ते चांगल्या ठिकाणी असणार होते. त्यांच्या वाट्याला आता कसलंच दुःख येणार नव्हतं. मी मनातच प्रार्थना केली.

कुटुंबातले पुरुष मांज, सवेर, सलीम, बशीर आणि इतर ज्यांना मी ओळखत नव्हते, बाबांचं पार्थिव घेऊन आत आले.

आम्हाला त्यांना अखेरचा निरोप इथंच द्यायचा होता. बायकांना दफनभूमीत जायला परवानगी नव्हती.

त्या पुरुषांपैकी कोणीही माझ्याकडं बघितलं नाही. तारा, मिना आणि हनीफने एकमेकींना सावरलं. त्या बाबांना ठेवलं होतं त्या पेटीजवळ जाऊन मोठमोठ्याने रडू लागल्या.

मी खालीच बघत राहिले. मला मांजची हनुवटी दिसत होती. मी त्याच्याकडं बघू शकत नव्हते. त्याचं डोकं भडकलं तर तो मला काहीही करू शकला असता. पण इतक्या लोकांसमोर आणि आईच्या मैत्रिणींसमोर तो काही करेल असं वाटत नव्हतं.

मी उठून उभी राहिले आणि बाबांकडे गेले. बाबांच्या चेहऱ्यावर शांती दिसत होती. माझे अश्रू गालावरून ओघळू लागले. हॉस्पिटलपेक्षा त्यांचं वय कमी वाटत होतं.

किती भरकन गेली होती दहा वर्षं. आम्ही दोघांनी शेवटपर्यंत संपर्कच ठेवला नव्हता एकमेकांशी. किती मूर्खपणा झाला होता माझ्याकडून. आणि आता फार उशीर झाला होता.

बाकीच्या बायकांनी तारा आणि मिनाच्या भोवती हात टाकले आणि त्यांना धीर देऊ लागल्या. मग आम्ही सर्वच प्रार्थना म्हणू लागलो.

पुरुष पेटी उचलून बाहेर नेऊ लागले. मी नजर खालीच ठेवली. मांजकडे बघणं टाळलं.

"बाय बाबा," पेटी बाहेर जाताना मी मनात म्हणाले.

आतून तनवीर बाहेर आली. माझा श्वास घशात अडकला. "मला वाटतं तू आता निघावंस," ती म्हणाली.

“पण मला प्रार्थनेसाठी तीन दिवस राहावसं वाटतंय.”

“पण तू राहाशील कुठं?” तिनं प्रश्न केला.

मी सगळं धैर्य एकवटलं आणि प्रामाणिकपणं म्हटलं, “बाबांची बातमी मला कळवल्याबद्दल आभार आणि बाबांचा शेवटचा निरोप घेऊ दिलात म्हणून परत आभार.”

मी तिथून निघाले.

बाबा गेल्यावर मी काही वेळा ग्लासगोला गेले. माझ्याच कुटुंबात मला परक्यासारखं वाटे. आईला आणि भावंडांना समजून घेण्याचा माझा प्रयत्न होता. आम्ही सगळे एकच तर होतो. मी काही कोणी फेकून दिलेली वस्तू नव्हते. बाबा गेल्यावर आईने माझ्याशी संपर्क साधला होता. तिला मला भेटायचं होतं.

तिला माझ्याकडून नक्की काय हवं होतं ते कळायला थोडा वेळ लागला. तिला तिच्या मरणाची भीती वाटत नसावी किंवा तिच्या नातवंडांना तिला भेटायचं नव्हतं. बाबा गेल्यावर सहा महिन्यांनी आम्ही भेटलो, तेव्हा तिने मला भेटायची कारणं सांगितली.

मी असगरला सोडून द्यावं असं तिचं मत होतं. तिला वाटत होतं की ती नक्की माझी समजूत घालू शकेल. ती माझ्याशी बरंच काही बोलली.

“जे काही घडलं त्याबद्दल आम्ही तुला माफ केलंय फक्त परत ये आणि पाकिस्तानात तुझ्या नवऱ्याकडं परत जा.”

“मला माफ केलंय? कशासाठी?” मी शंकेखोरपणे विचारलं.

“पळून जाण्याबद्दल.”

“माझ्याकडून काहीही चूक झाली नव्हती.”

अशा भेटींतून मी अतिशय अस्वस्थ होऊन घरी येई. आईला अजूनही मी कुचकामी वाटत होते. समाजात मी तिला सतत खाली पहायला लावलं होतं.

असगरला माझी समजूत कशी काढायची ते चांगलं माहीत होतं. कारण ते लोक माझ्याशी कसं वागले असतील याची कल्पना त्याला होती.

आई आता सलीम, त्याची बायको आणि दोन मुलांबरोबर रहात होती. सलीमचं खाटकाचं दुकान होतं आणि चांगलं चाललं होतं.

पहिल्या काही भेटींत मला फारच संकोचल्यासारखं होई, कारण माझ्यात आणि आईत अगदी तणावपूर्ण वातावरण असे. आई मला काही बोलूच देत नसे. मी किती वाईट आहे हेच सांगत बसे.

सलीमची बायको शाहीद पाकिस्तानातली आमची दूरची बहीणच होती. ती स्वभावाने प्रेमळ होती. मी जेव्हा तिसऱ्यांदा त्यांच्याकडं गेले, तेव्हा घरात कोणीच

नव्हतं. आई तिच्या खोलीत झोपली होती. सलीमची बायको माझ्या शेजारी येऊन बसली.

माझ्या आणि बाकीच्या लोकांत नक्की काय झालं ते विचारू लागली.

''त्यांनी तुला नक्कीच सगळं सांगितलं असेल.'' मी म्हटलं.

''हो! पण त्यांनी त्यांची बाजू सांगितली. त्यांनी जे सांगितलं तशी तर तू मला दिसत नाहीस.''

''त्यांनी तुला काय सांगितलंय?''

''हेच की तू फार वाईट आहेस. तुझ्याबद्दल काही न कळलेलंच बरं.'' शाहीदनं सरळ माझ्या डोळ्यांत बघितलं.

''पण तू तर चांगली मुलगी वाटतेस.'' ती म्हणाली.

मी ओठांवर बोट ठेवलं. ''हळू. आईनं हे ऐकलं तर तू चांगलीच अडचणीत येशील बरं!''

आम्हा दोघींना एकदम हसू आलं. त्या क्षणापासून आम्ही चांगल्या मैत्रिणी झालो.

मग मी तिला सहा महिन्यांची असताना मला आश्रमात ठेवलं, तेव्हापासून ते तेराव्या वर्षी माझं फसवून माझं कसं लग्न केलं आणि चौदाव्या वर्षी मी आई कशी झाले ते सांगितलं. हे सगळं तिला कोणीच सांगितलं नव्हतं.

माझी गोष्ट सांगून झाल्यावर ती म्हणाली, ''तू खरंच शूर आहेस. इथं परत आलीस तू!''

''त्यांनी मला समजून घ्यावं, माझ्या मुलांना भेटावं यासाठी संधी द्यायची होती. त्यांची इच्छाच नसेल तर ठीक आहे. नुकसान त्यांचं आहे. माझं नाही.'' मी म्हटलं.

त्याच भेटीत शाहीद मांजबद्दल काही बोलली, तेव्हा आईनं मला धक्काच दिला.

ती म्हणाली, ''सॅम, तुला माहीत आहे का, मांज प्रथम कृती करतो आणि नंतर विचार!''

तिनं माझ्याकडं बघितलं. कोर्टात खटला चालू होण्यापूर्वी काय काय झालं असेल याचा अंदाज मला आला.

बहुतेक मांज म्हणाला असावा, ''काहीही करून मी तिला परत आणतोच. मग तिचे पोत्यात भरलेले तुकडे का असेनात.''

त्याच्यापुढं बोलायची हिम्मत तरी कोणाजवळ होती?

आई खोलीतून निघून गेल्यावर शाहीद मला म्हणाली, ''तुझी आई खूप आजारी आहे. ती इथं ग्लासगोत फारच कमी दिवस रहाते. वर्षभर ती पाकिस्तानातच असते. उन्हाळ्यापुरती इथं येते.''

मला कधीचंच माहीत होतं की आई दम्याने आजारी आहे. एक देवालाच माहीत की तिने घरातच थुंकून आणि सारखं डोकं हातात धरून आम्हाला तिच्या आजाराबद्दल सतत जागरूक कसं ठेवलं होतं!

पण तरी तिच्या आजाराचं नक्की निदान मला कळलंच नव्हतं. तिला डायबेटीस होता आणि तरी ती भरपूर चॉकलेट्स खाई. तिला गोड खाण्याची जबरदस्त इच्छा होई. आता मात्र तिची प्रकृती इतकी ढासळली होती की तिच्या पलंगाजवळ ऑक्सिजनचा सिलींडर होता. गरज भासली की ती ऑक्सिजन घेत असे.

शाहीदने सुस्कारा सोडला. "खरं म्हणजे जे झालं ते झालं, असं म्हणून सगळं विसरून तिनं तुझ्याशी नीट वागावं. म्हणजे सगळेजण तसे वागतील."

शाहीद म्हणाली तसं हळू हळू घडू लागलं हे मात्र खरं.

ती उन्हाळ्यात ग्लासगोला आली की मी तिला भेटायला येई. कधी कधी एक रात्र राही.

आईला भेटायला आता मला मोकळं वाटे. आत्मविश्वास म्हणजे काय हे मला नक्कीच माहीत झालं होतं. असगर आणि माझी मुलं, नेहमीच माझी वाट बघत असत. ते तिघं म्हणजे माझी जणू शक्ती होती, माझी सुरक्षितता होती.

मी आईच्या डोळ्याला डोळा भिडवत असे. मग तीच माझी नजर चुकवे. माझ्यासाठी ही फार महत्वाची गोष्ट होती. माझ्या स्वत:साठी आता मी काय करू शकते याची ती मोजपट्टीच होती. असं केल्याने माझ्या आत कित्येक वर्षांची दडून बसलेली भीती, इतक्या वर्षांचा साठलेला द्वेष सगळं विरघळू लागलं.

एकदा ग्लासगोत गेले तेव्हा मला मिना भेटली. तिने आईच्या घरासमोरच घर घेतलं होतं. आम्ही दोघी एकट्या असताना सुद्धा ती माझ्याशी बोलायला तयार नव्हती, जणू काही मनातल्या गोष्टी बोलायला तिला भीती वाटत होती. मग मीच तिला म्हटलं की अजमेरला आणि मला तिची खूप आठवण येते. मग मात्र माझ्याकडे बघून ती कुजबुजली, "मला पण." जणू काही कोणीतरी तिचं बोलणं ऐकत होतं.

नंतर मात्र तिने मला सांगितलं की माझ्या पळून जाण्याने आई बरीच शांत झाली होती. मी पळून गेल्यामुळं मिनावर कोणी लहान वयात लग्न करायची सक्ती केली नव्हती. तिचं लग्न एकविसाव्या वर्षी झालं होतं.

मला हसू आलं. मीच तर हा सगळा बदल घडवला होता!

शेवटी एकदा मी अजमेरला त्याच्या आजीकडं घेऊन जाण्याचं ठरवलं. पण

त्यापूर्वी त्याला त्याच्या जन्मदात्याविषयी सांगणं आवश्यक होतं.

असगरनं स्वत:च्या मुलाप्रमाणं त्याला वाढवलं होतं. पण आता तो किशोर वयात होता. आता त्याला खरी गोष्ट कळणं आवश्यक होतं. शिवाय मला खात्री होती की, आई हा विषय त्याच्याकडं काढणारच. त्यामुळे अजमेरनं खरी गोष्ट माझ्याकडून ऐकणंच ठीक होतं.

ग्लासगोला जायचं ठरल्यावर, एके दिवशी दुपारी असगर कामावर गेला होता आणि असीम मित्रांबरोबर खेळत होता, तेव्हा मी अजमेरला म्हटलं, ''मला काही महत्वाचं बोलायचं आहे तुझ्याशी.''

मी काय बोलते ते ऐकायला अजमेर उत्सुक होता. मलाच कळेना की त्याचे जन्मदाते वडील पाकिस्तानात होते आणि त्यांनी त्याची साधी चौकशी सुद्धा केली नाही, हे कसं सांगावं. शेवटी एक मोठा श्वास घेऊन सांगायला सुरवात केली.

पण मी जेव्हा सांगितलं की माझं लग्न लहान वयात लावून दिलं होतं आणि मी त्याची आई झाले तेव्हा लहानच होते; तेव्हा त्याला फारसं आश्चर्य वाटल्याचं दिसलं नाही. मी पुढं त्याला सांगितलं की त्याच्यामुळेच मी आत्महत्येचा निर्णय बदलला आणि त्यानेच मला माझ्या कुटुंबापासून दूर होण्याची शक्ती दिली.

''सॉरी. मी तुला आतापर्यंत ही गोष्ट सांगितली नाही. पण तुला तुझ्या वडिलांना भेटायचं असेल तर ते मी समजू शकते.''

तो माझ्याकडं बघून हसला. म्हणाला, ''ना! मला कशासाठी असं करायला हवं? पुढे कधीतरी भविष्यात तसं वाटलं तर बघू.''

त्याने मला घट्ट मिठी मारली आणि मग मित्रांत खेळायला गेला.

जेव्हा आम्ही काही दिवसांनी आईकडं गेलो, तेव्हा मी अजमेरची आईशी ओळख करून देते न देते तोच आई म्हणाली, ''तुझे खरे वडील पाकिस्तानात आहेत!''

अजमेर खांदे उडवून म्हणाला, ''मला माहीत आहे. मग?''

माझी छाती गर्वाने फुलून आली. मी माझं हसू दाबलं. आईचा चेहरा बघण्यासारखा झाला. तिचा पूर्वीचा अवतार धारण करायला संधीच दिली नाही अजमेरनं. तिला कुठं बघावं ते कळेना झालं.

आईनं माझ्याशी अफजलविषयी बोलण्याचा प्रयत्न केला. ''आता त्यानं दुसरं लग्न केलंय. तुझी संधी तू घालवलीस. पण आम्ही त्याची समजूत काढली तर तो तुला तिकडे येण्याची परवानगी देईल.''

ती काय बोलते याकडे मी लक्षच दिलं नाही. म्हणून ती परत सांगू लागली की अफजलला सगळ्या मुलीच आहेत. अजूनही त्याला मुलगा नाही. त्याकडे

सुद्धा मी लक्ष दिलं नाही, तेव्हा मात्र ती गप्प बसली.

मी ग्लासगोला जात राहिले. कधी कधी अजमेर सुद्धा येई. आईनं बजावलं होतं की असगर किंवा असीमशी तिचा काही एक संबंध नाही.

मी आईकडे का जात राहिले ते मला सांगता येणार नाही. पण मला वाटे, तिनं अजूनही मला सामावून घेतलेलं नाही. अजूनही मला आपलं म्हटलेलं नाही. मी जशी होते आणि जशी बदलत गेले, ते आईला पटलं नव्हतं.

असीम जवळ जवळ बाराचा झाल्यावर मी त्याला आईला भेटायला घेऊन गेले. कारण त्यालाच आईला बघायचं होतं. असीमला मी का नेत नव्हते याचं कारण मी त्याला सांगू शकत नव्हते. अजमेर, असीम आणि मी, तिघंजणं जेव्हा ग्लासगोला पोहोचलो तेव्हा थोडी फुलं विकत घेतली. ट्रेनच्या प्रवासात मी थोडी घाबरलेलीच होते, पण दिसू देत नव्हते.

आई कसं वागणार होती देव जाणे. असीम आमच्याबरोबर आहे, हे मी तिला कळवलंच नव्हतं. विचारायला गेले असते तर ती परवानगी देणारच नव्हती.

आईनं त्याला नाकारलं असतं, तर मी त्याच्या बरोबर होते. मी त्याच्या बाजूने उभी राहिले असते. जसं एखाद्या आईने मुलाच्या मागे खंबीरपणं उभं राहायला हवं, तशी.

पण आईने मला आश्चर्याचा धक्काच दिला. आम्ही घरात गेल्यावर मी आईला म्हटलं, ''आई, हा तुझा नातू असीम.''

तिने असीमला जवळ बोलावलं.

''आजीला भेटायचं नाही का तुला?'' असं म्हणून तिने त्याला स्वत:च्या बाहूत घेतले. त्याच्या खांद्यावरून माझ्याकडं बघितलं.

त्या नजरेत काय नव्हतं? मी इतके दिवस ज्याची आस लावून बसले होते ते सगळं! तिनं मला स्वीकारलं होतं. तशी ओळख तिच्या नजरेत होती.

असा तिचा शब्दाविना संवाद म्हणजे माझ्यासाठी सर्वस्व होतं.

माझं समाधान झालं. शेवटी मी काहीतरी कमावलं होतं. मला वाटलं की मला हवं ते सगळं काही मिळालं आहे.

मी तिच्याकडं सारखी सारखी येत राहिले, का तर माझ्या पाठीवर तिने दिलेली शाबासकी मला हवी होती. तिच्या नजरेत मला ती दिसली. मी आतापर्यंत जे काही करून दाखविलं होतं, त्याची पावती मला तिच्या नजरेत दिसली. आता यापुढं माझ्या मनात जे जे काही येईल ते मी निश्चित करू शकणार होते.

मी माझ्या या कुटुंबाकडं अधून मधून जात राहिले. मला वाटतं, अशा आईवर प्रेम कसं करावं, तेही मी हळू हळू शिकत होते.

अर्थात आमच्यात आई-लेकीचं स्वाभाविक नातं निर्माण होणं कधीच शक्य नव्हतं. पण आमच्यात एक प्रकारची शांतीची भावना मात्र निश्चित निर्माण झाली होती. झालं गेलं विसरून जावं अशी आईची भावना असेल, तर मी सुद्धा त्याला तयार होते. शेवटी माझं बळजबरीनं लग्न करून दिलं नसतं तर माझा लाडका अजमेर मला कसा मिळाला असता? माझं असगरशी लग्न तरी कसं झालं असतं? आणि आम्हा दोघांत असीम तरी कसा आला असता?

कदाचित मला आनंद म्हणजे काय चीज असते तेच माहीत झालं नसतं.

दोन हजार एक साली मला ताराचा फोन आला. आई पाकिस्तानात असताना गेली होती. तारा रडत होती. तिला बोलताच येत नव्हतं. शेवटी तिनं तिच्या मोठ्या मुलीकडं फोन दिला. तिनं मला आईच्या मृत्यूविषयी सविस्तर सांगितलं. ते सर्व अंत्ययात्रेसाठी पाकिस्तानात जाणार होते.

"तू पण आलं पाहिजेस मावशी," ती मला सांगत होती.

फोन ठेवल्यावर मला रडू आलं. आईच्या जाण्याने मला दु:ख व्हावं हे देखील आश्चर्यच होतं.

मला पूर्वी कुठेतरी वाचल्याचं आठवलं. एखाद्याने तुम्हाला हवं तसं तुमच्यावर प्रेम केलं नाही, तर त्याचा अर्थ असा होत नाही, की त्या व्यक्तीचं तुमच्यावर प्रेमच नाही.

त्या क्षणी मला जाणवलं की, आईजवळ सगळ्यांवर प्रेम करण्याइतकं प्रेमच नव्हतं.

मी असगरला सांगितलं. अंत्ययात्रेला मी जावं असं त्याचंही मत होतं.

असगर म्हणाला, "जाऊन ये. आईला शेवटची आदरांजली दे. तेच बरोबर ठरेल."

मला पण जावंसं वाटत होतं. पण मनात भीती होती. अशा ठिकाणी मी जात होते, जिथे फक्त भयंकर स्वप्नंच होती.

असगरचं त्याच्या भावाबरोबर बोलणं झालं. असगरनं माझ्यासाठी सगळी व्यवस्था केली. पाकिस्तानात मी त्याच्या भावाकडं रहाणार होते. तो माझ्यासाठी गाडी-ड्रायव्हरची व्यवस्था करणार होता. ड्रायव्हर रोज मला आईच्या घरी घेऊन जाणार होता आणि परत आणणार होता. त्यामुळं इकडे घरी माझा ठावठिकाणा कळणार होता. मला तिथं काही त्रास झालाच तर मी लगेच परत येऊ शकणार होते.

मला पाकिस्तानात जाण्यासाठी तातडीचा व्हिसा मिळाला आणि लगेचची फ्लाईटसुद्धा.

आई गेली तेव्हा मांज तिच्याजवळ होता. तारा, मिना, सवेर, सलीम सगळ्यांनी मिळून एकत्र प्रवास केला होता आणि ते अंत्ययात्रेस वेळेवर पोहोचले होते. फक्त मलाच माझी एकटीची सोय करावी लागली होती.

प्रवासात ऐकायला म्हणून मी स्वमदतीवरच्या काही सी.डी. नेल्या होत्या. त्या मी ऐकल्या. त्यामुळे मला थोडा धीर आला. विमान उतरण्याआधी स्वत:च्या मनात असलेल्या भीतीला कसं तोंड द्यावं, त्याची सी.डी. ऐकली.

मला वाटतं, याचा मला पुढच्या काही दिवसांत चांगला उपयोग झाला.

मी माझ्या दिरांच्या घरी दिवेलागणीला पोहोचले. त्या दिवशी विश्रांती घेतली. पण तिथंच मी चुकले. माझ्या मनात नको त्या आठवणी जाग्या झाल्या. अजमेरचे वडील तिथे आले असले तर? त्यांना माझ्याशी बोलायचं असेल तर? गेल्या वीस वर्षांत मी त्यांना एकदाही बघितलं नव्हतं. एवढंच काय, माझ्या मनात एकदाही त्यांचा विचार आला नव्हता. कारण काही संपर्कच नव्हता. काही वेळाने मी स्वत:ला बजावलं, जे काय होईल त्याला मला तोंड द्यावंच लागेल. खरंच काही झालं तर!

मुस्लीम लोकांत मृत्यूनंतर दफन जेवढ्या तातडीनं करता येईल तेवढं करतात. पण अंत्ययात्रेचे विधी पुढं महिनाभर चालतात. त्यामुळं आईच्या दफनविधीसाठी मी हजर राहू शकले नाही, तरी पुढच्या विधींसाठी हजर राहाणार होते. हे विधी दफनविधीनंतर दुसऱ्या दिवशीपासून सुरू होतात. मुख्य विधी तीन दिवस चालतात. हे विधी कुटुंबापुरते मर्यादित असतात. तीन दिवसांनंतर बाकीचे नातेवाईक, मित्रमंडळी इत्यादींसाठी; जे बरेच दुरून येणार असतात. ते मुख्यत्वे पुढच्या दहा दिवसांसाठी असतात. त्यावेळेस बायका बाहेर बसतात आणि मृत व्यक्तीसाठी प्रार्थना करतात. पुरुष मात्र खोलीत पंख्याखाली बसतात. पण बायका प्रार्थनेपेक्षा गप्पा मारण्यातच दंग असतात.

असगरची बहीण रात्री माझ्याबरोबर रहाण्यासाठी आली. पाकिस्तानात असगरचे इतर नातेवाईक कुठे असतात, काय करतात हे सांगत असतानाच, दमल्यामुळे मला झोप लागून गेली.

दुसऱ्या दिवशी मी निघणार, तेवढ्यात माझी जाऊ धावत आली. म्हणाली, "एकटी जाऊ नकोस. नोकराणीला बरोबर घेऊन जा. तुझ्या बरोबर कोणीतरी असणं आवश्यक आहे. ही नूरा येईल तुझ्याबरोबर. काही घडणारच असेल, तर ती तुला सावध करेल."

मी तिला धन्यवाद दिले आणि नूराबरोबर निघाले. ड्रायव्हरला सुद्धा माझ्यावर लक्ष ठेवण्यास सांगून ठेवलं होतं. पण तरी सुद्धा माझा घसा भीतीने कोरडाच पडला होता.

ड्रायव्हरला बोलतं करावं लागलंच नाही. तो आपणहून म्हणाला, ''बहेनजी, अजिबात चिंता करू नका. मी सतत तुमच्या बरोबर असणार आहे. आपण वाटेत गुलाबाच्या पाकळ्या आणि अगरबत्त्या घेऊ या का?''

''का?'' मी विचारलं.

''तुमच्या आईचं दफन जिथे झालं, तिथे तुम्हाला पहिल्यांदा जायचं असेल ना? तुम्ही अजिबात घाबरू नका. तिथे सुद्धा मी असेनच.''

''बरं!'' मी म्हटलं.

''मग आपण पाकळ्या आणि अगरबत्त्या वाटेत घेऊ या. तुम्हा इंग्लंडहून आलेल्या लोकांना या रितीरिवाजांची माहिती नसते. पण काळजी नको. मी आहे तुम्हाला मदत करायला.''

तो काय बोलत होता हे मला नीटसं समजत नव्हतं. पण तरी मी मान हलवली.

आम्ही बाजारातून जाताना त्याने एक-दोन दुकानांसमोर गाडी उभी केली. पाकळ्या आणि अगरबत्त्या आणल्या.

आम्ही जवळ जवळ वीस मिनिटं प्रवास केला. मी सतत खिडकीबाहेर बघत होते. ड्रायव्हर तर माझा टूर गाईडच बनला होता. काही ओळखीच्या खुणा दिसतात का ते बघत होते.

''ते बघा तुमच्या आईचं घर,'' एका वळणावर त्याने एका बिल्डिंगकडे बोट दाखवत सांगितलं.

''आईचं दफन तिथून जवळच झालं आहे.''

आणखी थोड्या वेळानं त्यानं गाडी थांबवली. मी काचेतून बघितलं. माझ्या डाव्या हाताला शेतं होती आणि जवळच जमिनीचा साफ केलेला एक तुकडा होता. त्यावर नीटनेटके रचलेले असे मातीचे तीन ढीग होते.

''ह्या जागेवर नुकताच दफनविधी केलेला दिसतोय. तुमच्या आईचाच.''

त्याने माझ्या हातात त्या सुवासिक पाकळ्या दिल्या.

''तुम्ही या जागेवर पसरा त्या पाकळ्या. या बाजूला तुमच्या आईचे पाय आहेत आणि दुसऱ्या बाजूला मस्तक.'' त्याने जागा दाखवल्या.

अचानक, आई जाणं ही खरोखर सत्य घटना आहे ते मला उमगलं. ही आता माझी आई होती. केवळ एक मातीचा ढिगारा, छोटासा उंचवटा. यावेळेपर्यंत मला एक प्रकारचा बधिरपणा जाणवत होता. आता माझ्या मनात आलं, देवाला प्रार्थना करावी की आईला स्वर्ग मिळू दे. ती जिवंत होती तोपर्यंत सर्वांवर सत्ता गाजवत राहिली होती आणि या क्षणी ती कोणाचीच नव्हती. तिचं अस्तित्वच शिल्लक राहिलं नव्हतं. आता ती मातीबरोबर एकरूप होऊन गेली होती.

मी पाकळ्या पसरू लागले. पण मला रडू येईना. माझं मन तिची कीव करू लागलं. मी त्या मातीच्या उंचवट्यावर पाकळ्या पसरल्या. खरं म्हणजे ते मातीचे उंचवटे माझ्यासाठी कोणीच नव्हते, पण तरी इथंच माझी आई शेवटची विश्रांती घेत होती. मी अगरबत्या पेटवल्या, आईच्या शरीराजवळ ठेवल्या. ड्रायव्हर आणि नोकराणी काही काळ बाजूला निघून गेले. आईची दफनभूमी बघून मला खूप धीर आला. काही का होईना, मी माझ्या बाजूने तयार होते, असं मला वाटलं.

या विचारातच मी गाडी जवळ गेले.

आता मी सगळ्यांना भेटण्यासाठी निघाले होते.

दुपारच्या वेळी त्या गावातून चालत जात असताना मी आजूबाजूला नजर टाकली. माझ्या वीस वर्षांपूर्वीच्या आठवणीपेक्षा मला हे गाव लहान वाटलं. त्यावेळेसारखं घाबरवून टाकणारंसुद्धा वाटलं नाही.

मी आईच्या घराचं दार उघडलं आणि आत गेले.

जमिनीवर बसून पठण करणाऱ्या स्त्रियांपैकी एकीलाही मी ओळखलं नाही. त्या वेळेस अंगणात असलेलं वाकलेलं झाड तसंच होतं. फक्त अजून थोडं उंच झालं होतं. अंगणही तसंच होतं. फक्त घराच्या एका बाजूला आणखी एक इमारत उभी राहिली होती.

मी खोलीत गेले. सगळं जसंच्या तसं होतं. दोन पलंग आणि कोपऱ्यातला दिवा.

तारा आणि मिना एका पलंगावर बसल्या होत्या. त्या माझ्याकडे बघून रडायला लागल्या. जाऊन त्यांना जवळ घ्यावं अशा विचारात असतानाच तारा उभी राहिली आणि तिने हात पसरले. मी पुढं होऊन तिला मिठी मारली. मला रडू येईना. खूप दु:खी वाटत राहिलं. पण तरी सुद्धा मी रडले नाहीच. मिनाला मी जवळ घेतलं आणि तिच्या शेजारी बसले. मांज कुठं आहे ते मिनाला विचारलं. तारा म्हणाली की इथंच कुठेतरी असेल.

मांजला भेटायची मला भीतीच वाटत होती. पण त्याच्याबरोबर सवेर होता, शिवाय नूरा माझ्याजवळ होती आणि ड्रायव्हर बाहेर उभा होता. मी फारसं बोललेच नाही. तारा आणि मिनाने माझा प्रवास कसा झाला आणि मी कुठं राहाणार आहे, ते विचारलं. पण एवढं बोलणं साहजिक होतं. ही काही गप्पा मारायची वेळ नव्हती.

काही तासांनंतर मांज आत आला आणि त्याने माझ्याकडे बघितलं. काय करावं ते न कळून मी पटकन उभीच राहिले. थोडीशी अंग चोरूनच. तो काय करेल त्याचा काय नेम?

पण तो म्हणाला, ''तू येऊ शकलीस ते बरं झालं. आईला माझ्या हातातच

मरण आलं. पण त्यापूर्वी तिनं इच्छा व्यक्त केली की आपण दोघांनी आता एकत्र यावं. तू तुला पाहिजे तेवढे दिवस इथं राहू शकतेस.'' तो थोडा पुढं झाला आणि काहीशा अनिश्चिततेनं मला जवळ घेतलं.

मी त्याच्याकडे बघून मान हलवली. आम्ही मित्र तर कधीच झालो नसतो. पण कधी भेट झालीच तर दोन सुसंस्कृत माणसं एकमेकांना भेटतात तसे भेटलो असतो. पण मला त्याची भीती वाटण्याचं कारण उरलं नाही.

त्याच वेळेस सवेर आणि सलीम आत आले.

''शेवटी तू येऊ शकलीस.'' मला भेटून त्यांना आनंद झाला असं वाटलं. सवेरनं तर मला पूर्वीसारखी 'सिद्' अशी हाक मारली. मी हसून मान डोलावली.

त्या दिवशी फारशा बायका पठणाला आल्या नाहीत. पण नंतरचा दिवस महत्त्वाचा, तिसरा दिवस होता. सुतकातला सगळ्यात महत्त्वाचा.

मी निघण्याआधी ताराने मला लवकरात लवकर येण्यास सांगितलं. शक्यतो आठ-साडेआठलाच.

परत जाताना संध्याकाळ झाली होती. सूर्य तर पूर्ण कलला होता. शेतावरून लोक थकून घरी परतत होते. घोडे, टांगे हळूहळू चालले होते. मी पण या लोकांसारखीच थकून गेले होते.

दुसऱ्या दिवशी मी सव्वाआठला आईच्या घरी पोहोचले. काही बायका येऊन बसल्या होत्या. अंगणाच्या टोकाला तीन खुर्च्या मांडलेल्या होत्या. कदाचित आम्हा तिघींसाठी मांडलेल्या असाव्यात. पण मी घरात गेले. तारा पलंगावर बसली होती. ती दमलेली दिसली.

''तुझे कपडे मला आवडले.'' ती म्हणाली. ''आपल्या तिघींना दिवसभर बाहेर बसावं लागणार. पण तुझ्या कपड्यांमुळे तुला थंडी वाजणार नाही.''

मी निळ्या रंगाचा सलवार कमीज घातला होता. वरून जॅकेट आणि डोक्याभोवती काळी शाल. ती असं काही बोलेल अशी कल्पनाच नव्हती मला. त्यामुळे मी फक्त पुटपुटले, ''थँक्स.''

नाश्त्यानंतर अंगण भरलं. आम्ही तिघींनी आमचे स्कार्फ डोक्याभोवती घट्ट गुंडाळले. मी आणि तारा दोन बाजूला आणि मिना आमच्यामधे, अशा आम्ही बसलो. मी सगळीकडे नजर फिरवली. सगळ्याजणी आमच्याकडं बघत होत्या. मला संकोचल्यासारखं झालं.

''आपण परग्रहावरून आलोय अशा तऱ्हेने या आपल्याकडे बघत आहेत. काय झालंय?'' मी मिनाच्या कानातले.

''मला काहीतरी बोलून हसवू नको ग.'' ती म्हणाली.

''काय चाललंय?'' पलीकडून ताराने विचारलं.

"ही म्हणत्येय की आपण परग्रहावरून आल्यासारखं या आपल्याकडे बघतायत."

तारा मिनाच्या मागून वाकली, म्हणजे तिचा चेहरा त्या सगळ्यांना दिसणार नव्हता. "बरोबर आहे तिचं!" तिनं हसू आवरलं.

त्यातली एक जण उठून माझ्याजवळ आली. "तुझी आई म्हणाली होती, आम्ही मुलाला बघू शकू."

मी वर बघितलं. प्रौढ वयाची एक बाई माझ्यासमोर उभी होती.

"तुला माहीत आहे, मी कोण आहे ते? मी फोजिया. अफजलची बहीण."

मी तुला ओळखत नाही, असं अगदी माझ्या जिभेवर आलं होतं. पण त्याऐवजी माझ्या तोंडातून आलं, "काय म्हणालात?"

"तुझ्या आईनं सांगितलं होतं की आम्ही मुलाला बघू शकतो." ती परत जरा कडक शब्दात म्हणाली.

"कुठला मुलगा?" मी आश्चर्यानं विचारलं.

"आमचा मुलगा." ती आढ्यतेनं म्हणाली.

माझ्या डोक्यात प्रकाश पडला. मी ताराकडं बघितलं. तिनं नेहमीसारखे खांदे उडवले.

"प्लीज, आत्ता हे सगळं बोलू नका."

तिनं माझ्या बोलण्याकडं लक्ष दिलं नाही. ती म्हणाली, "आम्हाला मुलाला बघायचंच आहे."

मी उसासा सोडला. "तुम्हाला तमाशाच करायचाय तर!" माझा आवाज चढला. "तुम्हाला अशा प्रसंगी सगळ्यांनाच त्रास द्यायचाय? आत्ता, इथं? मला वाटत नाही तुम्ही तसं करावं."

ती आश्चर्यानं माझ्या तोंडाकडं बघू लागली. मी विरोध करेन अशी तिनं कल्पनाही केली नव्हती.

"माझ्या मुलाचं नाव अजमेर आहे." ती परत फिरल्यावर फक्त तिलाच ऐकू जाईल अशा स्वरात मी बोलले.

तिथं मी दोन आठवडे राहिले. सकाळी आईच्या घरी येई, संध्याकाळी असगरच्या भावाकडे.

इंग्लंडला परत आल्यावर पाकिस्तानातल्या एकूण अनुभवांनी मी इतकी थकून गेले, की सारखी झोपूनच राहिले.

पण मी तिथं जाऊन सगळं व्यवस्थित पार पाडलं म्हणून स्वत:वर खूष होते. वारंवार आईकडं जाऊन तिच्या बरोबरचे संबंध, ती जाण्यापूर्वी मी सुधारू शकले, याचं समाधानही होतंच.

तरी सुद्धा या वयातही माझ्या हृदयात एक पोकळी शिल्लक राहिली होती. आत कुठंतरी असमाधान होतंच. निखळ, शुद्ध, निरपेक्ष प्रेम मला आईकडून कधी मिळालंच नव्हतं. पण हळू हळू का होईना, माझ्या मनातल्या त्या पोकळीबरोबरच सुखानं आयुष्य जगण्याची मला सवय होऊन गेली.

कसंही असलं तरी मी तिचाच एक अविभाज्य भाग होते आणि ती माझा. म्हणूनच मी पाकिस्तानात गेले होते. मला तिचा शेवटचा निरोप घ्यायचा होता. माझं कर्तव्य मी पार पाडलं होतं. माझ्या पुढच्या आयुष्यात मला रुखरुख लागणार नव्हती.

मला मारताना माझ्या आईला नक्कीच समजत होतं ती काय करते आहे ते. कारण एकदाही तिनं माझ्या चेहऱ्याला धक्का लागू दिला नव्हता.

ती खरंच इतकी दुष्ट होती का? नाही, मला वाटतं ती फार आजारी होती. खूपच आजारी.

मुलाच्या तान्हेपणी आई-मुलात जो काही अतूट बंध निर्माण होतो, तो तिच्या मनात निर्माण झाला नव्हता. तान्हेपणीच मला आश्रमात ठेवलं होतं. त्यामुळं एखाद्या आज्ञा न जुमानणाऱ्या गुलामाला मालाकानं भयंकर शिक्षा करावी, तसं तिचं वागणं होतं.

तिच्यासाठी मी एक छळवादी, त्रासदायक कार्टी होते. म्हणून तिचं माझ्यावर प्रेम नव्हतं.

मग मी तिचा द्वेष करत होते का? मला वाटतं, तसंही काही नव्हतं. मी तर सतत तिच्या मनाप्रमाणं वागण्याचा प्रयत्न केला होता.

मग आता ती गेल्यावर माझ्या मनात द्वेष होता का? नाही, तसं नव्हतं. आता कुठं ती मला त्रास देणार होती?

मग माझं तिच्यावर प्रेम होतं का?

नव्हतंच. एक आई म्हणून मी माझ्या मुलांना जे प्रेम देत होते तसं तर शक्यच नव्हतं.

पण त्या वेळेस माझं आईवर प्रेम नव्हतं असं कसं म्हणू? पण तिनं मला कधी प्रेम करूच दिलं नव्हतं. माझ्या प्रत्येक गोष्टीला तिचा विरोध असे. उलट माझ्या मनात तिच्याबद्दल दहशत निर्माण झाली ती कायमचीच.

....माझ्यासाठी एक भयंकर असं आश्चर्य बाकी होतंच. ते मला ताराकडून समजलं. अर्थात तिच्या स्वभावानुसार तिनं ते अगदी खुनशीपणानंच सांगितलं.

माझं पाकिस्तानात लग्न जमविण्यात आईचा एकटीचाच भाग नव्हता. आईच्या एक भावाने बरीच रक्कम उसनी घेऊन सगळीच्या सगळी जुगारात घालविली होती. ते कर्ज फेडणं आईच्या भावाल शक्यच नव्हतं. म्हणून त्यानं ज्याच्याकडून कर्ज

घेतलं होतं त्याला, पैशाऐवजी इंग्लंडमध्ये जन्म झालेली एक चांगली मुलगी देतो म्हणून कबूल केलं होतं. माझ्या आईला माझ्यापेक्षा भावाला मदत करणं जास्त प्रिय होतं. बहुदा असं काहीतरी असाणार, हे मला अपेक्षित होतंच.

२१

मनाच्या जखमा तर बाजूला ठेवू या. पण माझ्या शरीरावरचे माराचे व्रण अजूनही तसेच होते. हे व्रण म्हणजे माझ्यासाठी एक मार्गदर्शक नकाशा होता. भूतकाळापासून इथवरच्या प्रवासाचा.

माझ्या बाबतीत जे जे घडलं त्यामुळेच मला बळ येत गेलं. आता मला जे जे काही मिळवायचं असतं ते मी निश्चयाच्या बळावर मिळवते. माझी शाळा माझ्या वयाच्या बाराव्या वर्षीच बंद झाली होती, तरी सुद्धा मी स्वत:ला, माझ्या आयुष्याची कहाणी लिहिण्याचं आव्हान दिलं.

असगरकडून मी प्रेम कसं करावं ते शिकले.

मँचेस्टरमध्ये मी ज्या नव्या मित्रमैत्रिणी मिळवल्या, त्यांच्याकडून मी विश्वास ठेवायला शिकले. माझ्या एका मैत्रिणीने मँचेस्टरच्या मुस्लीम समाजात माझं स्वागत केलं. आता मला कोणाची भीती राहिली नव्हती.

माझ्या आयुष्यातील ही खरी कमाई होती.

माझ्या आयुष्यातील पहिली सात वर्षं मी आश्रमात काढली. जिथं मला प्रेमाचा भक्कम आधार मिळाला होता. त्यामुळेच पुढच्या आयुष्यात माझ्यावर आलेल्या प्रसंगांना मी तोंड देऊ शकले. आश्रमात द्वेष न करता प्रेम कसं करावं याचे धडे आपोआपच मिळत गेले. जरी लहान वयात मला उमगलं नव्हतं, तरी क्षमाशील वृत्तीने आयुष्यात पुढे कसे जावं हे शिक्षण मला आश्रमातच मिळालं होतं.

माझ्या आयुष्यात जे जे काही झालं त्यामुळंच मी घडत गेले, याचं समाधान मला वाटतं.

अर्थात गोष्टी खूप विकोपाला गेल्या होत्या. तेवढ्या जाण्याची गरज नव्हती.

मला वाटतं, बाबांनी मला खूप स्वातंत्र्य दिलं असतं, लहान वयात इतर मुलांना जसं वाढवतात तसं मला वाढवलं असतं, तर आईचा माझ्यावरचा ताबा सुटला असता.

तिच्या मतानुसार मुलांवर ताबा ठेवून त्यांना रितीरिवाज पाळायला शिकवणंच महत्वाचं होतं. त्यामुळंच पाश्चात्य देशांत गेलेले पूर्वेकडचे लोक अजूनही रितरिवाजाचे ताणे-बाणे सांभाळतात. सांस्कृतिक दृष्ट्या समाजाला एकत्र बांधून ठेवतात.

तरी सुद्धा पोलीस सुरक्षा, सामाजिक आणि आरोग्य सेवा त्यांच्यापर्यंत त्यांच्या नकळत पोहोचल्या आहेत. पण हे वेगानं घडायला हवं.

त्या त्या विशिष्ट समाजाच्या गरजा, त्या देशातील सेवा संस्थांना माहीत होण्यासाठी, तो समाज त्यांना समजायला हवा. त्यासाठी दोन समाजांत सुसंवाद असणं आवश्यक असतं.

अजूनही अनेक लग्नं बळजबरीने लावली जातात. घराण्याच्या, समाजाच्या प्रतिष्ठेपायी लोकांचे खून पडतात.

मी स्वत:ला भाग्यवान समजते की, लग्नानंतर दुसऱ्याबरोबर पळून जाऊन सुद्धा मी जिवंत राहिले. कदाचित माझी कहाणी लोकांसमोर यावी म्हणून.

बळजबरीने लावलेल्या अशा लग्नांच्या परिणामांबद्दल जाणीव, जागृतीचं काम सरकार करतेच. पण ज्यांना अशा लग्नात काही दोष आढळत नाहीत, त्यांच्यासाठी त्या त्या समाजातूनच हे काम होणं आवश्यक आहे.

एकोणीसशे नव्वदमध्ये मला पहिली पगारी नोकरी मिळाली. स्थलांतरितांसाठी असलेल्या स्थानिक कचेरीत.

या दशकाच्या अखेरीस बारा वर्षांची असताना थांबवलं गेलेलं माझं शिक्षण मी पुढे चालू केलं.

ट्रॅव्हल आणि टुरिझमचा सरकारी डिप्लोमा मी पुरा केला. या शिक्षणामुळे मँचेस्टर एअरपोर्टवर चेक इन एजंटचं काम मला मिळालं.

अगदी अलीकडं मी माझ्या भागातल्या स्थानिक रहिवाशांसाठी एक संस्था सुरू केली. त्यामुळं माझा शासकीय अधिकारी आणि इतर सेवा संस्थांबरोबरचा संपर्क वाढला. त्यातूनच आमच्या भागातील सुधारणांसाठी कित्येक लक्ष पौंड मिळू लागले.

दोन हजार सातच्या मे मध्ये मी लेबर पार्टीची उमेदवार म्हणून मॉस साईड मधून लोकल कौन्सिलसाठी निवडणूक लढवली. बाकी सर्व उमेदवारांच्या एकूण मतसंख्येच्या दुप्पट मतं मला मिळाली.

यात मला कसलाही गर्व नाही. पण मी कुठपर्यंत पोहोचू शकले तेवढंच सांगायचं आहे.

कधी कधी मी माझे केस कानावरून घेते, तेव्हा मला आईची आठवण येते. ती मला नेहमी म्हणे की माझे केस तिच्यासारखे आहेत, म्हणून मी तसेच विंचरले पाहिजेत. एखाद्या दुकानाच्या काचेत मला माझं कानांवरून केस घेतल्याचं प्रतिबिंब दिसलं की आईची आठवण येऊन ते प्रतिबिंब मला आवडत नाही. मग मी कानामागून केस घेते.

माझ्या सोशल फाईलमधला एक उल्लेख मला फार बोचत असे. कोणा अनामिक सोशल वर्करने मिना आणि माझ्याबद्दल लिहिलेला तो रिपोर्ट आहे. खात्रीपूर्वक नाही सांगता येणार, पण कदाचित ती पेगी आंटी असू शकते. रिपोर्ट असा आहे,

'सोशल वर्करला काळजी वाटते की ह्या मुली हळू हळू, पण निश्चितपणे इंग्लिश संस्कृतीच्या प्रभावाखाली मोठ्या होत आहेत. पण जर का त्यांच्या कुटुंबात त्यांचं पुनर्वसन झालं, तर ते मुलींसाठी फार कठीण होईल.'

हे मी तीन वर्षांची असताना लिहिलं गेलं. त्यानंतर आणखी चार वर्षं माझं कुटुंबात पुनर्वसन होऊ शकलं नव्हतं. माझ्या आयुष्यातील त्या काळाला फक्त 'कठीण' लिहिणं हे मला सुरवातीला अपमानास्पद वाटलं होतं.

मागे वळून पाहिलं, तर मी खरोखरच सगळ्या दिव्यातून सुरक्षित, आनंदी, यशस्वी होऊन बाहेर पडले हे निर्विवाद.

थोड्या दिवसांपूर्वी, असगर आणि मी दोघा मुलांबरोबर बागेत गेलो होतो. माझी दोन्ही मुलं फुटबॉल खेळत होती. असगर आणि मी बागेच्या मध्यभागी असलेली टेकडी चढून वर गेलो. मी टेकडीच्या वरच्या टोकाला जाऊन उभी राहिले.

माझ्या मनात आठवणी जाग्या झाल्या. अशा ठिकाणी मी नेहमीच एखाद्या शरणागतासारखा आश्रय शोधला होता. वॉलसॉमधील मंकी हिल्स असोत की पाकिस्तानातील शेताच्या कडेचं झाड, ज्यावर मी चढून बसत असे.

मला एकाएकी एक अत्यंत घाबरलेली एकटी पडलेली दुःखी मुलगी आठवली. जी मीच होते.

मी असगरकडे वळले. त्याच्या छातीवर डोकं टेकलं. खेळताना माझी मुलं मुक्तपणे हसत होती. बॉल खेळत एकमेकांना पकडत होती.

मी माझ्या मुलांचा हसण्याचा आवाज ऐकत राहिले. आता माझं मन शांत होतं. मी पण त्यांच्याबरोबर हसू लागले. मोकळं, खुलं हसू! वरच्या निळ्याभोर आकाशासारखं. किती आनंदात होते मी.

आईने सख्ख्या मुलीवर केलेल्या अनन्वीत अत्याचारांची
सत्य कथा मुलीच्याच शब्दात....

अग्ली

अनुवाद
उल्का राऊत

लेखिका
कॉन्स्टन्स ब्रिस्को

मी माझा शाळेचा फोटो आईला दिला.
तिने माझ्या फोटोकडे नीट निरखून पाहिले.
नंतर माझ्याकडेही बारकाईने पाहिले.
"देवाऽ, ही कार्टी इतकी कुरूप कशी जन्माला आली? अरे देवा, किती कुरूप आहे ही... कुरूप. कुरूप."
क्रूर, विद्ध करणारे हे शब्द ही केवळ सुरुवात आहे. कॉन्स्टन्सच्या आईने अतिशय पद्धतशीरपणे, कायम आपल्या मुलीचा शारीरिक आणि मानसिक छळ केला. सततची मारझोड आणि उपासमार ह्यामुळे पराकोटीची निराश होऊन तिने शेवटी सामाजिक सेवाभावी संस्थेमध्ये आश्रय घेण्याचाही प्रयत्न करून पाहिला. तिला अक्षरश: वाऱ्यावर सोडून तिची आई चक्क दुसरीकडे राहायला निघून गेली. घरात गॅस नाही, वीज नाही, खायला अन्न नाही अशा बिकट परिस्थितीशी मुकाबला करीत कॉन्स्टन्सने दिवस काढले. सुरुवातीच्या अत्यंत यातनामय जीवनाला कॉन्स्टन्सने कमालीच्या धैर्याने तोंड दिले.
कॉन्स्टन्सच्या हृदयद्रावक – आणि
यशस्वी – जीवनसंग्रामाची ही कथा.